നിഗൂഢതകളുടെ ഉടമ്പടി

രോഹിത്ത് ചന്ദ്രൻ

Made with ♥ on the Notion Press Platform
www.notionpress.com

ഉള്ളടക്കം

1

വർഷം – 1600

ബ്രിട്ടീഷുകാർ പണ്ട് കേരളത്തിൽ വന്ന സമയത്ത് അവർക്ക് അനുയോജ്യം ആയ കാലാവസ്ഥയിൽ താമസിക്കാൻ വേണ്ടി വിശാലമായി കിടക്കുന്ന ഒരു ഹിൽ സ്റ്റേഷൻ ഏരിയയിൽ അവർ താമസമാക്കി പിന്നീട് അവർ ആ സ്ഥലത്തിന് മിശിഹാ സ്ട്രീറ്റ് എന്ന് പേര് നൽകുകയും ചെയ്തു.

വർഷം – 1673

ബ്രിട്ടീഷുകാരെ പിന്തുടർന്ന് കടൽ കടന്നു ഫ്രഞ്ചുകാരും കേരളത്തിൽ എത്തി. ദുർമന്ത്രവാദവും മാന്ത്രിക വിദ്യകളും കൈവശം ഉള്ള അവരിൽ കുറച്ചു പേരെ തങ്ങളുടെ ആവിഷങ്ങൾ നിറവേറ്റാൻ വേണ്ടി സൗഹൃദം സ്ഥാപിച്ച് മിശിഹാ സ്ട്രീറ്റിലേക് അവരെ കൊണ്ട് വന്നു താമസിപ്പിക്കാൻ ബ്രിട്ടീഷുകാർ തീരുമാനിച്ചു. അവരുടെ ദുർമന്ത്രവാദവും മാന്ത്രിക വിദ്യകളും പുറംലോകം അറിയാതിരിക്കാൻ ഏറ്റവും നല്ല സ്ഥലം മിശിഹാ സ്ട്രീറ്റ് ആണെന്ന് ബ്രിട്ടീഷുകാർക് തോന്നി.

വർഷം – 1954

പതിറ്റാണ്ടുകളും നൂറ്റാണ്ടുകളും കഴിഞ്ഞു അവരുടെ തലമുറകൾ എല്ലാം അവരവരുടെ ജന്മനാട്ടിലേക് തിരിച്ചു പോയി ബാക്കി ഉള്ളത് അധികാരത്തിന്റെ ലഹരി തലയ്ക്കു പിടിച്ച ബ്രിട്ടീഷുകാരുടെയും തങ്ങൾ തലമുറകൾ കൈമാറി കിട്ടിയ ദുർമന്ത്രവാദവുമായി

ഫ്രെഞ്ക്കാരുടെയും നേരെ ഉള്ള ബെന്ധത്തിൽ അല്ലാതെ ജനിച്ചവരും അത് തനിക് കിട്ടിയ സമ്മാനം എന്നു വിശ്വസിക്കുന്നു അവരുടെ അമ്മമാരും ആണ് ഇനിയും ബ്രിട്ടീഷുകാരുടെ അല്ലെങ്കിൽ ഫ്രെഞുകരുടെ എന്നു പറയാൻ ബാക്കി ഉള്ളത്. ഇന്ന് ആ നാട് സാധാരണ ജെനങ്ങളുടേത് കൂടി ആണ്. ബ്രിട്ടീഷു കാരും ഫ്രെഞ് കാരും പുലർത്തിയിരുന്ന ജീവിത നിലവാരം അവരിൽ മാത്രം ഒതുക്കാതെ അവർ ജീവിക്കുന്ന നാടിന്റെ നിലവാരവും അവർ ഉയർത്തി വെറും കാടും വന്യ ജീവികളും മാത്രം ആയിരുന്ന സ്ഥലത്ത് ഇപ്പോൾ ആധുനിക സച്ചികരണം ഉള്ള ആശുപത്രി റോഡുകൾ ഒട്ടേറെ ഫാമുകൾ കൃഷി ഭൂമികൾ. ഇന്ന് ആ നാട്ടിൽ ജനങ്ങൾ ക്രെമേണ കൂടിയത് കൊണ്ട് അവിടെ ഒരു പോലീസ് സ്റ്റേഷനും കുറച്ച് പോലീസ് ഉദ്യോഗസ്ഥരും ഉണ്ട് പക്ഷെ അതെല്ലാം പേരിനു മാത്രം ഇവിടെ ഒന്നും കൃത്യമായി സമയത്തിന് നടക്കാറില്ല. ഫ്രെഞുകാരുടെ ദുർ മന്ത്രവാധ ശക്തിയിൽ ഉറങ്ങുന്ന ഇ പട്ടണം ഇന്നും ഉറക്കത്തിൽ നിന്നും ഉണർന്നിട്ടില്ല.

ഇന്നും ആ നാട്ടിൽ വീശുന്ന തണുത്ത കാറ്റിനു അവരു ചെയ്തു വെച്ചു പോയ ഒരുപാട് നിഗൂഢതകൾ പറയാൻ ബാക്കി ഉണ്ട്.

വർഷം – 2003.

ശീതകാലത്തെ ഒരു രാത്രി.

(സമയം പാതിരാത്രി കഴിഞ്ഞിരിക്കുന്നു)

മിശിഹാ സ്ട്രീറ്റിൽ ഉള്ള കാടിന്റെ അടുത്തു ചേർന്നു കിടക്കുന്ന റോഡ്.

(മഞ്ഞു മൂടിയ മരങ്ങളാൽ ചുറ്റപ്പെട്ട കാട് കാണിക്കുന്നു)

ഒരു ചെറുപ്പക്കാരി എന്നു തോന്നികുന പെൺകുട്ടി എന്തിൽ നിനോ രക്ഷപെടാൻ എന്ന രീതിയിൽ വേഗത്തിൽ മഞ്ഞു മൂടിയ കാട്ടിൽ കൂടെ ഇരുട്ടത്തു ഓടുന്നു.

പെൺകുട്ടി രാത്രിയിൽ ധരിക്കുന്ന വസ്ത്രം നൈറ്റ് ഡ്രസ്സ് ഇട്ടു കൊണ്ട് ആണ് മഞ്ഞു മൂടിയ കാട്ടിൽ കൂടെ ഭയന്ന് ഓടുന്നെ.'

ആ ചെറുപ്പകാരിയുടെ പുറകിൽ ആയി കുറച്ച് ദൂരെ ആയി അവരുടെ മകൾ എന്നു തോന്നിപ്പിക്കുന്ന ഒരു ചെറിയ പെൺകുട്ടി രാത്രിയിൽ ധരിക്കുന്ന വസ്ത്രം ഇട്ടു കൊണ്ട് മമ്മ (അമ്മ) എന്നു വിളിച്ചു പുറകിലായി ഓടുന്നുണ്ട്.

കുട്ടിയുടെ വിളി ശ്രെദ്ധിക്കാതെ ആ ചെറുപ്പകാരി അവിടെ നിന്നും രക്ഷപെടാൻ ഉള്ള വെപ്രാളത്തിൽ വേറെ ഒന്നും ശ്രെദ്ധിക്കാതെ മുന്നോട്ട് തന്നെ ഓടുന്നു.

(സമയം പാതിരാത്രി)

(ആ ചെറുപ്പകാരിയെ കാണിക്കുന്നു)

ആ ചെറുപ്പകാരി കാട്ടിൽ നിന്നും ഓടിക്കൊണ്ട് ഇരിക്കുമ്പോൾ കുറച്ചു ദൂരെ ആയി റോഡ് കാണാൻ തുടങി.

ആ ചെറുപ്പകാരിയുടെ മുഖത്ത് സന്തോഷവും ആശ്വാസവും കണ്ടു.

(റോഡിൽ കൂടെ വരുന്ന ഒരു ചെറിയ ടെമ്പോ വണ്ടി കാണിക്കുന്നു)

റോഡിൽ കൂടി വരുന്ന ചെറിയ ടെമ്പോ വണ്ടി രാത്രി ആയതുകൊണ്ടും ട്രാഫിക് ഇല്ലാത്തതിനാലും വളരെ വേഗത്തിൽ വന്നു കൊണ്ടിരുരിക്കുന്നു.

(മിശിഹാ സ്ട്രീറ്റ് എട്ട് കിലോമീറ്റർ എന്നു എഴുതിയേകുന്ന ബോർഡ് കാണിക്കുന്നു. ആ സൈൻ ബോർഡിൻ്റെ അടുത്ത് കൂടി വണ്ടി പാസ്സ് ചെയ്തു പോകുന്നു)

(ആ ചെറുപ്പകാരിയെ കാണിക്കുന്നു)

റോഡ് കണ്ടതിൻ്റെ സന്തോഷത്തിലും രക്ഷപെടാൻ വേണ്ടിയുള്ള വെപ്രാളംത്തിലു റോഡിലേക്ക് ആ ചെറുപ്പകാരി എടുത്തുചാടി

(ചെറിയ ടെമ്പോ ഓടിക്കുന്ന ഡ്രൈവറെ കാണിക്കുന്നു)

മഞ്ഞു മൂടിയത് കൊണ്ടും വണ്ടി വേഗത്തിൽ ആയതു കൊണ്ടും ആ ചെറുപ്പകാരിയെ ശ്രദ്ധിക്കാൻ പെട്ടന് ഡ്രൈവർക് കഴിഞ്ഞില്ല. വണ്ടി അടുത്ത് വന്നപ്പോൾ വണ്ടിയുടെ ലൈറ്റ് ആ ചെറുപ്പകാരിയുടെ കണ്ണിൽ അടിക്കുകയും ആ ചെറുപ്പകാരി പെട്ടന് സ്തംഭിച്ചു നിൽക്കുകയും ചെയ്തു. ബ്രേക്ക് ചവിട്ടി എങ്കിലും ആ ചെറുപ്പകാരിയെ വണ്ടി ഇടിക്കുകയും നിയന്ത്രണം തെറ്റി വണ്ടി റോഡിൽ നിന്നും കാട്ടിലേക് ഇടിച്ചു കയറുകയും ചെയുന്നു.

(സമയം പാതിരാത്രി കഴിഞ്ഞു പുലർച്ചയോട് അടുക്കുന്നു)

മിശിഹാ സ്ട്രീറ്റിൽ ബ്രിട്ടീഷുകാരും ഫ്രെഞ്ചുകാരും കൂടി ഒരുമിച്ചു നിർമിച്ച എലിസമ്പത്ത് എന്ന പേരുള്ള ആശുപത്രി ഇന്ന് ആധുനിക സച്ചികരങ്ങളോടെ പ്രെവെർത്തിച്ചു വരുന്നു.

ആ ചെറുപ്പക്കാരിയെ ഹോസ്പിറ്റലിൽ എത്തിച്ചു. ഐസിയുവിൽ അഡ്മിറ്റ് ചെയ്തിരിക്കുന്നു. കൂടെ ആ ചെറിയ പെണ്ണ് കുട്ടിയെ ക്യാഷ്വാലിറ്റിയിൽ അഡ്മിറ്റ് ചെയ്തിട്ട് ഉണ്ട്.

(ഹോസ്പിറ്റൽ അധികൃതർ പോലീസിനെ വിളിച്ചിട്ടുണ്ട്)

ആ ചെറുപകാരിയും കൂടെ ഉള്ള പെൺകുട്ടിയെയും ഫെഡറിക് എന്ന അപരിചിതനായ വ്യക്തിയാണ് ഹോസ്പിറ്റലിൽ എത്തിച്ചത്.

ആക്സിഡന്റിൽ തലക്ക് പരികുപറ്റിയ എമിലിയെ ചികിൽസിക്കുന്നത് ഡോക്ടർ സോഫിയ ആണ്. ഹോസ്പിറ്റൽ അധികൃതർ വിളിച്ച പ്രെകരം സ്റ്റേഷനിൽ നിന്നും ഒരു കോൺസ്ട്രേബിൾ റാങ്കീൽ ഉള്ള വനിതാ പോലീസ് (മാർത്ത) വന്നു.

(മാർത്ത തന്റെ യൂണിഫോമിൻറെ മുകളിൽ പച്ച നിറം ഉള്ള ഫുൾ സ്ലീവ് (ഫുൾ സ്ലീവ്) ഉള്ള കോട്ടും കാപിപ്പൊടി (ബ്രൗൺ) നിറമുള്ള ബൂട്ടും ധരിച്ചിരിക്കുന്നത്)

ഐസിയുവിന്റെ വാതിലിന്റെ പുറത്തു നിന്നും മാർത്ത ആ ചെറുപ്പക്കാരിയെ നോക്കി കൂടെ ഡോക്ടർ സോഫിയെയും ഉണ്ടായിരുന്നു.

ഡോക്ടർ സോഫിയ : ഇതൊരു ഹിറ്റ് ആൻഡ് റൺ കെസായി തോനുന്നില്ല.

പോലീസ് കോൺസ്ട്രേബിൾ മർത്തയെ കാണിക്കുന്നു

മാർത്ത : അതെന്താ ഡോക്ടർ അങ്ങനെ പറയാൻ. ഡോക്ടർക് എ)ന്തേലും സംശയം

ഡോക്ടർ സോഫിയ : യെസ് , ദെയർ ആർ സെവ്രൽ വുണ്ടസ്. പക്ഷെ അത് ഇ ആക്സിഡന്റിൽ നടന്നതല്ല. ഷി ഈസ് എ വിക്ക്റ്റിമം ഓഫ് ക്രൂവൽ ഫിസിക്കൽ ടോർച്ചെറിങ്. ചെറുതും വലുതുമായ ഉണങ്ങിയതും ഉണങ്ങിക്കൊണ്ട് ഇരിക്കുന്ന മുറിവുകളും പാടുകളും ആ കുട്ടിയുടെ ദേഹത്ത് ഉണ്ട്. മൂർച്ചയുള്ള എന്തോ വസ്തു മെയ് ബി കത്തി തന്നെ ആകാം അതുകൊണ്ട് ശരീരം മുഴുവനും മുറിവേല്പിച്ചിട്ടുണ്ട്. പിന്നീട് കുറെ ചതഞ്ഞ പാടുകൾ ഉണ്ട് ചിലപ്പോൾ അത് ആക്സിഡന്റ് സംഭവിത്തപ്പോൾ ഉള്ളതാരികം.

മാർത്ത: അപ്പോൾ ആ കുട്ടിയുടെ കണ്ടിഷൻ?

ഡോക്ടർ സോഫിയ: ഹെഡ് ഇൻജ്ചറി ഉണ്ട് പക്ഷെ ഇപ്പോൾ കണ്ടിഷൻ ബെറ്റർ ആണ്.

(നേരം വെളുത്തു തുടങ്ങി ഹോസ്പിറ്റലിലെ ലൈറ്റുകൾ അണയാൻ തുടങ്ങി))

ഡോക്ടറും വനിതാ പോലീസും കൂടി കാര്യം പറഞ്ഞു കൊണ്ട് എമിലി കിടന്ന ഐസിയുവിൻ്റെ മുന്നിൽ നിന്നും ഡയാന കിടക്കുന്ന ക്യാഷ്വാലിറ്റിയിലേക്ക് പോകുന്നു.

മാർത്ത: ഡോക്ടർ ആ അപ്പോൾ ആ കുട്ടി?

ഡോക്ടർ സോഫിയ : ഷി ഈസ് ഓക്കേ, ശരീരത്തിൽ കുറച്ചു മുറിവുകൾ ഉണ്ട് ഇപ്പോൾ ഡ്രസ്സ് ചെയ്തു കൊണ്ട് ക്യാഷ്വലിറ്റിയിൽ ഇരിക്കുവാ.

ഡോക്ടർ സോഫിയയും, പോലീസ് കോൺസ്ട്രേബിൾ കൂടി ക്യാഷ്വലിറ്റിയുടെ അടുത്ത എത്താറായപ്പോൾ. ക്യാഷ്വലിറ്റിയിൽ നിന്നും നേഴ്സ് പെട്ടന് വെളിയിൽ വന്നു.

ഡോക്ടറിനെ കണ്ട നേഴ്സ്

നേഴ്സ്: ഡോക്ടർ ഒന്ന് വരുമോ.

ക്യാഷ്വലിറ്റിയുടെ മുന്നിൽ ആയതുകൊണ്ട് ഡോക്ടർ വേറെ ഒന്നും ചോദിക്കാതെ അകത്തോട്ട് കയറി.

ഹോസ്പിറ്റൽ ക്യാഷ്വാലിറ്റി റൂമിൽ കിടക്കുന്ന പെൺകുട്ടിയുടെ അടുത്തേക് രണ്ടു പേരും നടന്നു,

ഡോക്ടർ സോഫിയ : എന്ത് പറ്റി?

നേഴ്സ്: ഡോക്ടർ ഇത് നോക്കിയേ.

ഡോക്ടർ സോഫിയ അത്ഭുതത്തോടെ ആ മുറിവിൽ നോക്കുന്നു. മുറിവിലേക്കു നോക്കിയതും ഡോക്ടർ സോഫിയയുടെ ചെവിയിൽ ഒരു കൊച്ചു പെൺകുട്ടി മനസിലാവാത്ത ഭാഷയിൽ (ഫ്രഞ്ച്) പ്രാർത്ഥിക്കുന്ന പോലെ ഡോക്ടർ സോഫിക്കു തോന്നുന്നു.

ഡോക്ടർ സോഫിയ പെട്ടന് തിരിഞ്ഞു നോക്കുന്നു തൊട്ടു പുറകിൽ പോലീസ് ഉദ്യോഗസ്ഥ ആയ മാർത്ത നിൽപ്പുണ്ട് വേറെ ആരും അവിടെ കാണാൻ ഇല്ല. പെട്ടന് തന്നെ ആ ശബ്ദം ഇല്ലാതാകുന്നു.

ആ മുറിവ് ഒരു സ്റ്റാറിൻ്റെ ഷെയിപ്പിൽ ഉള്ള കത്തിയും കൊണ്ട് വരച്ചതായിരുന്നു. ആ മുറിവ് ഉണങ്ങിവരുന്നത്തെ ഉള്ളായിരുന്നു.

മാർത്ത: മോളെ ഇത് എന്ത് പറ്റിയതാ. മോളെ ആരേലും ഉപദ്രവിച്ചോ. ഡയാന അടുത്ത് നിന്ന ഡോക്ടറുടെ മുഖത്തേക്

പ്രേത്യേകിച്ചു ഒരു വികാരവും ഇല്ലാതെ നോക്കുന്നു.

ഡോക്ടർ സോഫിയ: മോളു പേടിക്കണ്ട പറഞ്ഞൊ.

ഡയാന ഡോക്റ്ററിന്റെ മുഖത്തുനിന്നും കണ്ണ് മാറ്റി പോലീസ് ഉദ്യോഗസ്ഥയുടെ നേരെ നോക്കി ഒരു സെക്കന്റ് തുറിച്ചു നോക്കിട്ട് പ്രേത്യേകിച്ചു മുഖത്ത് ഒരു വിഗാരവും ഇല്ലാതെ അവൾ പറഞ്ഞു "പപ്പ"

മാർത്ത : മോളുടെ പപ്പയുടെ പേരെന്താ. മോളെ പപ്പ എന്താ ചെയ്തത്?

പോലീസ് ഉദ്യോഗസ്ഥയെ നോക്കികൊണ്ട് ഇരുന്ന ഡയാന പെട്ടന് കണ്ണ് മുഖത്ത് നിന്നും എടുത്തു തല താഴ്ത്തി ഇരുന്നു.

പോലീസ് ഉദ്യോഗസ്ഥ (മാർത്ത) : (ഡയാനയുടെ കൈയിൽ തലോടികൊണ്ട്) മോളെ മോളെ ചേച്ചി ഹെല്പ് ചെയ്യാനാ നോക്കുനെ മോളു പറ മോളുടെ പപ്പ മോളെ എന്താ ചെയ്തത്.

ഡയാന വീണ്ടും അതുപോലെ തന്നെ തല താഴ്ത്തി ഒന്നും മിണ്ടാതെ ഇരിക്കുന്നു.

ഡോക്ടർ സോഫിയ: (ഇന്റർഫിയർ ചെയ്തുകൊണ്ട് ശബ്ദം താഴ്ത്തി) മേം കുറച്ചു കഴിഞ്ഞിട്ടു ഇൻട്രോഗഷൻ നടത്തിയാൽ പോരെ. നൗ ഷി ഈസ് ട്ടോട്ടലി മെസ്സഡ് അപ്പ്. നമ്മുക്ക് ഇപ്പോൾ പോകാം.

പോലീസ് ഉദ്യോഗസ്ഥ (മാർത്ത) : (തല ആട്ടികൊണ്ട്) യെസ്.

ഡോക്ടർ സോഫിയ: (ഡയാനയെ തലോടികൊണ്ട്)

ഞങ്ങൾ പോയിട്ട് പിന്നെ വരാം. മോളു റസ്റ്റ് എടുക്ക്. എന്തേലും ഉണ്ടെങ്കിൽ വിളിച്ചാൽ മതി.

ഡോക്ടർ സോഫിയ: (നഴ്സിനോട്. പതിഞ്ഞ സ്വരത്തിൽ) : ഓക്കേ ഡോക്ടർ.

ഡോക്ടറും പോലീസ് ഉദ്യോഗസ്ഥയും (മാർത്തയും) കൂടി ഒരുമിച്ച് ക്യാഷ്വാലിറ്റി നിന്നും ഇറങ്ങുന്നു. അവർ ഇറങ്ങുമ്പോളും ഡയാന അതെ പൊസിഷനിൽ തന്നെ അനങ്ങാതെ ഇരിക്കുന്നു. ഡയാന എന്തോ ആലോചിച്ച ഇരിക്കുന്നത് പോലെ . നേഴ്സ് പറയുന്നത് കേൾക്കുന്നുണ്ടെങ്കിലും ശ്രദ്ധിക്കുന്നില്ല. (നേഴ്സ് പറയുന്നത് ശബ്ദം കുറഞ്ഞ രീതിയിൽ കാരണം ഡയാന അത് ശ്രദ്ധിക്കുന്നില്ല)

നേഴ്സ്: (ഡയാനയോട് വാത്സല്യത്തിൽ) മരുന്നു വെക്കാൻ പോവാണേ വേദന എടുക്കുവാണേൽ പറയണേ.

ഡയാന തന്റെ വിഗാരം ഇല്ലാത്തതും ദൂരുഹത നിറഞ്ഞ മുഖം കൊണ്ട് നേഴ്സിനെ നോക്കുന്നു.

കാശ്വലിറ്റിയുടെ വെളിയിൽ ഇറങ്ങി ഡോക്ടറും പോലീസ് ഉദ്യോഗസ്ഥ മാർത്തയും

ഡോക്ടറും പോലീസ് ഉദ്യോഗസ്ഥയും ക്യാഷ്വാലിറ്റിയുടെ വെളിയിൽ ഡോക്ടറും പോലീസ് ഉദ്യോഗസ്ഥയും തമ്മിൽ സംസാരിക്കുന്നു

പോലീസ് ഉദ്യോഗസ്ഥ(മാർത്ത): ഡോക്ടർ ആ കുട്ടിയുടെ പേരെന്റ്സോ റിലേറ്റീവ്സ് ആരേലും ഹോസ്പിറ്റലിലെ കൊണ്ടാക്ട് ചെയ്താരുന്നോ?

ഡോക്ടർ സോഫിയ: ഇതുവരെ ആരും contact ചെയ്തിട്ടില്ല ലെറ്റ് അസ് വെയിറ്റ്.

പോലീസ് ഉദ്യോഗസ്ഥ (മാർത്ത): കൺഫ്യൂസ്ഡ് ആയിട്ടുള്ള ഒരു മുഖഭാവത്തിൽ തല ആട്ടുന്നു

ഡോക്ടർ സോഫിയ : ഓക്കേ മേം ഞൻ എന്റെ ക്യാബിനിലോട്ട് പോകുവാ കുറച്ചു തിരക്ക് ഉണ്ട്. എന്ത് ഉണ്ടെങ്കിലും എന്നെ വിളിച്ചാൽ മതി.

മാർത്ത : ഓക്കേ ഡോക്ടർ

പോലീസ് ഉദ്യോഗസ്ഥ അവിടെ നിന്നും കുറച്ചു മാറി എസ്.ഐ (സബ് ഇൻസ്പെക്ടർ) റാങ്കിൽ ഉള്ള ഉദ്യോഗസ്ഥനായ് പീറ്റർ മിശിഹായെ വിളിക്കുന്നു.

(പീറ്റർ മിശിഹായുടെ വീട്. പീറ്റർ മിശിഹായുടെ ബെഡ്റൂം കാണിക്കുന്നു)

പീറ്റർ മിശിഹാ മിശിഹാ സ്ട്രീറ്റിൽ ഉള്ള ഒരു വാടക വീട്ടിൽ ആണ് താമസിക്കുന്നത്.

പീറ്റർ മിശിഹാ കല്യാണം കഴിക്കാത്ത ഒരു അവിവിവാഹിതൻ ആണ്. പീറ്റർ മിശിഹാ മുപ്പത്തി രണ്ട് വയസു പ്രായം ഉള്ള ഒരു വെക്തി ആണ്.

ഒത്ത പൊക്കവും ഒത്ത വണ്ണവും ഉള്ള സാധാരണ കർകശക്കാരൻ അല്ലാത്ത പോലീസിന്റെ ദാഷ്ട്യം ഒന്നും ഇല്ലാത്ത കുട്ടികളോട്

വാത്സല്യം ഉള്ള ഒരു സാധാരണ പോലീസു കാരൻ.

അദ്ദേഹത്തിന്റെ സ്വഭാവം നല്ലതാണെങ്കിലും അദ്ദേഹത്തിന്റെ ജീവിതശയിലി ഒരു അച്ചടക്കം ഉള്ള പോലീസുകാരന്റെ അല്ല. ഒരു കുത്തഴിഞ്ഞ ജീവിതം ആണ് അദ്ദേഹം ജീവിക്കുന്നത്.

അദ്ദേഹത്തിന് അദ്ദേഹത്തിന്റെ ചെറുപ്പകാലത് അച്ഛനും അമ്മയും തന്റെ ഒരു കാർ ആക്സിഡന്റിൽ ദുരൂഹ സാഹചര്യത്തിൽ മരിച്ചു . കാർ പോലീസ് കണ്ടെടുത്തത് പുഴയിൽ നിന്നും ആണ്. പീറ്ററിന്റെ സഹോദരി ചെറുപ്പത്തിൽ തന്നെ കാണാതെ പോയതാണ്. ഇതുവരെ ആയിട്ടും കണ്ടെത്താൻ കഴിഞ്ഞില്ല. ആ സംഭവങ്ങൾ കഴിഞ്ഞു പിന്നെ പീറ്റർ ഉറങ്ങുമ്പോഴും കണ്ണടച്ച ഇരിക്കുമ്പോളും അല്ലാതെ ചില സാഹചര്യങ്ങളിലും പീറ്റർ ചില ശബ്ദതങ്ങൾ ചെവിയിൽ (ഒരു കൊച്ചു കുട്ടി പാർത്ഥിക്കുന്ന പോലെ അവക്തമായി കേൾക്കാറുണ്ട്) ഇത് കുറച്ചു സെക്കന്റുകളെ നിൽക്കതൊള്ളൂ. ആക്സിഡന്റ് സംഭവിച്ചു കഴിഞ്ഞതിൽ പിന്നെയാണ് ഇങ്ങനെ ഹാലൂസിനേറ്റിംഗ് പ്രശ്നം ഉണ്ടെന്നു പീറ്റർ ശ്രെദ്ധിച്ചു തുടങ്ങിയത്.

രാവിലെ വനിതാ പോലീസ് ഉദ്യോഗസ്ഥയുടെ കോൾ പീറ്ററ്നു വന്നു. ഫോൺ വൈ്രേഷണലിൽ ആയിരുന്നു. ഫോൺ തലയിണയുടെ അടുത്ത് തന്നെ ഉണ്ടാരുന്നു അങ്ങനെ പീറ്റർ ഉറക്കത്തിൽ ചെവിയിൽ ഒരു കൊച്ചു പെൺകുട്ടിയുടെ പ്രാർത്ഥന (പ്രെയർ) കേൾക്കുകയാണ് അവിക്തമായിട് എന്തോ വേറെ ഏതോ ഭാഷയിൽ പ്രാർത്ഥന പോലെ കേൾക്കുന്നു .

പീറ്റർ ഉറക്കത്തിൽ നിന്നും പയ്യെ കണ്ണ് തുറന്നു നോക്കുമ്പോൾ ഫോൺ വൈബ്രേറ്റ് ചെയുന്നു പീറ്റർ ഉണർന്നു. കട്ടിലിൽ കിടന്നുകൊണ്ട് തന്നെ പീറ്റർ ഫോൺ അറ്റൻഡ് ചെയുന്നു.

(മാർത്തയെ കാണിക്കുന്നു)

വനിതാ പോലീസ് (മാർത്ത) : ആ പീറ്റർ ഞാൻ ഹോസ്പിറ്റലിൽ നിന്നും വിളിക്കുവാ. ആ ഐസിയുവിൽ കിടക്കുന്ന പെൺ കുട്ടിയുടെ പേര് എമിലി എന്നും പിന്നെ ആ ചെറിയ കൊച്ചിന്റെ പേര് ഡയാന എന്ന അതിനോട് ചോദിച്ചപ്പോൾ അങ്ങനെയാ പറഞ്ഞത് ആ കൊച് പറഞ്ഞത് അത് അതിന്റെ മമ്മ ആണെന്ന. ആ പെൺകുട്ടിയുടെയും കൊച്ചിന്റെ കാര്യം കുറച്ചു കോപ്ലിക്കേറ്റഡ് ആണ്. അവരുടെ ഹസ്ബൻഡ് ആ കുട്ടിയേയും അയാളുടെ മോളെയും നല്ലപോലെ

ടോർച്ചർ ചെയ്തിട്ടുണ്ട് ദേഹത്തു ഒരുപാട് മുറിവുകളും പാടുകളും ഉണ്ട്.

(അപ്പുറത്തെ നിന്നും പീറ്റർ സംസാരിക്കുന്നത് പോലീസ് ഉദ്യോഗസ്ഥയുടെ ഫോണിൽ കൂടെ കേൾക്കുന്ന രീതിയിൽ)

പീറ്റർ: അതിൻറെ ഹസ്ബൻഡ് ആണ് ചെയ്തത് എന്നു ആര് പറഞ്ഞു. കുട്ടി വല്ലോം പറഞ്ഞാ.

(മാർത്തയെ കാണിക്കുന്നു)

മാർത്ത: ആ കൊച്ചിനോട് ചോദിച്ചപ്പോൾ അങ്ങനെയാ പറഞ്ഞത്

(പീറ്റർനെ കാണിക്കുന്നു)

പീറ്റർ: ഡോക്ടർ എന്ത് പറഞ്ഞു?

പോലീസ് ഉദ്യോഗസ്ഥ (മാർത്ത) : എമിലിക് ഹെഡ് ഇൻജറി ഉണ്ട് അത്രേ സീരിയ്സ് അല്ല എന്നാ പറഞ്ഞത് എമിലി ഐസ്യൂവിൽ ആണ്. പിന്നെ ആ ചെറിയ കുട്ടിയെ പരിശോധിച്ചോണ്ട് ഇരിക്കണേ ഒള്ളു.

(പീറ്റർനെ കാണിക്കുന്നു)

പീറ്റർ മാർത്തയോട് ചോദിക്കുന്നു.

പീറ്റർ: അവരെ ഹോസ്പിറ്റലിൽ കൊണ്ട് വന്ന ആരാ.

(മാർത്തയെ കാണിക്കുന്നു)

മാർത്ത പീറ്ററിനോട് പറയുന്നു.

മാർത്ത : അവൻറെ പേര് ഫെഡറിക് എന്നാ അവൻ വണ്ടി ഓടിച്ചു പോയപ്പോൾ റോഡിൽ ലിണ്ട വീണു കിടന്നതിയിട്ടാ അവൻ കണ്ടത് എന്നാ പറഞ്ഞത്.

(പീറ്ററിനെ കാണിക്കുന്നു)

പീറ്റർ മാർത്തയോട് പറയുന്നു.

പീറ്റർ: ശെരി ഞൻ വരാം അതുവരെ താൻ അവിടെ നിൽക്ക് ഞാൻ വന്നിട്ട് അവനെ വീട്ടാൽ മതി. ഞാൻ വന്നിട്ട് പോകാം.

പീറ്റർ നേരെ വാഷ്ബെയിസണിൽ പോയി തന്റെ മുഖം കഴുകി മുന്നിൽ വെച്ച കണ്ണാടിയിൽ കുറച്ചു സെക്കൻറ് നോക്കി നിന്നു.

പീറ്റർനു പൊതുവെ രാവിലെ ഒന്നും കഴിക്കുന്ന സ്വഭാവം ഇല്ല.

പീറ്റർ നേരെ വീടിന്റെ വാതിൽ തുറന്നു മുൻവശത്തേക്കു (മുറ്റത്ത്) ഇറങ്ങി.

പീറ്ററിന്റെ വീടിൻറെ മുൻവശത്തു പീറ്ററിൻറെ കാർ കിടപ്പുണ്ട്.

(കാർ കഴുകാതെയും അവിടെയും ഇവിടെയും ആയിട്ട് ഇടി കിട്ടിയ പാടുകളും കാറിൽ ഉണ്ട്)

പീറ്റർ യൂണിഫോം ഇടാതെ ക്യാഷുവൽ ആയി ഡ്രസ്സ് ചെയ്തു കൊണ്ട് അതിന്റെ മുകളിൽ സ്വെറ്റർ പോലുള്ള പച്ച നിറം ഉള്ള ഫുൾ സ്ലീവ് ഉള്ള ഒരു കോട്ട് ടൈപ്പ് ഡ്രെസ്സും ഇട്ടിട്ടുണ്ട് ആ കോട്ട്ടൈപ്പ് ഡ്രസ്സിനു സിപ് ഉണ്ടെങ്കലും അത് ഇടാതെ ആണ് പീറ്റർ ധരിച്ചിരിക്കുന്നത്. തലയിൽ കാപ്പി പ്പൊടി നിറം ഉള്ള കൗവ് ബോയ് ഹാറ്റ് പിന്നെ കാപിപ്പൊടി നിറം ഉള്ള ബൂട്ടും ധരിച്ചിട്ടുണ്ട്.

പീറ്റർ കാറിന്റെ ഡോർ തുറന്നു കാറിൽ കയറി.

(എ)ലിസമ്പത്ത് ഹോസ്പിറ്റൽ കാണിക്കുന്നു)

പോലീസ് ഉദ്യോഗസ്ഥ ഫോണിൽ നോക്കികൊണ്ട് കാശ്വലിറ്റിയുടെ മൂന്നിൽ ഇരിക്കുന്നു. പെട്ടന് നേഴ്സ് പോലീസ് ഉദ്യോഗസ്ഥയുടെ മുന്നിൽ വന്നിട്ട്

നേഴ്സ് മുന്നിൽ വന്നപ്പോ പോലീസ് ഉദ്യോഗസ്ഥ കസേരയിൽ നിന്നും എഴുനേറ്റു

നേഴ്സ്: കുട്ടിയെ വാർഡിലേക് മാറ്റുകയാണ്.

അവർ സംസാരിച്ചു കൊണ്ട് നിൽകുമ്പോൾ തന്നെ പീറ്റർ ഹോസ്പ്പിറ്റലിന്റെ പാർക്കിങ്ങിൽ കാർ പാർക്ക് ചെയുന്നു.

ഇറങ്ങി ഹോസ്പിറ്റലിന്റെ മുന്നിൽ കൂടി കാശ്വലിറ്റിയിലേക്ക് വരുന്നു. പീറ്റർ ഹോസ്പ്പിറ്റൂലിൻ്റെ അകത്തു കേറി സമയം തന്നെ നേഴ്സ് വിവരം പറഞ്ഞിട്ട് പോയി. വീണ്ടും കസേരയിൽ ഇരുന്നു എന്തോ കാര്യമായി ചിന്തിക്കുന്ന പോലീസ് ഉദ്യോഗസ്ഥ (മാർത്ത). പീറ്റർ അടുത്തേക് വന്നപ്പോൾ കസേരയിൽ നിന്നും എഴുനേറ്റു.

പോലീസ് ഉദ്യോഗസ്ഥ (മാർത്ത) : സാർ ആ കുട്ടിയെ വാർഡിലോട്ട് മാറ്റി.

സംസാരിക്കുന്നു. അവർ പതുകെ രണ്ടു പേരും മുന്നോട്ട് നടന്നുകൊണ്ട്

പീറ്റർ: ഡോക്ടർ എന്തിയെ?

പോലീസ് ഉദ്യോഗസ്ഥ (മാർത്ത) : ക്യാബിനിലോട്ട് പോയി.

പീറ്റർ: വേറെ കൂടുതലായി എന്തേലും അറിയാൻ കഴിഞ്ഞോ?

പോലീസ് ഉദ്യോഗസ്ഥ (മാർത്ത): ഇല്ല സാർ ഒന്നാമത്തെ ആ കുട്ടി വിലിങ് അല്ലാരുന്നു. പിന്നെ ഡോക്ടർ പറഞ്ഞു കുറച്ചുകൂടി

കഴിഞ്ഞിട്ട് ചോദിക്കാം എന്ന്. പിന്നെ ലിൻഡ എന്നു പറയുന്ന കുട്ടിയുടെ കണ്ടിഷൻ ബെറ്റർ ആകാൻ ചാൻസ് ഉണ്ടെന്നാണ് ഡോക്ടർ പറഞ്ഞത്.

(പീറ്റർനെ കാണിക്കുന്നു)

പീറ്റർ മർത്തയോട്.

പീറ്റർ: അവരെ ഹോസ്പിറ്റലിൽ കൊണ്ട് വന്ന അയാൾ എന്തിയെ

(മാർത്തയെ കാണിക്കുന്നു)

മാർത്ത പീറ്ററിനോട് പറയുന്നു.

മാർത്ത : അയാൾ ക്യാൻറീനിൽ ഉണ്ട് സാർ.

(പീറ്ററും മാർത്തയും അവിടെ നിന്നും ക്യാന്റീനിലോട്ട് നടക്കുന്നു)

പീറ്റർ മാർത്തയോട് ബാക്കി ആയി ചോദിക്കുന്നു.

പീറ്റർ: അയാളുടെ പേര് എന്താ?

(മാർത്തയെ കാണിക്കുന്നു)

മാർത്ത പീറ്ററിനോട് തിരിച്ചു പറയുന്നു.

മാർത്ത: ഫെഡറിക് എന്നാ അയാൾ പറഞ്ഞെ.

(പീറ്ററിനെ കാണിക്കുന്നു)

പീറ്റർ മാർത്തയോട് പറയുന്നു.

പീറ്റർ: ഫോൺ വിളിച്ചപ്പോളും ഞാൻ ശ്രെധിച്ചു ഇ സാർ വിളി. ഇത്രക്ക് ഫോർമൽ ആകണോ എന്നോട്.

(മാർത്തയെ കാണിക്കുന്നു)

മാർത്ത പീറ്ററിനോട് തിരിച്ചു പറയുന്നു.

മാർത്ത : പ്രൊട്ടോകോൾ സാർ.

നടന്ന് കൊണ്ട് ഇരുന്ന പീറ്റർ പെട്ടന് നിൽക്കുന്നു എന്നിട്ട് തിരിഞ്ഞു മാർത്തയെ ചെറുതായി ചിരിച്ചു കൊണ്ട് നോക്കുന്നു.

(മാർത്തയെ കാണിക്കുന്നു)

മാർത്ത തിരിച്ചും പീറ്ററിൻെറ മുഖത്ത് നോക്കി ചിരിക്കുന്നു

(ക്യാന്റീൻ കാണിക്കുന്നു)

(ഫെഡറകിനെ കാണിക്കുന്നു)

ഫെഡറിക് എന്തോ ആലോചിച്ചു കൊണ്ട് ഇരിക്കുന്നു.

(മാർത്തയെയും പീറ്റർനെയും കാണിക്കുന്നു)

മാർത്തയും പീറ്ററും കൂടി ക്യാൻറീനിൽ ഇരിക്കുന്ന ഫെഡറിക്കിന്റെ അടുത്ത് പോയി ഇരിക്കുന്നു.

(ഫെഡറിക് പകുതി കുടിച്ച ചായ ഗ്ലാസ് മുന്നിലെ ടേബിളിൽ ഇരിപ്പുണ്ട്)

(ഫെഡറികിനെ കാണിക്കുന്നു)

ഫെഡറിക് തന്റെറ മുന്നിൽ ഇരിക്കുന്ന മാർത്തയെയും പീറ്റർനെയും നോക്കുന്നു.

(മാർത്തയെയും പീറ്റർനെയും കാണിക്കുന്നു)

പീറ്റർ ഫെഡറികിനോട് ചോദിക്കുന്നു.

പീറ്റർ: ഞാൻ പീറ്റർ ഇവിടുത്തെ എസ്ഐ ആണ്. താൻ അല്ലെ അവരെ ഹോസ്പ്പിറ്റലിൽ എത്തിച്ചത്.

(ഫെഡറികിനെ കാണിക്കുന്നു)

ഫെഡറിക് പീറ്ററിനോട് തിരിച്ചു പറയുന്നു.

ഫെഡറിക്: അതെ സാർ.

(പീറ്ററിനെ കാണിക്കുന്നു)

പീറ്റർ ഫെഡറികിനോട് ചോദിക്കുന്നു.

പീറ്റർ: താൻ ഇ രാത്രിയിൽ അതുവഴി എങ്ങോട്ട് പോകുവായിരുന്നു.

(ഫെഡറികിനെ കാണിക്കുന്നു)

ഫെഡറിക് പീറ്ററിനോട് തിരിച്ചു പറയുന്നു.

ഫെഡറിക്: എൻറെ വീട്ടിലോട്ട് പോകുന്ന ഷോർട്ട് കട്ട് ആണ് ആ വഴി ഞാൻ മിക്കവാറും അത് വഴി ആണ് വീട്ടിലോട്ട് പോകുന്നേ.

(പീറ്ററിനെ കാണിക്കുന്നു)

പീറ്റർ ഫെഡറികിനോട് ചോദിക്കുന്നു.

പീറ്റർ: താൻ അവിടെ കണ്ട കാര്യം ഒന്നുടെ ഡീറ്റെൽ ആയി പറഞ്ഞെ.

(ഫെഡറികിനെ കാണിക്കുന്നു)

ഫെഡറിക് പീറ്ററിനോട് പറയുന്നു.

ഫെഡറിക്: ഞാൻ വണ്ടി ഓടിച്ചു പൊയികൊണ്ട് ഇരിക്കുവായിരുന്നു. ഹെഡ് ലൈറ്റിൻറെ വെളിച്ചത്തിൽ ഞാൻ ഒരാൾ റോടെ വീണു കിടക്കുന്നത് കണ്ടു. ഞാൻ വണ്ടി കുറച്ചും കൂടി അടുത്തോട്ടു ഓടിച്ചോണ്ട് ചെന്നു അപ്പോൾ ആണ് അത് ഒരു പെൺകുട്ടി ആണെന്ന് മനസ്സിലായത് എനിക്. ഞാൻ വണ്ടി ഓൺ ആക്കി ഇട്ടുകൊണ്ട് തന്നെ വണ്ടിയിൽ നിന്നും വെളിയിൽ ഇറങ്ങി. ഞാൻ ആ പെൺകുട്ടിയുടെ അടുത്ത് ചെന്നിട്ടു അതിനു ജീവൻ ഉണ്ടോ

എന്ന് നോക്കി. ഞാൻ ആ കുട്ടിയെ എടുത്തുകൊണ്ടു ഹോസ്പിറ്റലിൽ പോകാൻ നേരം ഞാൻ നിന്നടത്തു നിന്നും കുറച്ച് മുന്നിലായി ഒരു ചെറിയ ടെമ്പോ റോഡിൻറെ സൈഡിൽ ആയിട്ട് നിർത്തി ഇട്ടിട്ടുണ്ടായിരുന്നു. ഞാൻ അതിൻറെ അടുത്ത് ചെന്നു നോക്കിയപ്പോൾ വണ്ടിയുടെ ഫ്രണ്ടിലെ ഗ്ലാസും സൈഡ് മിററും പൊട്ടിയിട്ടുണ്ടായിരുന്നു വണ്ടിയുടെ നമ്പർ പ്ലേറ്റ് നോക്കിയപ്പോൾ അതും ഇല്ലായിരുന്നു പിന്നെ ഞാൻ ആ കുട്ടിയുടെ അടുത്തേക് തിരികെ വന്നപ്പോൾ ഇരുട്ടത് കാടിന്റെ ഒരു ഭാഗത്തു നിന്നും ഒരു ചെറിയ പെൺകുട്ടി മമ്മ എന്നു വിളിച്ചു കൊണ്ട് എൻറെ അടുത്തേക് ഓടി എത്തി.

(പീറ്ററിനെ കാണിക്കുന്നു)

പീറ്റർ മാർത്തയോട് പറയുന്നു.

പീറ്റർ: ഇവന്റെ അഡ്രസ്സും ഫോൺ നമ്പറും വാങ്ങിച്ചേക്കൂ.

(മാർത്തയെ കാണിക്കുന്നു)

മാർത്ത പീറ്ററിനോട് തിരിച്ചു പറയുന്നു.

മാർത്ത: ഓക്കേ സാർ.

(പീറ്ററിനെ കാണിക്കുന്നു)

പീറ്റർ ഫെഡറികിനോട് പറയുന്നു.

പീറ്റർ: എന്തേലും ഉണ്ടെങ്കിൽ തന്നെ വിളിപ്പിക്കും.

(ഫെഡറികിനെ കാണിക്കുന്നു)

ഫെഡറിക് ഒന്നും മിണ്ടാതെ പീറ്ററിനെ നോക്കി ഇരിക്കുന്നു.

(പീറ്ററിനെ കാണിക്കുന്നു)

പീറ്റർ മാർത്തയോട് പറയുന്നു.

പീറ്റർ: വാ നമ്മുക്ക് ഡോക്ടറിനെ പോയി കാണാം.

അവർ സംസാരിച്ചു കൊണ്ട് ഡോക്ടറുടെ ക്യാബിൻറെ അടുത്തേക് പോകുന്നു.

പോകുന്ന വഴിക്കു മാർത്ത പീറ്ററിനോട് പറയുന്നു.

(മാർത്തയെ കാണിക്കുന്നു)

മാർത്ത: എന്താ സാറിന്റെ ഉദ്ദേശം.

(പീറ്ററിനെ കാണിക്കുന്നു)

പീറ്റർ തിരിച്ചു മാർത്തയോട് ചോദിക്കുന്നു.

പീറ്റർ: എന്ത് ഉദ്ദേശം?

(മാർത്തയെ കാണിക്കുന്നു)

മാർത്ത പീറ്ററിനോട് പറയുന്നു.

മാർത്ത : സാറിനെ സ്റ്റേഷനിലോട്ട് ഇപ്പോൾ കാണുന്നില്ല. അത് മാത്രം അല്ല സാർ ചെയ്യുന്ന ജോലി എല്ലാം പകുതി വഴിക്കു ഇട്ടിട്ടു പോകുന്നു എന്ന് ഒക്കെ സ്റ്റേഷനിൽ പറയുന്ന് കേൾക്കുന്നുണ്ടേലോ .

(പീറ്റർനെ കാണിക്കുന്നു)

പീറ്റർ മാർത്തയോട് തിരിച്ചു പറയുന്നു.

പീറ്റർ: ആണോ ഞാൻ അറിഞ്ഞില്ലാലോ. ആരാ സ്റ്റേഷനിൽ എന്നെ പറ്റി ഇങ്ങനെ ഒകെ പറയുന്നേ.

മാർത്തയും അവിടെ നിൽക്കുന്നു അത് കണ്ട് പീറ്ററും അവിടെ നിൽക്കുന്നു.

(മാർത്തയെ കാണിക്കുന്നു)

മാർത്ത പീറ്റർനെ തുറിച്ചു നോക്കികൊണ്ട് നിൽക്കുന്നു.

(പീറ്റർനെ കാണിക്കുന്നു)

പീറ്റർ മാർത്തയോട് ബാക്കി ആയി പറയുന്നു.

പീറ്റർ: എടൊ എന്നിക് ഇ ജോലി അങ്ങോട്ട് ശെരി ആകുന്നില്ല.

(മാർത്തയെ കാണിക്കുന്നു)

മാർത്ത പീറ്ററിനോട് പറയുന്നു.

മാർത്ത : എന്ന പിന്നെ സാറിന് ഇ ജോലി കളഞ്ഞിട്ട് വേറെ ജോലി നോക്കിക്കൂടെ.

(പീറ്റർനെ കാണിക്കുന്നു)

പീറ്റർ മാർത്തയോട് നടന്ന് കൊണ്ട് പറയുന്നു.

പീറ്റർ: ഞാൻ തന്നോട് പറഞ്ഞിട്ടില്ലേ ഞാൻ എന്റെ പപ്പയെ കുറിച്ചും പപ്പ അനുവേശിച്ചുകൊണ്ട് ചെയ്തു കണ്ടു പിടിച്ച കേസുകളെ പറ്റിയും ഒരു നോവൽ എഴുതി കൊണ്ട് ഇരിക്കുവാ. എന്നിക് എന്തോ അതൊക്കയാണ് സന്തോഷം തരുന്നത്. ഇ ജോലി രാജി വെച്ചു പോകണം എന്നൊക്കെ ഉണ്ട് പക്ഷെ ഞാൻ അങ്ങനെ ചെയ്യതാൽ പട്ടിണി ആയി പോകും.

(മാർത്തയെ കാണിക്കുന്നു)

മാർത്ത പീറ്ററിനോട് പറയുന്നു.

മാർത്ത : എന്നാ സാർ നോവൽ എഴുതി കഴിയൂനടം വരെ ഉള്ള സാറിൻെറ കാര്യം ഞാൻ നോക്കാം. സാർ നോവൽ വിറ്റിട്ടു എനിക് ഇരട്ടി ആയിട്ട് തിരിച്ചു തന്നാൽ മതി.

(പീറ്റർനെ കാണിക്കുന്നു)

പീറ്റർ മാർത്തയോട് തിരിച്ചു പറയുന്നു.

പീറ്റർ: അതൊന്നും ശെരി ആകില്ലെടോ.

(മാർത്തയെ കാണിക്കുന്നു)

മാർത്ത പീറ്ററിനോട് ചോദിക്കുന്നു.

മാർത്ത: സിറിൻെറ ഈഗോ ഹർട്ട് ആയി അല്ലെ.

(പീറ്റർനെ കാണിക്കുന്നു)

പീറ്റർ മാർത്തയോട് പറയുന്നു.

പീറ്റർ: അതൊന്നും അല്ലടോ ഇ ജോലി നഷ്ടപെടുന്നത് വരെ ഇങ്ങനെ അങ്ങ് പോകട്ടെ.

അവർ രണ്ടു പേരും നടന്ന് ഡോക്ടറുടെ ക്യാബിനിൻെറ മുന്നിൽ എത്തി.

(ഹോസ്പിറ്റലിൽ ഡോക്ടറുടെ ക്യാബിൻെറ അടുത്ത് പീറ്ററും മർത്തയും എത്തി)

ഡോക്ടറുടെ ക്യാബിൻെറ മുന്നിൽ വെച്ച് പോലീസ് ഉദ്യോഗസ്ഥയോട് (മാർത്തയോട്)

പീറ്റർ: താൻ എന്നാ ഇനി പൊയ്ക്കോ രാവിലെ മുതൽ നിൽക്കുന്നതല്ലെ . ഞൻ ഡോക്ടറിനെ ഒന്ന് കാണട്ടെ.

പോലീസ് ഉദ്യോഗസ്ഥ (മാർത്ത): ശെരി സർ.

പീറ്റർ അനുവാദം ചോദിച്ചു കൊണ്ട് ക്യാബിൻെറ അകത്തേക്കു കേറുന്നു. പീറ്ററിൻെറ പോലീസ് ഐഡൻറിറ്റി കാർഡ് കാണിച്ചു കൊടുക്കുന്നു. എന്നിട്ട് ഡോക്ടറിനോട് പീറ്റർ പറയുന്നു.

പീറ്റർ: ഡോക്ടർ എൻെറ പേര് പീറ്റർ ഞാൻ വണ്ടി ഇടിച്ചു ഐസ്യൂവിൽ അഡ്മിറ്റ് ചെയ്തേക്കുന്ന എമിലി എന്ന കുട്ടിയുടെ കേസ് അനുവേഷിക്കാൻ വന്നതാണ്.

ഡോക്ടർ ലിണ്ടയുടെ മെഡിക്കൽ ഫയലുകൾ പരിശോധിക്കുകയായിരുന്നു. ഡോക്ടർ ടേബിളിൽ ഒരു കപ്പ് കോഫി അതിൽ നിന്നും ചെറിയ രീതിയിൽ ആവി പോകുന്നുണ്ട് .

ഡോക്ടർ പീറ്ററിനോട് കൈ കൊണ്ട് ആക്ഷൻ കാണിച്ച്(ചെയറിൽ ഇരിക്കു എന്നാ രീതിയിൽ)

ഡോക്ടർ സോഫിയ: പ്ലീസ്.

പീറ്റർ ചെയറിൽ ഇരുന്നു.

പീറ്റർ: ഡോക്ടർ ആ ദേഹത്തെ മുറിവിൻറെ പാടുകൾ അല്ലാതെ വേറെ എന്തേലും. ഐ മീൻ സംശയം തോന്നുന്ന രീതിയിൽ എന്തേലും?

ഡോക്ടർ: ഇല്ല വേറെ ഒന്നും എൻറെ ശ്രെദ്ധയിൽ പെട്ടില്ല. പിന്നെ എന്റെ പരിശോധനയിൽ രണ്ടുപേരും റേപ്പിന് വിക്ടിമസ് (victims) ആയിട്ടില്ല.

പീറ്റർ: (ഇൻറ്റർഫിയർ ചെയ്തുകൊണ്ട്) ഡോക്ടർ എന്നിക് ലിണ്ടയെ കാണാൻ പറ്റുമോ?

ഡോക്ടർ സോഫിയ: (ചെറിയ രീതിയിൽ തല ആട്ടി കൊണ്ട്. മുന്നിൽ ഇരുന്ന ഫയൽ നീക്കി കൊണ്ട്) യെസ്.

അദ്ധ്യായം 2

ഡോക്ടറും പീറ്ററും കൂടി ഐസിയുവിൽ കയറും മുൻപുള്ള വസ്ത്രം ഇട്ടുകൊണ്ട് രണ്ടു പേരും ഐസിയുവിലോട്ട് നടക്കുന്നു. നടക്കുന്നതിൻറെ ഇടക് അവർ രണ്ടുപേരും സംസാരിക്കുന്നു രണ്ടു പേരും മാസ്ക്ക് താഴ്ത്തി ആണ് സംസാരിക്കുന്നെ. ഡോക്ടർ കുറച്ചു മുനിലായിട്ടും പീറ്റർ കുറച്ചു പുറകിലയും ആണ് നടക്കുന്നത്.

ഡോക്ടർ സോഫിയ: ആ കുട്ടിയുടെ വലതു കാലിനും താടി എല്ലിനും ഫ്രാക്ചർ ഉണ്ട്. പിന്നെ ഹെഡ് ഇൻജറി ഉണ്ട് ഇന്റേനൽ ബ്ലീഡിങ് ഒന്നും ഇല്ല

രണ്ടു പേരും കൂടി സംസാരിച്ചു ഐസിയുവിന്റെ അടുത്ത് എത്തി വാതിൽ തുറക്കുന്നതിൻറ മുൻപ് ഡോക്ടർ മാസ്ക് ഇട്ടു തൊട്ടുപുറകിൽ നിന്ന പീറ്ററും മാസ്ക് ഇട്ടു. ഡോക്ടർ വാതിൽ തുറന്നു. (വാതിൽ തുറക്കുമ്പോൾ ലിണ്ടയെ കാണാം കാരണം അവിടെ വേറെ അതികം ആൾകാർ ഐസിയുവിൽ ഇല്ല.

ഡോക്ടറും പീറ്ററും കൂടി അകത്തു കേറുന്ന കാലിന്റെ ഭാഗത്ത് വന്നു നില്കുന്നു പീറ്റർ ലിണ്ടയുടെ ഐ വി കുത്തിയ കൈയുടെ ഭാഗത്തു

നില്കുന്നു.

(മൊത്തത്തിൽ ഐസിയു നിശബ്ദതമായി നില്കുന്നു ഐസിയുവിലെ മെഷീനുകൾ അതിന്റെ സൗണ്ട് മാത്രം കേൾക്കുന്നു)

എമിലിയുടെ മുക്കിൻെറ പാലതിനും ഇടതു കണ്ണിനും ചതവും ഉണ്ട്. പിന്നെ മുഖത്തു ആക്സിഡന്റ് സംഭവിച്ചിട്ടുള്ള മുറിവുകളും. പീറ്റർ ആ കുട്ടിയുടെ മുറുവുകളിൽ സൂക്ഷിച്ചു നോക്കുന്നു. പീറ്റർ ആ കുട്ടിയെ മൊത്തം ആയി നിരീക്ഷിക്കുന്നു. ഡോക്ടർ സോഫിയ ആ കുട്ടിയുടെ ദേഹത്തെ പാടുകൾ സംശയം തോന്നിയ പാടുകൾ ഉള്ള സ്ഥലങ്ങൾ കാണിച്ചു കൊടുക്കുന്നു. പീറ്റർ കുറച്ചും കൂടി അടുത്ത് വന്നു ആ മുറിവുകൾ സൂക്ഷിച്ചു നോക്കുന്നു. എന്നിട്ട് ഡോക്ടറിനെ നോക്കി.

പീറ്റർ ഡോക്ടറിനോട് ചോദിക്കുന്നു

പീറ്റർ: ഡോക്ടർ എന്നിക് മറ്റേ കുട്ടിയെ കാണാൻ പറ്റുമോ?

പീറ്റർ ഡോക്ടർ ചോദിച്ചിട്ട് അതുപോലെ തന്നെ മുഖം തിരിച്ചു ലിണ്ടയെ നോക്കുകയാണ്. (ഐസിയുവിലെ മെഷീനുകളുടെ ശബ്ദം മാത്രം)

പീറ്ററും ഡോക്ടർ സോഫിയയും കൂടെ ഡയാന കിടക്കുന്ന കുട്ടികളുടെ വാർഡിലേക് പോകുന്നു.

ഡയാന വാർഡിലെ ബെഡിൽ ചാരി ഇരിക്കുന്നു. ഡയാനയുടെ മുടി കാശ്വലിറ്റിയിൽ ഉള്ളപോലെ തന്നെ മുടി രണ്ടു വശത്തും അത്ര അലസമല്ലാത രീതിയിൽ കിടക്കുന്നു. ഡയാന എന്തോ ആലോചിച്ചു കൊണ്ട് തല പകുതി താഴ്ത്തി ആണ് ഇരിക്കുന്നത്. അവിടേക്കു പീറ്ററും ഡോക്ടർ സോഫിയയും കയറി വരുന്നു . കുട്ടികളുടെ വാർഡ് ആയതുകൊണ്ട് തന്നെ അവിടെ കുട്ടികളും അവരുടെ മാതാപിതാക്ളും ഉണ്ടായിരുന്നു. ഡയാനയുടെ കൈയിൽ ഐവി കുത്തി വെച്ചിട്ടുണ്ടായിരുന്നു. ഡയാനയുടെ ഡ്രെസ്സിൽ ചോരപ്പാടും ചെറിയ രീതിയിൽ ആഴുകും അവിടെയും ഇവിടെയും ആയി കീറിട്ടും ഉണ്ടായിരുന്നു. (കുട്ടികളുടെ കരച്ചിലും നഴ്സുമാർ കുട്ടികളെ കൊഞ്ചിക്കുന്നതും) പതിയെ തല ഒന്ന് ഉയർത്തി മറ്റു കുട്ടികളെ നോക്കുന്ന ഡയാന പെട്ടന് ഡയാന എന്ന് ഒരു വിളി കേട്ടു ഞെട്ടി വിളി കേട്ട ഭാഗത്തേക്ക് നോക്കുന്നു. വിളിച്ചത് ഡോക്ടർ സോഫിയ ആയിരുന്നു(ഡോക്ടർ സോഫിയ പീറ്ർനെയും കാണിക്കുന്നില്ല

ശബ്ദം മാത്രം) ഡയാന ഞെട്ടലോടെ ശബ്ദം കേട്ടുത്തേക് നോക്കുന്നു. (പെട്ടന് പഴയ ഓർമയിലേക് പോകുന്നു)

ഒരു ബേസ്മെന്റ് കാണിക്കുന്നു അവിടെ റാന്തൽ കത്തിച്ചു കൊണ്ട് ആണ് വെളിച്ചം ഉള്ളത് ഏതാ രാത്രി ഏതാ പകൽ എന്നു അറിയാത്ത രീതിയിൽ ഉള്ള ബേസ്മെന്റ്. അവിടെ അവിടെ ഒരു വാഷ് റൂം പിന്നെ ഒരു ഇലക്ട്രിക് കെറ്റിൽ അതും പഴയത് ചളുങ്ങിയതും ആയ കെറ്റിൽ. അവിടെ കിടക്കാൻ ഒരു പഴയ കയറും കൊണ്ട് ഉള്ള കട്ടിൽ ഉണ്ട്. ഇടക്ക് ഇടക്ക് പറ്റകളും മറ്റു ജന്തുക്കളും ഓടുന്നുണ്ട്. അവിടെ ലിണ്ടയും ഡയാനയും മാത്രമേ ഒള്ളു. ബേസ്മെന്റ് നല്ല വലുപ്പം ഉള്ളത് ആയതുകൊണ്ട് ഡയാനക് ഒരു ചെറിയ മുറി ഉണ്ട്. ഡയാനയുടെ മുറിയിൽ കയറിന്റെ ഒരു കട്ടിലും തലതിരിച്ചു വെച്ചേക്കുന്ന കുരിശും പിന്നെ ഭിത്തിയിൽ മുഴുവനും കുത്തി വരച്ചും പടം വരച്ചും വെച്ചേക്കുന്നു. ഭിത്തിയിൽ പല സ്ഥലത്തായിട്ടും എന്തോ ഫ്രഞ്ച് ഭാഷയിൽ എന്തോ എഴുതി വെച്ചേക്കുന്നു.

ഡയാന മുറിയിൽ മുട്ടുകുത്തി നിന്നു പടം വരച്ചുകൊണ്ട് ഇരിക്കുന്നു. പെട്ടന്നു കെറ്റിൽ തറയിൽ വീഴുന ശബ്ദം കേട്ടു പിന്നെ ലിണ്ടയുടെ കരച്ചിൽ കേൾക്കുന്നു അത് കേട്ടു കൊണ്ട് പയ്യെ റൂമിൽ നിന്നും (സ്ഥിരം കേൾക്കുന്നതു ആയതു കൊണ്ട് പേടി ഇല്ലാതെ) എന്നാൽ പയ്യെ നടന്നുകൊണ്ട് റൂമിന്റെ വെളിയിൽ വന്നു. അവിടെ കെറ്റിലും അതിൽ ഡയാനയ്ക് കൊടുക്കാൻ വെച്ചിരുന്ന പാലും തറയിൽ വീണു കിടക്കുന്നു. അതിന്റെ അടുത്തായി തന്നെ കറുത്ത ഹാഫ് സ്ലീവ് കോട്ട് ഇട്ട ആൾ അയാളുടെ കയ്യിലും കോട്ടിലും അയാളുടെ നര ഉള്ള അതികം വളർത്താത്ത താടിയിലും കണ്ണിന്റെ ഭാഗത്തും ചോര തെറിച്ചേക്കുന്നതായി കാണാം . അയാൾ തന്റെ കൈയിൽ ഇരിക്കുന്ന വൈൻ ഗ്ലാസ്സിലെ ബ്ലഡ് ലിണ്ടയുടെ വായിൽ ബെലപ്രയോഗത്തിലൂടെ ചെയ്ത് ഒഴിച്ചു കൊടുക്കുന്നതായിട്ടും അത് കുടിക്കാൻ മടിക്കുന്ന ലിണ്ടയെ അയാൾ അടികുന്നതായിട്ടും മുടിക്ക് കുതിപിടിച്ചു കുടിപ്പിക്കുന്നതായിട്ടും (ഡയാന ഇതൊക്കെ നോക്കി നിൽക്കുന്നതായിട്ട്) കറുത്ത കോട്ട് ഇട്ട ആൾ ലിണ്ടയെ ബെലപ്രയോഗത്തിലൂടെ കുടിപ്പിക്കാൻ ശ്രമിക്കുന്നു ലിണ്ട അത് തട്ടി കളയാൻ ഉള്ള ശ്രമത്തിൽ അത് ലിണ്ടയുടെ ദേഹത്തു വീഴുന്നു . ഇതൊക്കെ നോക്കി നിൽക്കുന്ന ഡയാന മുഖത്ത് ഒരു ഭാവ മാറ്റവും

ഇല്ലാതെ റൂമിൻ അകത്തു പോയി വരച്ച പടത്തിൻ്റെ ബാക്കി വരക്കുന്നു. പെട്ടന് വൈൻ ഗ്ലാസ് താഴെ വീഴുന്നതിൻ്റെ ശബ്ദം കേട്ട് ഞെട്ടി വര നിർത്തി തല ഉയർത്തി കൊണ്ട് നേരെ നോക്കുന്നു.

(കുട്ടികളുടെ വാർഡിൽ കിടക്കുന്ന ഡയാനയെ കാണിക്കുന്നു)

ഡയാനയുടെ പുറത്തെ മുറിവിൻ്റെ (സ്റ്റാർ ഷെയിപ്പിൽ ഉള്ള) ഫോട്ടോകൾ തൻ്റെ കൈയിൽ ഉള്ള മൊബൈൽ ഫോണിൽ എടുക്കുന്നു. പുറം ഭാഗത്ത് സിപ് (സിപ്) ഉള്ള വസ്ത്രം ആയിരുന്നു ഡയാന ഇട്ടിരുന്നത് അതുകൊണ്ട് തന്നെ അത് ഡോക്ടറുടെ സഹായത്തോടെ മുറിവ് കാണുന്ന വിധം ഊരി ഫോട്ടോ എടുത്തു എന്നിട്ട് സിപ് തിരിച്ചു ഇട്ടു. പുറത്തെ മാത്രം അല്ല ഡയാനയുടെ വയറിൻ്റെ ഭാഗത്തെ സ്റ്റാറിന്റെ മുറിവും പീറ്റർ ഫോട്ടോ എടുത്തിരുന്നു.

ഡയാനയ്ക് ആന്റിബയോട്ടിക്സ് ഇൻജെക്ഷൻ എടുക്കാൻ വന്ന നേഴ്സ് ഇൻജെക്ഷൻ എടുത്തിട്ട് പോകാൻ നിന്നപ്പോൾ നഴ്സസിനോട് ഡോക്ടർ സോഫിയ പറഞ്ഞു.

ഡോക്ടർ സോഫിയ: അതെ തല്കാലത്തേക് സ്ക്രബ് സ്യൂട്ട് വല്ലോം ഉണ്ടെങ്കിൽ കുട്ടിക്ക് മാറാൻ കൊടുത്തേക്.

നേഴ്സ് അവരുടെ അടുത്ത് നിന്നും പോകാൻ തുടങ്ങിയപ്പോൾ.

ഡോക്ടർ സോഫിയ : ഞൻ എന്തായാലും വയികിട്ടു വീട്ടിൽ പോകുന്നുണ്ട് അപ്പോൾ ഇവൾക് ഡ്രസ്സ് എടുത്തോണ്ട് വരാം. ഡോക്ടർ ഡയാനയുടെ മുടിയിൽ താഴുകി കൊണ്ട് പറഞ്ഞു.

പീറ്റർ: ഡോക്ടർക്ക് മകൾ ആണോ ഉള്ളത്

ഡോക്ടർ സോഫിയ: പെട്ടന് പീറ്ററുടെ കണിൽ നോക്കി ഒരു ചെറിയ ചിരി ഓട് കൂടി തല ആട്ടി.

(ഡോക്ടർ പെട്ടന് വിഷയം മാറ്റാൻ വേണ്ടി)

ഡോക്ടർ സോഫിയ: ഞാൻ എന്നാ അങ്ങോട്ട് പോട്ടെ വേറെ പേഷ്യൻസ് ഉണ്ട്.

ഡയാനയെ നോക്കികൊണ്ട് മുടിയിൽ തലോടി കൊണ്ട്.

ഡോക്ടർ സോഫിയ: ഞാൻ എന്നാ പോട്ടെ മോളെ. വയികിട്ടു വരാമേ. ഡോക്ടർ സോഫിയ പീറ്ററിൻ്റെ മുഖത്ത് നോക്കി പോകുവാ എന്നാ രീതിയിൽ തലയാട്ടി. പീറ്റർ ഡോക്ടറിനെ ശെരി എന്ന അർത്ഥത്തിൽ നോക്കി. ഡോക്ടർ പോയിട്ട് പോലും ഡോക്ടറിനെ ഒന്ന് നോക്കാതെ

വാർഡിലെ കുട്ടികൾ കളിക്കുന്നതും ചിരിക്കുന്നതും നോക്കി ഇരിക്കുന്ന ഡയാന. ഡയാനയെ ഒരു പാട് സംശയത്തോട് നോക്കി നിൽക്കുന്ന പീറ്റർ. പെട്ടന് പീറ്ററുടെ ഫോൺ വൈബ്രേറ്റ് ചെയുന്നു. ഡയാനയുടെ നേർക്കുള്ള നോട്ടം മാറ്റാതെ കോട്ടിന്റെ പോക്കറ്റിൽ നിന്നും ഫോൺ എടുത്ത് അറ്റൻഡ് ചെയുന്നു.

പീറ്ററിന്റെ ഫോണിൽ നിന്നും കേൾക്കുന്ന രീതിയിൽ. പീറ്ററിനോട് പോലീസ് ഉദ്യോഗസ്ഥൻ (ഷെരിഫ്).

ഷെരിഫ്: സാറേ സാർ അയച്ചു തന്ന ഫോട്ടോയും ആയി സാമ്യം ഉള്ള കുട്ടിയുടെ മിസ്സിംഗ് കേസ് രജിസ്റ്റർ ചെയ്തിട്ടുണ്ട്. പക്ഷെ സാർ പറഞ്ഞ പേരല്ല ഇ കുട്ടിയുടെ പേര് എമിലി എന്ന് ആണ് ഡോക്യൂമെന്റ്സിൽ ഒകെ കാണിക്കുന്നത്.

പീറ്റർ: താൻ ശെരിക്കും ഫോട്ടോ കംപെയർ ചെയ്തു നോക്കിയത് ആണെലോ അല്ലെ. വേറെ സാമ്യം തോന്നുന്ന കേസ് വല്ലോം?

ഷെരിഫ്: സർ അയച്ചു തന്ന ഫോട്ടോയും ആയി സാമ്യം തോന്നുന്ന ഫോട്ടോ ഇ കുട്ടീടെ മാത്രമേ ഒള്ളു.

പീറ്റർ : ആരാ കേസ് രജിസ്റ്റർ ചെയ്തത്?

ഷെരിഫ്: ആ കുട്ടിയുടെ അച്ഛരൻ ആണെന് തോനുന്നു ഫിലിപ്പ് എന്ന അയാളുടെ പേര്. അവരുടെ കോണ്ടാക്ട് നമ്പർ ഞാൻ സാറിനു അയച്ചു തന്നിട്ടുണ്ട്.

പീറ്റർ: ഓക്കേ ഷെരിഫ് ഞാൻ തന്നെ വിളികാം.

ഷെരിഫ്: ഓക്കേ സാർ.

ഫോൺ കട്ട് ചെയ്തു കോട്ടിന്റെ പോക്കറ്റിൽ ഫോൺ വെച്ചു. ചിൽഡ്രൻസ് വാർഡിൽ നിന്നും ഇറങ്ങി ഹോസ്പിറ്റലിന്റെ വെളിയിലോട്ട് പീറ്റർ നടക്കാൻ പോകുന്നു.

നടക്കുന്നതിന്റെ ഒപ്പം ഷെരിഫ് അയച്ചു കൊടുത്ത ഡോക്യൂമെന്റ്സും ഫോട്ടോസുകളും പീറ്റർ പരിശോധിക്കുന്നു.

ലിണ്ടയുടെ അച്ഛന്റെ ഫോൺ നമ്പറിലേക് വിളിക്കുന്നു ആദ്യം വിളിച്ചിട്ട് എടുത്തില്ല റിങ് അടിച്ചു കട്ട് ആയി രണ്ടാമത് ഒന്നുടെ വിളിച്ചു അപ്പോൾ മൂന്നാമത്തെ റിങ്ങിനു ഫോൺ എടുത്തു. അപ്പോഴേക്കും പീറ്റർ നടന്നു ഹോസ്പിറ്റലിന്റെ പുറത്തേക് കാർ പാർക്കിങ്ങിന്റെ അവിടെ എത്തി. പീറ്റർ അയാളോട് സംസാരിക്കാൻ തുടങ്ങി.

പീറ്റർ: ഹലോ. ഞൻ ഹോസ്പിറ്റലിൽ നിന്നു വിളിക്കുവാണേ. എന്റെറ

പേര് പീറ്റര് ഞാൻ ഇവിടുത്തെ എസ്ഐ (SI) ആണ്. നിങ്ങൾ ഇവിടുത്തെ പോലീസ് സ്റ്റേഷനിൽ ഒരു മിസ്സിംഗ് കേസ് കൊടുത്തില്ലാരുന്നോ.

നിങ്ങളുടെ മകൾ എമിലി ആയിട്ട് സാമ്യം ഉള്ള പെൺകുട്ടി ഇവിടെ അഡ്മിറ്റ് ആണ്. ഇവിടെ അഡ്മിറ്റ് ആയേകുന്ന കുട്ടിയുടെ പേര് ലിണ്ട എന്ന് ആണ് നിങ്ങൾക് നേരിട്ട് വന്നു കുട്ടിയെ ഐഡന്റിഫയി ചെയാം.

ശെരി ഓക്കേ

(പീറ്ററിനോട് ഫോണിൽ കൂടെ ഇങ്ങോട്ട് പറയുന്നത് ഒന്നും കേൾപ്പിക്കുന്നില്ല).

പീറ്റര് കാറിന്റെ ഡോര് തുറക്കുന്നു അകത്തു കയറി ഇരുന്നീട്ട് കാറിന്റെ ഡോര് അടക്കുന്നു

(ഡോര് അടക്കുന്ന ശബ്ദം കുറച്ച് ഉച്ചത്തിൽ ആയി കേൾക്കുന്നു) പീറ്ററിന്റെ വീട്ടിലേക് പോകുന്നു. പീറ്റര് വീടിന്റെ ഡോര് തുറക്കുന്നു.

പീറ്റര് നേരെ പോയി കസേരയിൽ ഇരിക്കുന്നു. പീറ്റര് നല്ല വായന ശീലം ഉള്ള കുട്ടത്തിൽ ആണ് ചെറുപ്പത്തിലേ അച്ഛൻ ആണ് വായന ശീലം പീറ്ററിൽ വളർത്തിയത്. പീറ്റര് തന്റെ ബെഡ് റൂമിൽ ചെറിയ ഒരു ബുക്ക് ഷെൽഫ് വെച്ചിട്ടുണ്ട്. അതിൽ അങ്ങും ഇങ്ങും ആയി കുറച്ചു ബുക്കുകൾ ഇരിപ്പുണ്ട്.

ഇപ്പോൾ പീറ്റര് വായിച്ചിട്ട് കുറെ നാളായി. അദ്ദേഹത്തിന്റെ ഹിയറിങ്ങ് ഹാലൂസിനേഷൻ എന്ന് മാനസിക അസുഖം കാരണം അദ്ദേഹത്തിന് വായനയിലും മറ്റു ജോലി സംബന്ധമായ് കാര്യങ്ങളിലും അദ്ദേഹത്തിന് ശ്രദ്ധിക്കാൻ പറ്റുന്നില്ല. അതുകൊണ്ട് തന്നെ അദ്ദേഹം വായിച്ചിട്ട് കുറെ നാളുകൾ ആയി. ബുക്ക് ഷെൽഫ് ആകെ നോക്കാതെയും കാണാതെയും കിടക്കുവാണ്.

ഷെൽഫിലെ കുറെ സ്ഥലം ഒഴിഞ്ഞു കിടക്കുന്നു ബാക്കി ഉള്ളിടത് അങ്ങോട്ടും ഇങ്ങോട്ടും ആയി ബുക്കുകൾ കിടക്കുന്നു. കസേരയിൽ ഇരുന്നു കൊണ്ട് പീറ്റര് എമിലി ആണെന്ന് സംശയിക്കുന്ന ലിണ്ടയുടെ മെഡിക്കൽ റിപ്പോർട്സ് നോക്കുന്നു കൂടെ ഡയാനയുടെ മെഡിക്കൽ റിപ്പോർട്ടും നോക്കുന്നു കംപയര് ചെയ്തത് നോക്കുന്നു. പെട്ടന് കസേരയിൽ നിന്നും ചാടി എന്നിട്ടു ബുക്ക് ഷെൽഫിൽ പോയിട്ട് ഓരോ ബുക്കും നോക്കി അവസാനം ഷെൽഫിന്റെ താഴത്തു നിന്നും ഒരു

ബുക്ക് കിട്ടി ആ ബുക്കിലെ പൊടി തട്ടി കളഞ്ഞു ആ ബുക്കും കൊണ്ട് കസേരയിൽ പോയി ഇരുന്നു ബുക്ക് ടേബിളിൽ വെച്ചു (ബുക്കിലെക് പീറ്റർ സൂക്ഷ്മമായി നോക്കുന്നു) "ദി സാത്താനിക്ക് മാസ്സ്" റീചാർഡ് എൻ .ടി .എഫ്. (1954) അതായിരുന്നു ബുക്കിന്റെ പേർ.

ബുക്ക് പീറ്റർ തുറക്കുന്നു കുറച്ചുപേജ് മറിച്ചു നോക്കുന്നു കുറെ ഒകെ എന്തോ മനസിലാകുന്നു. പീറ്റർനു ഇ കമ്മ്യൂണിറ്റിയെ കുറിച് അച്ഛരൻ പറഞ്ഞു കേട്ടതായും അവിടെയും ഇവിടെയും ആയി കേട്ടതായും" അറിയാം. അങ്ങനെ പേജ് മറിച്ചോണ്ട് ഇരിക്കുന്നു. പെട്ടന് ഒരു ഫോൺ കോൾ വരുന്നു അദ്ദേഹം കോട്ടിന്റെ പോക്കറ്റിൽ നിന്നും ഫോൺ എടുത്തു നോക്കുന്നു (അത് ഒരു നമ്പർ ആയിരുന്നു) എന്നിട്ട് അറ്റൻഡ് ചെയ്യുന്നു. അത് ഡോക്ടർ സോഫിയ ആയിരുന്നു.

പീറ്റർ: ഹലോ.

ഡോക്ടർ സോഫിയ : സാർ ഞാൻ ഡോക്ടർ സോഫിയ.

പീറ്റർ: ആ ഡോക്ടർ പറഞ്ഞോളൂ.

ഡോക്ടർ സോഫിയ : സാർ ആ കുട്ടി ഉണ്ടേലോ ലിണ്ഡ അവളുടെ അച്ഛരനും അമ്മയും വന്നിട്ടുണ്ട്. എന്നെ ഹോസ്പിറ്റലിൽ നിന്നും വിളിച്ചിട്ടുണ്ടാരുന്നു. (ഡോക്ടർ ഡോക്റ്ററിന്റെ വീട്ടിൽ നിന്നും പീറ്റർനെ വിളിച്ചു കാര്യങ്ങൾ പറയുന്നു)

പീറ്റർ: ഓക്കേ ഡോക്ടർ ഞാൻ വിളികാം.

പീറ്റർ ഫോൺ കട്ട് ചെയ്തു എന്നിട്ട് പോലീസ് ഡിപ്പാർട്മെന്റിൽ ഉള്ള ഷെരിഫ് എന്ന ഉദ്യോഗസ്ഥനെ (മിസ്സിംഗ് കേസ് ഫയൽ എടുത്തു കൊടുത്ത) വിളിക്കുന്നു എന്നിട്ട് പറയുന്നു.

പീറ്റർ: ഹലോ ഷെരിഫ്ഫെ എന്നിക് ഒരു ഹെല്പ് വേണമായിരുന്നു. ഞാൻ രണ്ടു മൂന്ന് ഫോട്ടോ മെസ്സേജ് ചെയാം ഒരു വിക്ടിമിന്റെ ദേഹത്തുള്ള മുറിവാണേ അതും ആയിട്ട് ബന്ധപ്പെട്ട് സിമിലാരിറ്റീസ് തോന്നുന്ന കേസ് വല്ലോം ഉണ്ടെങ്കിൽ പറ. അതുപോലെ എന്നിക് ബ്ലാക്ക് മാസ്സ് സാത്താൻ വർഷിപ്പിന്റെ കുറച്ചു പിന്നെ അതിനെ കുറിച്ചുള്ള ഡീറ്റെയിൽസ് എന്നിക് ഒന്ന ഡൗൺലോഡ് ചെയ്തു തരണേ. പിന്നെ അടുത്തിടെ സാത്താൻ വർഷിപ്പും ആയി എന്തേലും ആയി വിവരം കിട്ടുവാണെങ്കിൽ അറിയിക്കണേ.

ഷെരിഫ്: ഓക്കേ സാർ.

തിരിച്ചു ഒന്നും പറയാതെ ഫോൺ കട്ട് ചെയ്തു പീറ്റർ.

ഫോൺ കട്ട് ചെയ്തതും പെട്ടന് പീറ്ററിന്റെ ചെവിയിൽ കൊച്ചു പെൺകുട്ടി കുട്ടി പീറ്റർനു മനസിലാകാത്ത ഭാഷയിൽ (ഫ്രഞ്ചിൽ) പ്രയർ കേൾക്കുന്നു.

പീറ്റർ അസ്വസ്ഥൻ ആകുന്നു.

കുറച്ച് നേരം കഴിഞ്ഞപ്പോൾ കേൾക്കുന്നത് നിന്നു.

(പീറ്റർ ഓഫീസിൽ നിന്നും പീറ്ററിൻറെ ഡോക്ടർ ആയ സൈക്യാട്രിസ്റ്റ് ട്രീസയുടെ ഹോസ്പിറ്റലിലെ പോകാൻ തുടങ്ങുന്നു) പീറ്റർ സൈക്യാട്രിസ്റ്റ് ആയ ഡോക്ടർ ട്രീസ യുടെ ഹോസ്പിറ്റലിൽ ചെന്നു.

(ഡോക്ടറിനെ കാണിക്കുന്നു)

ഡോക്ടർ ക്യാബിനിൽ തൻറെ കസേരയിൽ ഇരിക്കുന്നു.

പീറ്റർ ഡോക്ടർ ട്രീസ യുടെ സ്ഥിരം രോഗി ആയതുകൊണ്ടും വളരെ നാളത്തെ പരിജയം ഉള്ളതുകൊണ്ട് പീറ്റർ ഡോക്ടറിനോട് അനുവാദം ചോദിക്കാതെ തന്നെ ക്യാബിനിലേക് കയറി ചെല്ലുന്നു.

പീറ്റർ: ഞാൻ ഇടക് മരുന്നു കഴി കുന്നത് നിർത്തിയാരുന്നു. പിന്നീട് കുറച്ചു നാളത്തേക്ക് എന്നിക് പ്രശ്നം ഇല്ലായിരുന്നു. ഇപ്പോൾ ഒരു ഏഴ് -എട്ട് ദിവസമായി എന്നിക് വീണ്ടും ഇപ്പോൾ പഴയത് പോലെ "ആയി.

ഡോക്ടർ പീറ്ററിനോട് തിരിച്ചു ചോദിക്കുന്നു.

ഡോക്ടർ : തനിക് എന്നാ പിന്നെ അപ്പോൾ തന്നെ ഇങ്ങോട്ട് വന്നുണ്ടായിരുന്നു. താൻ ഇ ഏഴ് – എട്ട് ദിവസം വരെ എന്തിനാ വെയിറ്റ് ചെയുന്നെ തനിക് ഇങ്ങു പോരല്ലായിരുന്നോ.

പീറ്റർ ഡോക്ടറിനോട് തിരിച്ചു പറയുന്നു.

പീറ്റർ: മടുത്തു ഡോക്ടർ എത്ര നാൾ കൊണ്ട് മരുന്നു കഴിക്കുവാ. ഞാൻ അതിനെ ശീലം ആകാൻ നോക്കുവാ.ഡോക്ടർ പിന്നെ എന്തിനാ ഇപ്പോൾ ഇങ്ങോട്ട് വന്നേ?

(പീറ്റർനെ കാണിക്കുന്നു)

പീറ്റർ നിശബ്ദനായി ഇരിക്കുന്നു.

(ഡോക്ടറിനെ കാണിക്കുന്നു)

ഡോക്ടർ പീറ്ററിനോട് ബാക്കി ആയി പറയുന്നു.

ഡോക്ടർ : പീറ്റർ ആദ്യം മനസിലാക്കണ്ടത് ഇത് പെർ മനന്റ് ആയിട്ട് ഉള്ളതോ മാറാത്ത രോഗവോ അല്ല. പീറ്ററിൻറെ കുട്ടി കാലത്ത് പീറ്റർന്നു ഉണ്ടായ ഒരു മെന്റൽ ഷോക്ക് . പീറ്ററിനു പിന്നീട് തൊട്ട് അല്ലെ പീറ്ററിനു

ഇങ്ങനെ വന്നത്. പീറ്ററിനു ഇത് സ്ഥിരം വരാറില്ലല്ലോ കുറച്ചു നാൾ കൂടുമ്പോൾ അല്ലെ വരാറുള്ളൂ. ചിലപ്പോൾ മാറാൻ താമസം എടുക്കും പീറ്റർ.

(പീറ്ററിനെ കാണിക്കുന്നു)

പീറ്റർ ഇതെല്ലാം കേട്ടുകൊണ്ട് ഇരിക്കുന്നു.

(ഡോക്ടറിനെ കാണിക്കുന്നു)

ഡോക്ടർ പീറ്ററോട് ബാക്കി ആയി പറയുന്നു.

ഡോക്ടർ : ആ വോയിസ് കേട്ടു തുടങ്ങിയതിനു ശേഷം ഇപ്പോളും ഉറങ്ങുമ്പോൾ വോയിസ് കെട്ട് ഉറക്കത്തിൽ നിന്നും എണ്ണിക്കാർ ഉണ്ടോ.

(പീറ്ററിനെ കാണിക്കുന്നു)

പീറ്റർ ഡോക്ടരോട് പറയുന്നു.

പീറ്റർ: കഴിഞ്ഞ ദിവസവും കണ്ടു ഡോക്ടർ.

(ഡോക്ടർനെ കാണിക്കുന്നു)

ഡോക്ടർ പീറ്ററിനോട് പറയുന്നു.

ഡോക്ടർ : അച്ഛരന്റെ അമ്മയുടെയും മരണവും ആയി ബന്ധപ്പെട്ട് ഇപോഴും ഉറക്കത്തിൽ സ്വപനം കാണാറുണ്ടോ?

(പീറ്ററിനെ കാണിക്കുന്നു)

പീറ്റർ ഡോക്ടർനോട് പറയുന്നു.

പീറ്റർ അതെ എന്ന രീതിയിൽ തല ആട്ടി ഡോക്ടറിനെ നോക്കുന്നു.

(എമിലിയുടെ അച്ഛരനെയും അമ്മയെയും കാണിക്കുന്നു)

എമിലിയുടെ അച്ഛരനും അമ്മയും ഐസിയുവിൽ കയറി (ഐസിയു വിൽ ധരിക്കുന്ന വസ്ത്രം ഇട്ടുകൊണ്ട്) എമിലിയുടെ അമ്മയ്ക്കും അച്ഛരനും ഒറ്റ നോട്ടത്തിൽ തന്നെ ഐസിയുവിൽ കിടക്കുന്ന തന്റെ മകൾ എമിലി ആണെന് മനസിലായി. എമിലിയുടെ അടുത്തേക് രണ്ടു പേരും കൂടി പയ്യെ നടന്നു ചെന്നു. എമിലിയുടെ അമ്മ ചെറുതായി കരയുന്നുണ്ടായിരുന്നു. എമിലിയുടെ അച്ഛരന്റെ കണ്ണ് നിറഞ്ഞ ഇരിക്കുന്നുണ്ടായിരുന്നു. എമിലിയുടെ അമ്മ തല ഭാഗത്ത് ചെന്നു നിന്നു എമിലിയെ കരഞ്ഞുകൊണ്ട് നോക്കുണ്ടായിരുന്നു. അച്ഛരൻ എമിലിയുടെ കാൽഭാഗത് നിന്നു കൊണ്ട് നിറകണ്ണുകളോടെ എമിലിയെ നോക്കുനുണ്ടായിരുന്നു.

എമിലിയുടെ അച്ഛരനും അമ്മയും ഐസിയുവിനു മുന്നിൽ ഉള്ള

കസേരയിൽ വിങ്ങി പൊട്ടിയ മനസുമായി ഇരിക്കുന്നു.

സങ്കടം ഉള്ളിൽ കടിച്ചു പിടിച്ചു ഇരിക്കുന്ന എമിലിയുടെ അച്ഛന്റെ കൈ മുറുകെ പിടിച്ചു ആശ്വസിപ്പിക്കാൻ ശ്രമിക്കുന്ന എമിലിയുടെ അമ്മ. എമിലിയുടെ അമ്മയുടെ കണ്ണുകൾ കരഞ്ഞു കലങ്ങി ഇരിക്കുന്നു.

അച്ഛന്റെ മുഖം വെളുത്തു വെളറി ഇരിക്കുന്നു. അതുവഴി ഡയാനക് ഉള്ള ഡ്രെസും ആയി ഐസിയുവിന്റെ മുന്നിൽ കൂടി പോകുന്ന ഡോക്ടർ സോഫിയ ഐസിയുവിന്റെ മുന്നിൽ ഇരിക്കുന്നവരുടെ മട്ടും ഭാവവും കണ്ടിട്ട് അത് ലിണ്ടയുടെ(എമിലിയുടെ) അച്ഛനും അമ്മയും ആണെന്ന് സ്വാഭാവിക സംശയം തോന്നി അവരോട് ചോദിക്കുന്ന ഡോക്ടർ സോഫിയ.

ഡോക്ടർ സോഫിയ: എസ്ക്യൂസ് മി . ലിണ്ടയുടെ പേരെന്റ്സ് ആണോ?

എമിലിയുടെ അച്ഛൻ ഒന്നും മിണ്ടിയില്ല(വേറെ ലോകത്ത് എന്നപോലെ ചോദിച്ചത് കേൾക്കാത്ത രീതിയിൽ) ഇത് കണ്ട എമിലിയുടെ അമ്മ ചാടി കയറി മറുപടി പറഞ്ഞു.

എമിലിയുടെ അമ്മ : അല്ല. ഞങ്ങളുടെ മകൾ എമിലി ഐസിയുവിൽ കിടപ്പുണ്ട്.

ഡോക്ടർ സോഫിയയുടെ അറിവിൽ വേറെ എമിലി എന്ന പേഷ്യന്റ് അഡ്മിറ്റ് ചെയ്തിട്ടില്ല.

എമിലിയുടെ അമ്മ പറഞ്ഞത് കേട്ടിട്ടു മുഖത്ത് സംശയത്തിന്റെ ഭാവം വെച്ചുകൊണ്ട് ഡോക്ടർ സോഫിയ തന്റെ ഓഫീസിൽ എത്തിയിട്ട് ആകപ്പാടെ കൺഫ്യൂഷൻ ആയ ഒരു അവസ്ഥയിൽ കസേരയിൽ ഇരിക്കുന്നു. ഐസിയു ഡ്യൂട്ടിക് ഉണ്ടായിരുന്ന് ഒരു നഴ്സിനെ ഡോക്ടർ വിളിപ്പിക്കുന്നു ആ നേഴ്സ് ക്യാബിന്റെ അകത്തു വരുന്നു വന്നപാടെ ഡോക്ടർ സോഫിയ ചോദിക്കുന്നു.

ഡോക്ടർ സോഫിയ: ആ ഐസിയുവിന്റെ കസേരയുടെ മുന്നിൽ ഇരിക്കുന്ന രണ്ടു പേര് ആരാണ് അറിയാമോ.
നേഴ്സ് : കുറച്ചു പ്രായമായ ഒരു അമ്മയും അച്ഛനും ആണോ.

ഡോക്ടർ സോഫിയ: ആ അത് അത് ആരാ?

നേഴ്സ് : അത് ആ ഐസിയുവിൽ അഡ്മിറ്റ് ചെയ്തേക്കുന്ന ലിണ്ടയുടെ അമ്മയും അച്ഛനുമോ.

കുറച്ചു നേരം ഒന്നും മിണ്ടാതെ കൺഫ്യൂഷൻ ആയി എന്തോ ആലോചിച്ചോണ്ട് ഇരിക്കുന്ന ഡോക്ടർ അത് കണ്ടിട്ട് നേഴ്സസ് ഡോക്ടർ സോഫിയയോട്

നേഴ്സ് : എന്താ ഡോക്ടർ എന്തേലും പ്രശ്നം ഉണ്ടോ.

ഡോക്ടർ സോഫിയ : ഇല്ല നിങ്ങൾ പൊയ്ക്കോളൂ.

ഡോക്ടർ സോഫിയ ഫോൺ എടുത്തു പീറ്ററിനെ വിളിക്കാൻ തുടങ്ങുന്നു. പക്ഷെ പീറ്ററിൻ്റെ ഫോൺ സ്വിച്ച് ഓഫ് കാണിക്കുന്നു.

എമിലിയുടെ അച്ഛൻ കസേരയിൽ ചാരി കിടക്കുന്നു. എമിലിയുടെ അമ്മ അപ്പുറത്തെ കസേരയിൽ ഇരുന്നു കൊണ്ട് എമിലിയുടെ അച്ഛനോട് ചോദിക്കുന്നു.

എമിലിയുടെ അമ്മ : അതെ അവളുടെ കൂടെ ഉള്ള കുട്ടിയെ നമ്മുക്ക് ഒന്ന് കാണണ്ടേ. ചിലപ്പോൾ അവളുടെ കുട്ടി ആണെങ്കിലോ.

കണ്ണടച്ച് ചാരി കിടന്നു എമിലിയുടെ അച്ഛൻ കണ്ണ് പയ്യെ തുറന്നു. അപ്പോഴേക്കും അവിടെ പീറ്റർ വന്നിട്ടുണ്ടാരുന്നു. പീറ്റർ പയ്യെ എമിലിയുടെ അച്ഛൻ ഇരുന്ന കസേരയുടെ അപ്പുറത്തെ ഇരുന്നു. (അവരെ കണ്ടപ്പോൾ തന്നെ പീറ്ററിനു മനസിലായി) പീറ്റർ സംസാരിക്കാൻ തുടങ്ങി.

പീറ്റർ: എമിലിയുടെ അച്ഛനും അമ്മയും (എമിലിയുടെ രക്ഷകർത്താകൾ ആണോ എന്നു ഉറപ്പിക്കാൻ എന്ന വണ്ണം ചോദിച്ചു)

എമിലിയുടെ അമ്മ : അതെ. (അപ്പോളും അച്ഛൻ ചാരി തന്നെ കിടക്കുവാ ഒരു അനക്കവും ഇല്ലാതെ)

പീറ്റർ: ഞാനാ നിങ്ങളെ വിളിച്ചേ.

എമിലിയുടെ അച്ഛൻ : (എടുത്ത വായിൽ തന്നെ പീറ്ററിനോട്) ആരാ സാറെ എൻ്റെ മോളെ വണ്ടി ഇടുപ്പിച്ചേ. അതോ ആരേലും അവളെ മനഃപൂർവം ഇ നിലയിൽ ആകിയതാണോ.

(ചാരി കിടന്ന എമിലിയുടെ അച്ഛൻ നേരെ ഇരുന്നു)

അതുവരെ ആരുടെയും മുഖത്ത് നോക്കാത്ത എമിലിയുടെ അ അച്ഛൻ പീറ്ററിൻ്റെ മുഖത്ത് നോക്കി നേരത്തെ നിറഞ്ഞ കണ്ണുകൾ

ഇപ്പോൾ നിറഞ്ഞു ഒഴുകാൻ തുടങ്ങി. ഉള്ളിലെ സങ്കടം മുഴുവൻ വെളിയിൽ വരാൻ തുടങ്ങി. അയാൾ പീറ്ററോട് പറയാൻ തുടങ്ങി.

എമിലിയുടെ അച്ഛരൻ : ജോലി കഴിഞ്ഞു ഇറങ്ങി വീട്ടിലോട്ട് വരുവാ പപ്പാ എന്നു പറഞ്ഞു ഫോൺ വെച്ചതാ എൻ്റെ കൊച്. പിന്നെ അവളെ ഞങ്ങൾ കണ്ടിട്ടില്ല. ഞങ്ങൾ അവളെ തിരക്കാത്ത സ്ഥലങ്ങൾ ഇല്ല. പോലീസ് കാരൊക്കെ പറഞ്ഞു ഇ പ്രായത്തിൽ ഉള്ള പെൺപിള്ളേർ അല്ലെ ആരെടെലും കൂടെ പോയി കാണും കുറച്ചു കഴിയുമ്പോൾ ഇങ്ങു വരുമെന്നു. അങ്ങനെ വർഷം ഏഴ് കഴിഞ്ഞു. അവസാനം അവളെ കിട്ടിയപ്പോൾ ഇ അവസ്ഥയിൽ ആയി.

(അദ്ദേഹം ഇത് പറയുമ്പോൾ കസേരയിൽ നിന്നും എഴുനേറ്റു ഐസിയുവിന്റെ ഡോറിന്റെ അടുത്ത് ചെന്നു ഡോറിൽ കൈ വെച്ചാണ് അദ്ദേഹം പറയുന്നത്)
എമിലിയുടെ അമ്മ പീറ്ററോട്.
എമിലിയുടെ അമ്മ : സാറേ ഞങ്ങൾ ഇവിടെ ചോദിച്ചപ്പോൾ ലിണ്ട എന്നാ അവളുടെ പേര് പറഞ്ഞത്. അവൾക് ഒരു കൊച്ചും ഉണ്ടെന്നു പറഞ്ഞു. ഇതിലൊക്കെ വല്ല സത്യം ഉണ്ടോ സാറേ.
പീറ്റർ: ഞങ്ങൾക്കും ആ ചെറിയ കുട്ടി പറഞ്ഞ അറിവേ ഒള്ളു. കൂടുതലായിട്ട് എന്തേലും അറിയണമെങ്കിൽ എമിലി തന്നെ പറയണം.

(എമിലിയുടെ അമ്മടെ മുഖത്ത് നോക്കാതെ നേരെ നോക്കി പീറ്റർ പറഞ്ഞു)
സോഫിയയുടെ അമ്മ : അവളെ ഞങ്ങൾക് ഒന്ന് കാണാൻ പറ്റുമോ സാറെ
പീറ്റർ എമിലിയുടെ അമ്മയെ നോക്കുന്നു.
(ഐസിയുവിൽ കിടക്കുന്ന എമിലിയെ കാണിക്കുന്നു)
എമിലി വല്ലാതെ ഡിസ്റ്റർബ് ആകുന്നു. എമിലി കണ്ണ് തുറക്കുന്നില്ല പക്ഷെ എന്തോ സ്വപ്നം കാണുന്നു. എമിലി സ്വപ്നം കണ്ടു ഡിസ്റ്റർബ് ആയി അങ്ങോട്ടും ഇങ്ങോട്ടും അനങ്ങുന്നു. എമിലിയുടെ ശരീരം വിറക്കുന്നു എമിലി ആകപ്പാടെ വിയർക്കുന്നു. മെഷീനുകൾ അലേർട്ട് (alert) ശബ്ദം ഉണ്ടാക്കി തുടങ്ങി. സ്വപ്നത്തിൽ എമിലി എന്തിനയോ പേടിക്കുന്ന പോലെ.

ഐസിയുവിൽ ഡ്യൂട്ടിയിൽ ഉള്ള നേഴ്സ് ഇത് ശ്രദ്ധിക്കുന്നു തൻറെ നിയന്ത്രണത്തിൽ അല്ല എന്നു മനസിലാക്കിയ നേഴ്സ് എമർജൻസി ആയി ഡോക്ടർ സോഫിയയെ വിളിക്കാൻ വേണ്ടി ക്യാബിനിൽ പോകുന്നു. ക്യാബിനിലോട്ട് പോകുന്ന നേഴ്സ് കണ്ട പീറ്ററും എമിലിയുടെ അച്ഛനും അമ്മയും പരിഭ്രാന്തർ ആകുന്നു. എമിലിയുടെ അച്ഛൻ ഐസിയുവിൻ്റെ ഡോർ തുറന്നു അകത്തു കേറാൻ ശ്രമിക്കുന്നുണ്ടെങ്കിലും ഐസിയുവിൻ്റെ അകത്തു ഡ്യൂട്ടിക് ഉണ്ടായിരുന്ന നേഴ്സ് അകത്തേക്കു കയറ്റി വിടാൻ സമ്മതിക്കുന്നില്ല. അപ്പോഴേക്കും ഡോക്ടർ സോഫിയ വന്നു ഐസിയുവിൻ്റെ അകത്തു കയറി എമിലിയെ പരിശോധിക്കുന്നു എമിലിക് ഡോക്ടർ ഒരു ഇൻജെക്ഷൻ കൊടുക്കുന്നു എമിലി നോർമൽ ആയി വീണ്ടും കിടക്കുന്നു. ഐസിയുവിൻ്റെ വെളിയിൽ വന്ന ഡോക്ടർ സോഫിയയോട് എന്താ പറ്റിയെ വേറെ ഹോസ്പിറ്റലിൽ കൊണ്ടുപോണോ ഞാൻ. ഒന്ന് കേറി കണ്ടോട്ടെ വിഭ്രാന്തിയോടെ എമിലിയുടെ അച്ഛൻ ഡോക്ടറോട് ചോദിക്കുന്നു.

ഡോക്ടർ സോഫിയ: പേടിക്കാൻ ഒന്നും ഇല്ല.

എമിലിയുടെ അവസ്ഥയിൽ പുരോഗതി "കാണുന്നുണ്ട്. ഇപ്പോൾ എന്തായാലും കാണണ്ട കുറച്ചു കഴിയട്ടെ. (ഡോക്ടറുടെ നോട്ടം അച്ഛൻ്റെ മുഖത്തേക്ക് ആയി)

പീറ്റർ ഒന്ന് ഇങ്ങു വരാമോ ഒരു മിനിറ്റ്.

പീറ്ററ്നെ വിളിച്ചു മാറ്റി നിർത്തി ഡോക്ടർ ചോദിക്കുന്നു.

ഡോക്ടർ സോഫിയ: സത്യത്തിൽ ഇ കുട്ടിയുടെ പേര് എന്താണ്.

അവരുടെ അമ്മ പറഞ്ഞു എമിലി എന്നു അവരുടെ കൂടെ ഉള്ള അവരുടെ മകൾ പറയുന്നു ലിണ്ട എന്നും.

പീറ്റർ: എമിലി എന്നാണ് അവളുടെ ശെരിക്കും ഉള്ള പേര് അവളുടെ അച്ഛൻ ഏഴ് വർഷങ്ങള്ക്കു മുൻപ് ഒരു കംപ്ലയിൻ്റ് കൊടുത്തിട്ടുണ്ടായിരുന്നു അവൾ മിസ്സിംഗ് ആണെന്ന് പറഞ്ഞുകൊണ്ട് അങ്ങനെയാ ഡീറ്റെയിൽസ് കിട്ടിയത്.

ഡോക്ടർ സോഫിയ: ആ ചെറിയ കുട്ടിക്ക് കള്ളം പറയണ്ട കാര്യം ഉണ്ടോ. ഇനി തന്നെ തിരിച്ചറിയാതിരിക്കാൻ വേണ്ടി ആ കുട്ടി സ്വയം പേര് മാറ്റിയത് ആണെങ്കിലോ.

പീറ്റർ: സത്യം അറിയണമെങ്കിൽ എമിലിയോട് തന്നെ ചോദിക്കണം. ഡോക്ടർ എനിക് ഡയാനയെ ഒന്ന് കാണണം.

(ഡോക്ടർ സോഫിയയും പീറ്ററും കൂടി ഡയാന കിടക്കുന്ന വാർഡിലേക് പോകുന്നു)

(കുട്ടികളുടെ വാർഡിൽ കിടക്കുന്ന ഡയാനയെ കാണിക്കുന്നു)

ഡയാന ബെഡിൽ കമഴ്ന് കിടക്കുകയാണ് കണ്ണും തുറന്നു കൊണ്ട് എന്തോ ആലോചിക്കുന്ന പോലെ (കൈയിലെ ഐവി ഊരി മാറ്റി) ഡയാന ഇപ്പോൾ ഇട്ടേക്കുന്നത് കുട്ടികളുടെ സർജിക്കൽ ഗൗൺ ആണ്. ഡോക്ടർ സോഫിയ ക്യാബിനിൽ തിരക്ക് ആയതുകൊണ്ട് ഡയാനയ്ക് കൊണ്ടുവന്ന് ഡ്രസ്സ് കൊടുക്കാൻ വിട്ടുപോയി.

ഇപ്പോൾ ഡയാനയുടെ റൂമിലേക്കു പീറ്ററും എമിലിയുടെ അച്ഛനും അമ്മയും വരുകയാണ് കൂടെ സോഫിയ (ഇപ്പോൾ ചിൽഡ്രൻസ് വാർഡിൽ കുറച്ചു കുട്ടികൾ മാത്രമേ ഒള്ളു. അതുകൊണ്ട് തന്നെ കുറച്ചു ബെടുകൾ ഒഴിഞ്ഞു കിടക്കുന്നു. കുറച്ചു കുട്ടികൾ ഭക്ഷണം കഴിക്കുന്നു. കുറച്ചു കുട്ടികൾ ഉറങ്ങുന്നു)

പീറ്ററും ഡോക്ടറും എമിലിയുടെ അച്ഛനും അമ്മയും കൂടെ ഡയാനയുടെ അടുത്തേക് നടന് വരുന്നു. ഡയാനയെ കണ്ടപ്പോൾ എമിലിയുടെ അച്ഛന്റെ മുഖ ഭാവം(എന്റെ കൊച്ചു മകൾ "ആണെന് ഉള്ള രീതിയിൽ) എമിലിയുടെ അമ്മ അടുത്ത് ചെന്നു തലോടുന്നു. കമഴ്ന് കിടന്നോണ്ട് തന്നെ ഡയാന എമിലിയുടെ അമ്മയെ നോക്കുന്നു. എമിലിയുടെ അച്ഛൻ ഡയാനയെ നോക്കി നിന്നിട്ടു അവിടെ കിടന്ന ഒരു കസേരയിൽ പോയി ഇരിക്കുന്നു. അപ്പോൾ വാർഡിൽ ഉണ്ടായിരുന്ന നേഴ്സ് ഡോക്ടർ സോഫിയോട്.

നേഴ്സ് : ആഹാരം കൊടുത്തിട്ട് ഒന്നും കഴിക്കുനില്ല.

ഡോക്ടർ സോഫിയ ഡയാനയോട്.

ഡോക്ടർ സോഫിയ: എന്താ മോളെ ഒന്നും കഴിക്കാതെ(ഡോക്ടർ സോഫിയ ഡയാനയുടെ അടുത്ത് കുനിഞ്ഞു ചെന്നോണ്ട് ദേഹത്തു കൈ വെച്ച് ചോദിച്ചു) മോൾക് വെശകുനിലെ?

ഡയാന തിരിഞ്ഞു കിടന്നു നേരെ കിടന്നു കൊണ്ട് തല ആട്ടി 'ഇല്ല' എന്ന രീതിയിൽ പറഞ്ഞു. അങ്ങനെ തന്നെ കിടന്നുകൊണ്ട് ഡയാന ഡോക്ടർ സോഫിയയെ അടുത്തേക് കൈ കൊണ്ട് വലിച്ചു എന്നിട്ട് ചെവിയിൽ പറഞ്ഞു.

ഡയാന: ആ ഇരിക്കുന്നത് എന്റെ ഗ്രാൻ്റപ്പ ആണ്.

ഡോക്ടർ സോഫിയ ഒന്ന് ഞെട്ടലോടെ ചോദിച്ചു.

ഡോക്ടർ സോഫിയ: മോൾക്ക് എങ്ങനെ അറിയാം.

ഡയാന: മമ്മ ഗ്രാൻഡ്പായെ (grandpa) വരച്ചിട്ടുണ്ട് ഞങ്ങടെ ബെഡ്റൂമിൽ മമ്മ ആ ഫോട്ടോ ഒട്ടിച്ചിട്ടുണ്ട്.

ഡോക്ടർ സോഫിയ എമിലിയുടെ അച്ഛൻ്റെ നേരെ നോക്കികൊണ്ട്

ഡോക്ടർ സോഫിയ: സാറിനെ മോൾക് അറിയാം എന്ന്. (എമിലിയുടെ അച്ഛൻ ഒന്ന് അത്ഭുതപെട്ടു) എമിലി സാറിന്റെ പടം വരച്ചു കൊടുത്തിട്ടുണ്ടന്.

എമിലിയുടെ അച്ഛൻ കസേരയിൽ നിന്നും എഴുനേറ്റു ഡയാനയുടെ അടുത്ത് ചെന്നു മുട്ട് കുത്തി നിന്നു അവളുടെ കൈ പിടിച്ചു മനസ്സിൽ അടക്കി വെച്ച സങ്കടം കണിരായി വെളിയിൽ വന്നു. അദ്ദേഹം ഡയാനയുടെ കൈ പിടിച്ചു പൊട്ടി കരഞ്ഞു. എമിലിയുടെ അമ്മ അദ്ദേഹത്തെ പിടിച്ചു എഴുന്നേപ്പിച്ചു അപ്പോഴേക്കും പീറ്റർ അവിടെ കിടന്ന കസേര എമിലിയുടെ അച്ഛന് ഇരിക്കാൻ വേണ്ടി കൊടുത്തു. അദ്ദേഹം അതിൽ ഇരുന്നു. ഡയാന അദ്ദേഹത്തെ തന്നെ നോക്കുന്നു. ചിൽഡ്രൻസ് വാർഡിൽ നിന്നും ഡോക്ടർ സോഫിയയുടെ ക്യാബിനിലേക് നടന്നു പോകുന്നു പീറ്ററും ഡോക്ടറും സോഫിയയും. പോകുന്ന വഴിയിൽ രണ്ടു പേരും കൂടി സംസാരിച്ചു പോകുന്നു. ഡോക്ടർ സോഫിയ പീറ്ററിനോട്.

ഡോക്ടർ സോഫിയ: ഡയാനയുടെ ഫോസ്റ്റർ ഹോംന്റെ കാര്യം ശെരി ആയില്ല. ബെഡ് ഇല്ല പിന്നെ മെൻറൻസ് വർക്ക് നടന്നുകൊണ്ട് ഇരിക്കുവാ. രണ്ടു ദിവസം കഴിഞ്ഞേ ബെഡ് കാണാത്തൊള്ളൂ എന്നാ പറയുന്നേ.

(ക്യാബിൻറെ മുന്നിൽ വന്നു രണ്ടു പേരും)

ഡയാനയുടെ പപ്പയെ കുറിച് എന്തേലും ഇൻഫർമേഷൻ.

പീറ്റർ: ഇല്ല (ഒരു സെക് ഗ്യാപ് ഇട്ടതിനു ശേഷം) നാളെ ആക്സിഡന്റ് നടന്ന സ്പോട്ടിൽ വരെ പോകണം.

ഡോക്ടർ സോഫിയ ഒരു സെക് പീറ്റർ പറഞ്ഞത് കേട്ട് തല ആട്ടി. പെട്ടന് ആണ് എന്തോ ഓർത്തത് പോലെ ഡോക്ടർ സോഫിയ.

ഡോക്ടർ സോഫിയ: ഞാൻ ഡ്രസ്സ് കൊണ്ടുവന്ന കാര്യം മറന്നു. ഞാൻ അത് ഡയാനക് കൊണ്ട് കൊടുക്കട്ടെ.

ഇതും പറഞ്ഞു കൊണ്ട് ഡോക്ടർ ക്യാബിൻ തള്ളി തുറക്കാൻ പോകുന്നു. അപ്പോൾ പീറ്റർ.

പീറ്റർ: ഡോക്ടർ എമിലിക് ബോധം വീഴുവാണേൽ അറിയിക്കണേ

ഡോക്ടർ സോഫിയ: എന്ത് ഉണ്ടെങ്കിലും ഞാൻ സാറിനെ വിളിച്ചോളാം.

പീറ്റർ നടന്ന് വെളിയിലോട്ട് തൻ്റെ കാർ പാർക്ക് ചെയ്ത് സ്ഥലത്തോട്ട് പോകുന്നു. പീറ്റർ നടന്ന് ഐസിയുവിൻ്റെ മുന്നിൽ കൂടി ആണ് പോയത്.

(ഐസി യുവിൽ കിടക്കുന്ന എമിലിയെ കാണിക്കുന്നു)

ഐസിയുവിൽ കിടക്കുന്ന എമിലി തന്റെ പിരികം ചുളിക്കുകയും വീണ്ടും എന്തിനയോ പേടിക്കുന്നപോലെ കാണിക്കുന്നു. പക്ഷെ കഴിഞ്ഞ തവണത്തെ പോലെ ഉള്ള പ്രേശ്നങ്ങൾ ഒന്നും ഇല്ല. തൻ്റെ പിരികം ചുളിച്ചു താൻ എന്തോ ഭയക്കുന്ന സ്വപനം കാണുന്ന പോലെ.

2

ഡോക്ടറും പീറ്ററും കൂടി ഐസിയുവിൽ കയറും മുൻപുള്ള വസ്ത്രം ഇട്ടുകൊണ്ട് രണ്ടു പേരും ഐസിയുവിലോട്ട് നടക്കുന്നു. നടക്കുന്നതിൻ്റെ ഇടക് അവർ രണ്ടുപേരും സംസാരിക്കുന്നു രണ്ടു പേരും മാസ്ക് താഴ്ത്തി ആണ് സംസാരിക്കുന്നെ. ഡോക്ടർ കുറച്ചു മുനിലായിട്ടും പീറ്റർ കുറച്ചു പുറകിലയും ആണ് നടക്കുന്നത്.

ഡോക്ടർ സോഫിയ: ആ കുട്ടിയുടെ വലതു കാലിനും താടി എല്ലിനും ഫ്രാക്ചർ ഉണ്ട്. പിന്നെ ഹെഡ് ഇൻജറി ഉണ്ട് ഇന്റേനൽ ബ്ലീഡിങ് ഒന്നും ഇല്ല

രണ്ടു പേരും കൂടി സംസാരിച്ചു ഐസിയുവിന്റെ അടുത്ത് എത്തി വാതിൽ തുറക്കുന്നതിൻ്റ മുൻപ് ഡോക്ടർ മാസ്ക് ഇട്ടു തൊട്ടുപുറകിൽ നിന്ന പീറ്ററും മാസ്ക് ഇട്ടു. ഡോക്ടർ വാതിൽ തുറന്നു. (വാതിൽ തുറക്കുമ്പോൾ ലിണ്ടയെ കാണാം കാരണം അവിടെ വേറെ അതികം ആൾകാർ ഐസിയുവിൽ ഇല്ല.

ഡോക്ടറും പീറ്ററും കൂടി അകത്തു കേറുന്ന കാലിന്റെ ഭാഗത്ത് വന്നു നില്കുന്നു പീറ്റർ ലിണ്ടയുടെ ഐ വി കുത്തിയ കൈയുടെ ഭാഗത്തു നില്കുന്നു.

(മൊത്തത്തിൽ ഐസിയു നിശബ്ദതമായി നില്കുന്നു ഐസിയുവിലെ മെഷീനുകൾ അതിന്റെ സൗണ്ട് മാത്രം കേൾക്കുന്നു)

എമിലിയുടെ മുക്കിൻ്റെ പാലതിനും ഇടതു കണ്ണിനും ചതവും ഉണ്ട്. പിന്നെ മുഖത്തു ആക്സിഡന്റ് സംഭവിച്ചിട്ടുള്ള മുറിവുകളും. പീറ്റർ ആ കുട്ടിയുടെ മുറുവുകളിൽ സൂക്ഷിച്ചു നോക്കുന്നു. പീറ്റർ ആ കുട്ടിയെ മൊത്തം ആയി നിരീക്ഷിക്കുന്നു. ഡോക്ടർ സോഫിയ ആ കുട്ടിയുടെ ദേഹത്തെ പാടുകൾ സംശയം തോന്നിയ പാടുകൾ ഉള്ള

സ്ഥലങ്ങൾ കാണിച്ചു കൊടുക്കുന്നു. പീറ്റർ കുറച്ചും കൂടി അടുത്ത് വന്നു ആ മുറിവുകൾ സൂക്ഷിച്ചു നോക്കുന്നു. എന്നിട്ട് ഡോക്ടറിനെ നോക്കി.

പീറ്റർ ഡോക്ടറിനോട് ചോദിക്കുന്നു

പീറ്റർ: ഡോക്ടർ എന്നിക് മറ്റേ കുട്ടിയെ കാണാൻ പറ്റുമോ?

പീറ്റർ ഡോക്ടർ ചോദിച്ചിട്ട് അതുപോലെ തന്നെ മുഖം തിരിച്ചു ലിണ്ടയെ നോക്കുകയാണ്. (ഐസിയുവിലെ മെഷീനുകളുടെ ശബ്ദം മാത്രം)

പീറ്ററും ഡോക്ടർ സോഫിയയും കൂടെ ഡയാന കിടക്കുന്ന കുട്ടികളുടെ വാർഡിലേക് പോകുന്നു.

ഡയാന വാർഡിലെ ബെഡിൽ ചാരി ഇരിക്കുന്നു. ഡയാനയുടെ മുടി കാശ്വലിറ്റിയിൽ ഉള്ളപോലെ തന്നെ മുടി രണ്ടു വശത്തും അത്ര അലസമല്ലാത രീതിയിൽ കിടക്കുന്നു. ഡയാന എന്തോ ആലോചിച്ചു കൊണ്ട് തല പകുതി താഴ്ത്തി ആണ് ഇരിക്കുന്നത്. അവിടേക്കു പീറ്ററും ഡോക്ടർ സോഫിയയും കയറി വരുന്നു . കുട്ടികളുടെ വാർഡ് ആയതുകൊണ്ട് തന്നെ അവിടെ കുട്ടികളും അവരുടെ മാതാപിതാക്ളും ഉണ്ടായിരുന്നു. ഡയാനയുടെ കൈയിൽ ഐവി കുത്തി വെച്ചിട്ടുണ്ടായിരുന്നു. ഡയാനയുടെ ഡ്രെസ്സിൽ ചോരപ്പാടും ചെറിയ രീതിയിൽ ആഴുകും അവിടെയും ഇവിടെയും ആയി കീറിട്ടും ഉണ്ടായിരുന്നു. (കുട്ടികളുടെ കരച്ചിലും നഴ്സുമാർ കുട്ടികളെ കൊഞ്ചിക്കുന്നതും) പതിയെ തല ഒന്ന് ഉയർത്തി മറ്റു കുട്ടികളെ നോക്കുന്ന ഡയാന പെട്ടന് ഡയാന എന്ന് ഒരു വിളി കേട്ടു ഞെട്ടി വിളി കേട്ട ഭാഗത്തേക്ക് നോക്കുന്നു. വിളിച്ചത് ഡോക്ടർ സോഫിയ ആയിരുന്നു(ഡോക്ടർ സോഫിയ പീറ്റർനെയും കാണിക്കുന്നില്ല ശബ്ദം മാത്രം) ഡയാന ഞെട്ടലോടെ ശബ്ദദം കേട്ടുത്തേക് നോക്കുന്നു. (പെട്ടന് പഴയ ഓർമയിലേക് പോകുന്നു)

ഒരു ബേസ്മെന്റ് കാണിക്കുന്നു അവിടെ റാന്തൽ കത്തിച്ചു കൊണ്ട് ആണ് വെളിച്ചം ഉള്ളത് ഏതാ രാത്രി ഏതാ പകൽ എന്നു അറിയാത്ത രീതിയിൽ ഉള്ള ബേസ്മെന്റ്. അവിടെ അവിടെ ഒരു വാഷ് റൂം പിന്നെ ഒരു ഇലക്ട്രിക് കെറ്റിൽ അതും പഴയത് ചളുങ്ങിയതും ആയ കെറ്റിൽ. അവിടെ കിടക്കാൻ ഒരു പഴയ കയറും കൊണ്ട് ഉള്ള കെട്ടിൽ ഉണ്ട്. ഇടക്ക് ഇടക്ക് പറ്റകളും മറ്റു ജന്തുക്കളും ഓടുന്നുണ്ട്. അവിടെ

ലിണ്ടയും ഡയാനയും മാത്രമേ ഒള്ളു. ബേസ്മെന്റ് നല്ല വലുപ്പം ഉള്ളത് ആയതുകൊണ്ട് ഡയാനക് ഒരു ചെറിയ മുറി ഉണ്ട്. ഡയാനയുടെ മുറിയിൽ കയറിന്റെ ഒരു കട്ടിലും തലതിരിച്ചു വെച്ചേക്കുന്ന കുരിശും പിന്നെ ഭിത്തിയിൽ മുഴുവനും കുത്തി വരച്ചും പടം വരച്ചും വെച്ചേക്കുന്നു. ഭിത്തിയിൽ പല സ്ഥലത്തായിട്ടും എന്തോ ഫ്രെഞ്ച് ഭാഷയിൽ എന്തോ എഴുതി വെച്ചേക്കുന്നു.

ഡയാന മുറിയിൽ മുട്ടുകുത്തി നിന്നു പടം വരച്ചുകൊണ്ട് ഇരിക്കുന്നു. പെട്ടന്നു കെറ്റിൽ തറയിൽ വീഴുന ശബ്ദം കേട്ടു പിന്നെ ലിണ്ടയുടെ കരച്ചിൽ കേൾക്കുന്നു അത് കേട്ടു കൊണ്ട് പയ്യെ റൂമിൽ നിന്നും (സ്ഥിരം കേൾക്കുന്നതു ആയതു കൊണ്ട് പേടി ഇല്ലാതെ) എന്നാൽ പയ്യെ നടന്നുകൊണ്ട് റൂമിന്റെ വെളിയിൽ വന്നു. അവിടെ കെറ്റിലും അതിൽ ഡയാനയ്ക് കൊടുക്കാൻ വെച്ചിരുന്ന പാലും തറയിൽ വീണു കിടക്കുന്നു. അതിന്റെ അടുത്തായി തന്നെ കറുത്ത ഹാഫ് സ്ലീവ് കോട്ട് ഇട്ട ആൾ അയാളുടെ കയ്യിലും കോട്ടിലും അയാളുടെ നര ഉള്ള അതികം വളർത്താത്ത താടിയിലും കണ്ണിന്റെ ഭാഗത്തും ചോര തെറിച്ചേക്കുന്നതായി കാണാം . അയാൾ തന്റെ കൈയിൽ ഇരിക്കുന്ന വൈൻ ഗ്ലാസ്സിലെ ബ്ലഡ് ലിണ്ടയുടെ വായിൽ ബെലപ്രേയോഗത്തിലൂടെ ചെയ്ത് ഒഴിച്ചു കൊടുക്കുന്നതായിട്ടും അത് കുടിക്കാൻ മടിക്കുന്ന ലിണ്ടയെ അയാൾ അടികുന്നതായിട്ടും മുടിക്ക് കുതിപിടിച്ചു കുടിപ്പിക്കുന്നതായിട്ടും (ഡയാന ഇതൊക്കെ നോക്കി നിൽക്കുന്നതായിട്ട്) കറുത്ത കോട്ട് ഇട്ട ആൾ ലിണ്ടയെ ബെലപ്രേയോഗത്തിലൂടെ കുടിപ്പിക്കാൻ ശ്രമിക്കുന്നു ലിണ്ട അത് തട്ടി കളയാൻ ഉള്ള ശ്രമത്തിൽ അത് ലിണ്ടയുടെ ദേഹത്തു വീഴുന്നു . ഇതൊക്കെ നോക്കി നിൽക്കുന്ന ഡയാന മുഖത്ത് ഒരു ഭാവ മാറ്റവും ഇല്ലാതെ റൂമിന് അകത്തു പോയി വരച്ച പടത്തിന്റെ ബാക്കി വരക്കുന്നു. പെട്ടന് വൈൻ ഗ്ലാസ് താഴെ വീഴുന്നതിന്റെ ശബ്ദം കേട്ട് ഞെട്ടി വര നിർത്തി തല ഉയർത്തി കൊണ്ട് നേരെ നോക്കുന്നു.

(കുട്ടികളുടെ വാർഡിൽ കിടക്കുന്ന ഡയാനയെ കാണിക്കുന്നു)

ഡയാനയുടെ പുറത്തെ മുറിവിന്റെ (സ്റ്റാർ ഷെയിപ്പിൽ ഉള്ള) ഫോട്ടോകൾ തന്റെ കൈയിൽ ഉള്ള മൊബൈൽ ഫോണിൽ എടുക്കുന്നു. പുറം ഭാഗത്ത് സിപ് (സിപ്) ഉള്ള വസ്ത്രം ആയിരുന്നു ഡയാന ഇട്ടിരുന്നത് അതുകൊണ്ട് തന്നെ അത് ഡോക്ടറുടെ

സഹായത്തോടെ മുറിവ് കാണുന്ന വിധം ഊരി ഫോട്ടോ എടുത്തു എന്നിട്ട് സിപ്പ് തിരിച്ചു ഇട്ടു. പുറത്തെ മാത്രം അല്ല ഡയാനയുടെ വയറിൻ്റെ ഭാഗത്തെ സ്റ്റാറിൻ്റെ മുറിവും പീറ്റർ ഫോട്ടോ എടുത്തിരുന്നു.

ഡയാനയ്ക് ആൻ്റിബയോട്ടിക്സ് ഇൻജെക്ഷൻ എടുക്കാൻ വന്ന നേഴ്സ് ഇൻജെക്ഷൻ എടുത്തിട്ട് പോകാൻ നിന്നപ്പോൾ നഴ്സസിനോട് ഡോക്ടർ സോഫിയ പറഞ്ഞു.

ഡോക്ടർ സോഫിയ: അതെ തല്കാലത്തേക് സ്ക്രബ് സ്യൂട്ട് വല്ലോം ഉണ്ടെങ്കിൽ കുട്ടിക്ക് മാറാൻ കൊടുത്തേക്.

നേഴ്സ് അവരുടെ അടുത്ത് നിന്നും പോകാൻ തുടങ്ങിയപ്പോൾ.

ഡോക്ടർ സോഫിയ : ഞൻ എന്തായാലും വയികിട്ടു വീട്ടിൽ പോകുന്നുണ്ട് അപ്പോൾ ഇവൾക് ഡ്രസ്സ് എടുത്തോണ്ട് വരാം. ഡോക്ടർ ഡയാനയുടെ മുടിയിൽ താഴുകി കൊണ്ട് പറഞ്ഞു.

പീറ്റർ: ഡോക്ടർക്ക് മകൾ ആണോ ഉള്ളത്

ഡോക്ടർ സോഫിയ: പെട്ടന് പീറ്ററുടെ കണിൽ നോക്കി ഒരു ചെറിയ ചിരി ഓട് കൂടി തല ആട്ടി.

(ഡോക്ടർ പെട്ടന് വിഷയം മാറ്റാൻ വേണ്ടി)

ഡോക്ടർ സോഫിയ: ഞാൻ എന്നാ അങ്ങോട്ട് പോട്ടെ വേറെ പേഷ്യൻസ് ഉണ്ട്.

ഡയാനയെ നോക്കികൊണ്ട് മുടിയിൽ തലോടി കൊണ്ട്.

ഡോക്ടർ സോഫിയ: ഞാൻ എന്നാ പോട്ടെ മോളെ. വയികിട്ടു വരാമേ. ഡോക്ടർ സോഫിയ പീറ്ററിൻ്റെ മുഖത്ത് നോക്കി പോകുവാ എന്നാ രീതിയിൽ തലയാട്ടി. പീറ്റർ ഡോക്ടറിനെ ശെരി എന്ന അർത്ഥത്തിൽ നോക്കി. ഡോക്ടർ പോയിട്ട് പോലും ഡോക്ടറിനെ ഒന്ന് നോക്കാതെ വാർഡിലെ കുട്ടികൾ കളിക്കുന്നതും ചിരിക്കുന്നതും നോക്കി ഇരിക്കുന്ന ഡയാന. ഡയാനയെ ഒരു പാട് സംശയത്തോട് നോക്കി നിൽക്കുന്ന പീറ്റർ. പെട്ടന് പീറ്ററുടെ ഫോൺ വൈബ്രേറ്റ് ചെയുന്നു. ഡയാനയുടെ നേർക്കുള്ള നോട്ടം മാറ്റാതെ കോട്ടിൻ്റെ പോക്കറ്റിൽ നിന്നും ഫോൺ എടുത്" അറ്റൻഡ് ചെയുന്നു.

പീറ്ററിൻ്റെ ഫോണിൽ നിന്നും കേൾക്കുന്ന രീതിയിൽ. പീറ്ററിനോട് പോലീസ് ഉദ്യോഗസ്ഥൻ (ഷെരിഫ്).

ഷെരിഫ്: സാറേ സാർ അയച്ചു തന്ന ഫോട്ടോയും ആയി സാമ്യം ഉള്ള കുട്ടിയുടെ മിസ്സിംഗ് കേസ് രജിസ്റ്റർ ചെയ്തിട്ടുണ്ട്. പക്ഷെ സാർ പറഞ്ഞ പേരല്ല ഇ കുട്ടിയുടെ പേര് എമിലി എന്ന് ആണ് ഡോക്യൂമെന്റ്സിൽ ഒകെ കാണിക്കുന്നത്.

പീറ്റർ: താൻ ശെരിക്കും ഫോട്ടോ കംപെയർ ചെയ്തു നോക്കിയത് ആണെണലോ അല്ലെ. വേറെ സാമ്യം തോന്നുന്ന കേസ് വല്ലോം?

ഷെരിഫ്: സർ അയച്ചു തന്ന ഫോട്ടോയും ആയി സാമ്യം തോന്നുന്ന ഫോട്ടോ ഇ കുട്ടീടെ മാത്രമേ ഒള്ളു.

പീറ്റർ : ആരാ കേസ് രജിസ്റ്റർ ചെയ്തത്?

ഷെരിഫ്: ആ കുട്ടിയുടെ അച്ഛരൻ ആണെന് തോനുന്നു ഫിലിപ്പ് എന്ന അയാളുടെ പേര്. അവരുടെ കോണ്ടാക്ട് നമ്പർ ഞാൻ സാറിനു അയച്ചു തന്നിട്ടുണ്ട്.

പീറ്റർ: ഓക്കേ ഷെരിഫ് ഞാൻ തന്നെ വിളികാം.

ഷെരിഫ്: ഓക്കേ സാർ.

ഫോൺ കട്ട് ചെയ്തു കോട്ടിൻെറ പോക്കറ്റിൽ ഫോൺ വെച്ചു. ചിൽഡ്രൻസ് വാർഡിൽ നിന്നും ഇറങ്ങി ഹോസ്പിറ്റലിന്റെ വെളിയിലോട്ട് പീറ്റർ നടക്കാൻ പോകുന്നു.

നടക്കുന്നതിന്റെ ഒപ്പം ഷെരിഫ് അയച്ചു കൊടുത്ത ഡോക്യൂമെന്റ്സും ഫോട്ടോസുകളും പീറ്റർ പരിശോധിക്കുന്നു.

ലിണ്ടയുടെ അച്ഛരൻെറ ഫോൺ നമ്പറിലേക് വിളിക്കുന്നു ആദ്യം വിളിച്ചിട്ട് എടുത്തില്ല റിങ് അടിച്ചു കട്ട് ആയി രണ്ടാമത് ഒന്നുടെ വിളിച്ചു അപ്പോൾ മൂന്നാമത്തെ റിങ്ങിനു ഫോൺ എടുത്തു. അപ്പോഴേക്കും പീറ്റർ നടന്നു ഹോസ്പിറ്റലിൻെറ പുറത്തേക് കാർ പാർക്കിങ്ങിന്റെ അവിടെ എത്തി. പീറ്റർ അയാളോട് സംസാരിക്കാൻ തുടങി.

പീറ്റർ: ഹലോ. ഞൻ ഹോസ്പിറ്റലിൽ നിന്നു വിളിക്കുവാണേ. എന്റെറ പേര് പീറ്റർ ഞാൻ ഇവിടുത്തെ എസ്ഐ (SI) ആണ്. നിങ്ങൾ ഇവിടുത്തെ പോലീസ് സ്റ്റേഷനിൽ ഒരു മിസ്സിംഗ് കേസ് കൊടുത്തില്ലാരുന്നോ.

നിങ്ങളുടെ മകൾ എമിലി ആയിട്ട് സാമ്യം ഉള്ള പെൺകുട്ടി ഇവിടെ അഡ്മിറ്റ് ആണ്. ഇവിടെ അഡ്മിറ്റ് ആയേകുന്ന കുട്ടിയുടെ പേര് ലിണ്ട എന്ന് ആണ് നിങ്ങൾക് നേരിട്ട് വന്നു കുട്ടിയെ ഐഡന്റിഫയി ചെയാം. ശെരി ഓക്കേ

(പീറ്ററിനോട് ഫോണിൽ കൂടെ ഇങ്ങോട്ട് പറയുന്നത് ഒന്നും കേൾപ്പിക്കുന്നില്ല).

പീറ്റർ കാറിന്റെ ഡോർ തുറക്കുന്നു അകത്തു കയറി ഇരുന്നീട്ട് കാറിന്റെ ഡോർ അടക്കുന്നു

(ഡോർ അടക്കുന്ന ശബ്ദം കുറച്ച് ഉച്ചത്തിൽ ആയി കേൾക്കുന്നു) പീറ്ററിന്റെ വീട്ടിലേക് പോകുന്നു. പീറ്റർ വീടിന്റെ ഡോർ തുറക്കുന്നു. പീറ്റർ നേരെ പോയി കസേരയിൽ ഇരിക്കുന്നു. പീറ്റർ നല്ല വായന ശീലം ഉള്ള കൂട്ടത്തിൽ ആണ് ചെറുപ്പത്തിലേ അച്ഛൻ ആണ് വായന ശീലം പീറ്ററിൽ വളർത്തിയത്. പീറ്റർ തന്റെ ബെഡ് റൂമിൽ ചെറിയ ഒരു ബുക്ക് ഷെൽഫ് വെച്ചിട്ടുണ്ട്. അതിൽ അങ്ങും ഇങ്ങും ആയി കുറച്ചു ബുക്കുകൾ ഇരിപ്പുണ്ട്.

ഇപ്പോൾ പീറ്റർ വായിച്ചിട്ട് കുറെ നാളായി. അദേഹത്തിന്റെ ഹിയറിങ് ഹാലൂസിനേഷൻ എന്ന് മാനസിക അസുഖം കാരണം അദ്ദേഹത്തിന് വായനയിലും മറ്റു ജോലി സംബന്ധമായ് കാര്യങ്ങളിലും അദ്ദേഹത്തിന് ശ്രദ്ധിക്കാൻ പറ്റുന്നില്ല. അതുകൊണ്ട് തന്നെ അദ്ദേഹം വായിച്ചിട്ട് കുറെ നാളുകൾ ആയി. ബുക്ക് ഷെൽഫ് ആകെ നോക്കാതെയും കാണാതെയും കിടക്കുവാണ്.

ഷെൽഫിലെ കുറെ സ്ഥലം ഒഴിഞ്ഞു കിടക്കുന്നു ബാക്കി ഉള്ളിടത് അങ്ങോട്ടും ഇങ്ങോട്ടും ആയി ബുക്കുകൾ കിടക്കുന്നു. കസേരയിൽ ഇരുന്നു കൊണ്ട് പീറ്റർ എമിലി ആണെന്ന് സംശയിക്കുന്ന ലിണ്ടയുടെ മെഡിക്കൽ റിപ്പോർട്സ് നോക്കുന്നു കൂടെ ഡയാനയുടെ മെഡിക്കൽ റിപ്പോർട്ടും നോക്കുന്നു കംപയർ ചെയ്തത് നോക്കുന്നു. പെട്ടന് കസേരയിൽ നിന്നും ചാടി എന്നിട്ടു ബുക്ക് ഷെൽഫിൽ പോയിട്ട് ഓരോ ബുക്കും നോക്കി അവസാനം ഷെൽഫിൻറെ താഴത്തു നിന്നും ഒരു ബുക്ക് കിട്ടി ആ ബുക്കിലെ പൊടി തട്ടി കളഞ്ഞു ആ ബുക്കും കൊണ്ട് കസേരയിൽ പോയി ഇരുന്നു ബുക്ക് ടേബിളിൽ വെച്ചു (ബുക്കിലെക് പീറ്റർ സൂക്ഷ്മമായി നോക്കുന്നു) "ദി സാത്താനിക്ക് മാസ്സ്" റീചാർഡ് എൻ .ടി .എഫ്. (1954) അതായിരുന്നു ബുക്കിന്റെ പേര്.

ബുക്ക് പീറ്റർ തുറക്കുന്നു കുറച്ചുപേജ് മറിച്ചു നോക്കുന്നു കുറെ ഒകെ എന്തോ മനസിലാകുന്നു. പീറ്റർനു ഇ കമ്മ്യൂണിറ്റിയെ കുറിച് അച്ഛൻ പറഞ്ഞു കേട്ടതായും അവിടെയും ഇവിടെയും ആയി കേട്ടതായും" അറിയാം. അങ്ങനെ പേജ് മറിച്ചോണ്ട് ഇരിക്കുന്നു.

പെട്ടന് ഒരു ഫോണ് കോള് വരുന്നു അദ്ദേഹം കോട്ടിന്റെ പോക്കറ്റില് നിന്നും ഫോണ് എടുത്തു നോക്കുന്നു (അത് ഒരു നമ്പര് ആയിരുന്നു) എന്നിട്ട് അറ്റന്ഡ് ചെയുന്നു. അത് ഡോക്ടര് സോഫിയ ആയിരുന്നു.

പീറ്റര്: ഹലോ.

ഡോക്ടര് സോഫിയ : സാര് ഞാന് ഡോക്ടര് സോഫിയ.

പീറ്റര്: ആ ഡോക്ടര് പറഞ്ഞോളൂ.

ഡോക്ടര് സോഫിയ : സാര് ആ കുട്ടി ഉണ്ടേലോ ലിണ്ട അവളുടെ അച്ഛനും അമ്മയും വന്നിട്ടുണ്ട്. എന്നെ ഹോസ്പിറ്റലില് നിന്നും വിളിച്ചിട്ടുണ്ടാരുന്നു. (ഡോക്ടര് ഡോക്റ്ററിന്റെ വീട്ടില് നിന്നും പീറ്റര്നെ വിളിച്ചു കാര്യങ്ങള് പറയുന്നു)

പീറ്റര്: ഓക്കേ ഡോക്ടര് ഞാന് വിളികാം.

പീറ്റര് ഫോണ് കട്ട് ചെയ്തു എന്നിട്ട് പോലീസ് ഡിപ്പാര്ട്മെന്റില് ഉള്ള ഷെരിഫ് എന്ന ഉദ്യോഗസ്ഥനെ (മിസ്സിംഗ് കേസ് ഫയല് എടുത്തു കൊടുത്ത) വിളിക്കുന്നു എന്നിട്ട് പറയുന്നു.

പീറ്റര്: ഹലോ ഷെരിഫ്ഫെ എന്നിക് ഒരു ഹെല്പ് വേണമായിരുന്നു. ഞാന് രണ്ടു മൂന്ന് ഫോട്ടോ മെസ്സേജ് ചെയാം ഒരു വിക്ടിമിന്റെ ദേഹത്തുള്ള മുറിവാണേ അതും ആയിട്ട് ബന്ധപ്പെട്ട് സിമിലാരിറ്റീസ് തോന്നുന്ന കേസ് വല്ലോം ഉണ്ടെങ്കില് പറ. അതുപോലെ എന്നിക് ബ്ലാക്ക് മാസ്സ് സാത്താന് വര്ഷിപ്പിന്റെ കുറച്ചു പിന്നെ അതിനെ കുറിച്ചുള്ള ഡീറ്റെയില്സ് എന്നിക് ഒന്ന ഡൗണ്ലോഡ് ചെയ്തു തരണേ. പിന്നെ അടുത്തിടെ സാത്താന് വര്ഷിപ്പും ആയി എന്തേലും ആയി വിവരം കിട്ടുവാണെങ്കില് അറിയിക്കണേ.

ഷെരിഫ്: ഓക്കേ സാര്.

തിരിച്ചു ഒന്നും പറയാതെ ഫോണ് കട്ട് ചെയ്തു പീറ്റര്.

ഫോണ് കട്ട് ചെയ്തതും പെട്ടന് പീറ്ററിന്റെ ചെവിയില് കൊച്ചു പെണ്കുട്ടി കുട്ടി പീറ്റര്നു മനസിലാകാത്ത ഭാഷയില് (ഫ്രഞ്ചില്) പ്രയര് കേള്ക്കുന്നു.

പീറ്റര് അസ്വസ്ഥന് ആകുന്നു.

കുറച്ച് നേരം കഴിഞ്ഞപ്പോള് കേള്ക്കുന്നത് നിന്നു.

(പീറ്റര് ഓഫീസില് നിന്നും പീറ്ററിന്റെ ഡോക്ടര് ആയ സൈക്യാട്രിസ്റ്റ് ട്രീസയുടെ ഹോസ്പിറ്റലിലെ പോകാന് തുടങ്ങുന്നു) പീറ്റര് സൈക്യാട്രിസ്റ്റ് ആയ ഡോക്ടര് ട്രീസ യുടെ ഹോസ്പിറ്റലില്

ചെന്നു.

(ഡോക്ടറിനെ കാണിക്കുന്നു)

ഡോക്ടർ ക്യാബിനിൽ തന്റെ കസേരയിൽ ഇരിക്കുന്നു.

പീറ്റർ ഡോക്ടർ ട്രീസ യുടെ സ്ഥിരം രോഗി ആയതുകൊണ്ടും വളരെ നാളത്തെ പരിജയം ഉള്ളതുകൊണ്ട് പീറ്റർ ഡോക്ടറിനോട് അനുവാദം ചോദിക്കാതെ തന്നെ ക്യാബിനിലേക് കയറി ചെല്ലുന്നു.

പീറ്റർ: ഞാൻ ഇടക് മരുന്നു കഴി കുന്നത് നിർത്തിയാരുന്നു. പിന്നീട് കുറച്ചു നാളത്തേക്ക് എന്നിക് പ്രശ്നം ഇല്ലായിരുന്നു. ഇപ്പോൾ ഒരു ഏഴ് -എട്ട് ദിവസമായി എന്നിക് വീണ്ടും ഇപ്പോൾ പഴയത് പോലെ "ആയി.

ഡോക്ടർ പീറ്ററിനോട് തിരിച്ചു ചോദിക്കുന്നു.

ഡോക്ടർ : തനിക് എന്നാ പിന്നെ അപ്പോൾ തന്നെ ഇങ്ങോട്ട് വന്നുണ്ടായിരുന്നു. താൻ ഇ ഏഴ് – എട്ട് ദിവസം വരെ എന്തിനാ വെയിറ്റ് ചെയുന്നെ തനിക് ഇങ്ങു പോരല്ലായിരുന്നോ.

പീറ്റർ ഡോക്ടറിനോട് തിരിച്ചു പറയുന്നു.

പീറ്റർ: മടുത്തു ഡോക്ടർ എത്ര നാൾ കൊണ്ട് മരുന്നു കഴിക്കുവാ. ഞാൻ അതിനെ ശീലം ആകാൻ നോക്കുവാ.ഡോക്ടർ പിന്നെ എന്തിനാ ഇപ്പോൾ ഇങ്ങോട്ട് വന്നേ?

(പീറ്റർനെ കാണിക്കുന്നു)

പീറ്റർ നിശബ്ദനായി ഇരിക്കുന്നു.

(ഡോക്ടറിനെ കാണിക്കുന്നു)

ഡോക്ടർ പീറ്ററിനോട് ബാക്കി ആയി പറയുന്നു.

ഡോക്ടർ : പീറ്റർ ആദ്യം മനസിലാക്കണ്ടത് ഇത് പെർ മനന്റ് ആയിട്ട് ഉള്ളതോ മാറാത്ത രോഗവോ അല്ല. പീറ്ററിൻ്റെ കുട്ടി കാലത്ത് പീറ്റർന്നു ഉണ്ടായ ഒരു മെന്റൽ ഷോക്ക് . പീറ്ററിനു പിന്നീട് തൊട്ട് അല്ലെ പീറ്ററിനു ഇങ്ങനെ വന്നത്. പീറ്ററിനു ഇത് സ്ഥിരം വരാറില്ലല്ലോ കുറച്ചു നാൾ കൂടുമ്പോൾ അല്ലെ വരാറുള്ളൂ. ചിലപ്പോൾ മാറാൻ താമസം എടുക്കും പീറ്റർ.

(പീറ്ററിനെ കാണിക്കുന്നു)

പീറ്റർ ഇതെല്ലാം കേട്ടുകൊണ്ട് ഇരിക്കുന്നു.

(ഡോക്ടറിനെ കാണിക്കുന്നു)

ഡോക്ടർ പീറ്ററോട് ബാക്കി ആയി പറയുന്നു.

ഡോക്ടർ : ആ വോയിസ് കേട്ടു തുടങ്ങിയതിനു ശേഷം ഇപ്പോളും

ഉറങ്ങുമ്പോൾ വോയിസ് കെട്ട് ഉറക്കത്തിൽ നിന്നും എണ്ണിക്കാർ ഉണ്ടോ.

(പീറ്റർനെ കാണിക്കുന്നു)

പീറ്റർ ഡോക്ടറോട് പറയുന്നു.

പീറ്റർ: കഴിഞ്ഞ ദിവസവും കണ്ടു ഡോക്ടർ.

(ഡോക്ടർനെ കാണിക്കുന്നു)

ഡോക്ടർ പീറ്ററിനോട് പറയുന്നു.

ഡോക്ടർ : അച്ഛരന്റെ അമ്മയുടെയും മരണവും ആയി ബന്ധപ്പെട്ട് ഇപോഴും ഉറക്കത്തിൽ സ്വപനം കാണാറുണ്ടോ?

(പീറ്റർനെ കാണിക്കുന്നു)

പീറ്റർ ഡോക്ടർനോട് പറയുന്നു.

പീറ്റർ അതെ എന്ന രീതിയിൽ തല ആട്ടി ഡോക്ടറിനെ നോക്കുന്നു.

(എമിലിയുടെ അച്ഛരനെയും അമ്മയെയും കാണിക്കുന്നു)

എമിലിയുടെ അച്ഛരനും അമ്മയും ഐസിയുവിൽ കയറി (ഐസിയു വിൽ ധരിക്കുന്ന വസ്ത്രം ഇട്ടുകൊണ്ട്) എമിലിയുടെ അമ്മയ്ക്കും അച്ഛരനും ഒറ്റ നോട്ടത്തിൽ തന്നെ ഐസിയുവിൽ കിടക്കുന്ന തൻറെ മകൾ എമിലി ആണെന്ന് മനസിലായി. എമിലിയുടെ അടുത്തേക് രണ്ടു പേരും കൂടി പയ്യെ നടന്നു ചെന്നു. എമിലിയുടെ അമ്മ ചെറുതായി കരയുന്നുണ്ടായിരുന്നു. എമിലിയുടെ അച്ഛരന്റെ കണ്ണ് നിറഞ്ഞ ഇരിക്കുന്നുണ്ടായിരുന്നു. എമിലിയുടെ അമ്മ തല ഭാഗത്ത് ചെന്നു നിന്നു എമിലിയെ കരഞ്ഞുകൊണ്ട് നോക്കുണ്ടായിരുന്നു. അച്ഛരൻ എമിലിയുടെ കാൽഭാഗത് നിന്നു കൊണ്ട് നിറകണ്ണുകളോടെ എമിലിയെ നോക്കുനുണ്ടായിരുന്നു.

എമിലിയുടെ അച്ഛരനും അമ്മയും ഐസിയുവിനു മുന്നിൽ ഉള്ള കസേരയിൽ വിങ്ങി പൊട്ടിയ മനസുമായി ഇരിക്കുന്നു.

സങ്കടം ഉള്ളിൽ കടിച്ചു പിടിച്ചു ഇരിക്കുന്ന എമിലിയുടെ അച്ഛരന്റെ കൈ മുറുകെ പിടിച്ചു ആശ്വസിപ്പിക്കാൻ ശ്രമിക്കുന്ന എമിലിയുടെ അമ്മ. എമിലിയുടെ അമ്മയുടെ കണ്ണുകൾ കരഞ്ഞു കലങ്ങി ഇരിക്കുന്നു.

അച്ഛരന്റെ മുഖം വെളുത്തു വെളറി ഇരിക്കുന്നു. അതുവഴി ഡയാനക് ഉള്ള ഡ്രെസും ആയി ഐസിയുവിന്റെ മുന്നിൽ കൂടി പോകുന്ന ഡോക്ടർ സോഫിയ ഐസിയുവിന്റെ മുന്നിൽ ഇരിക്കുന്നവരുടെ മട്ടും

ഭാവവും കണ്ടിട്ട് അത് ലിണ്ടയുടെ(എമിലിയുടെ) അച്ഛനും അമ്മയും ആണെന് സ്വാഭാവിക സംശയം തോന്നി അവരോട് ചോദിക്കുന്ന ഡോക്ടർ സോഫിയ.

ഡോക്ടർ സോഫിയ: എസ്ക്യൂസ് മി . ലിണ്ടയുടെ പേരെന്റ്സ് ആണോ?

എമിലിയുടെ അച്ഛൻ ഒന്നും മിണ്ടിയില്ല(വേറെ ലോകത്ത് എന്നപോലെ ചോദിച്ചത് കേൾക്കാത്ത രീതിയിൽ) ഇത് കണ്ട എമിലിയുടെ അമ്മ ചാടി കയറി മറുപടി പറഞ്ഞു.

എമിലിയുടെ അമ്മ : അല്ല. ഞങ്ങളുടെ മകൾ എമിലി ഐസിയുവിൽ കിടപ്പുണ്ട്.

ഡോക്ടർ സോഫിയയുടെ അറിവിൽ വേറെ എമിലി എന്ന പേഷ്യന്റ് അഡ്മിറ്റ് ചെയ്തിട്ടില്ല.

എമിലിയുടെ അമ്മ പറഞ്ഞത് കേട്ടിട്ടു മുഖത്ത് സംശയത്തിന്റെ ഭാവം വെച്ചുകൊണ്ട് ഡോക്ടർ സോഫിയ തന്റെ ഓഫീസിൽ എത്തിയിട്ട് ആകപ്പാടെ കൺഫ്യൂഷൻ ആയ ഒരു അവസ്ഥയിൽ കസേരയിൽ ഇരിക്കുന്നു. ഐസിയു ഡ്യൂട്ടിക് ഉണ്ടായിരുന്ന് ഒരു നഴ്സിനെ ഡോക്ടർ വിളിപ്പിക്കുന്നു ആ നേഴ്സ് ക്യാബിന്റെ അകത്തു വരുന്നു വന്നപാടെ ഡോക്ടർ സോഫിയ ചോദിക്കുന്നു.

ഡോക്ടർ സോഫിയ: ആ ഐസിയുവിന്റെ കസേരയുടെ മുന്നിൽ ഇരിക്കുന്ന രണ്ടു പേര് ആരാണ് അറിയാമോ.

നേഴ്സ് : കുറച്ചു പ്രായമായ ഒരു അമ്മയും അച്ഛനും ആണോ.

ഡോക്ടർ സോഫിയ: ആ അത് അത് ആരാ?

നേഴ്സ് : അത് ആ ഐസിയുവിൽ അഡ്മിറ്റ് ചെയ്തേക്കുന്ന ലിണ്ടയുടെ അമ്മയും അച്ഛനുമാ.

കുറച്ചു നേരം ഒന്നും മിണ്ടാതെ കൺഫ്യൂഷൻ ആയി എന്തോ ആലോചിച്ചോണ്ട് ഇരിക്കുന്ന ഡോക്ടർ അത് കണ്ടിട്ട് നേഴ്സസ് ഡോക്ടർ സോഫിയയോട്

നേഴ്സ് : എന്താ ഡോക്ടർ എന്തേലും പ്രശ്നം ഉണ്ടോ.

ഡോക്ടർ സോഫിയ : ഇല്ല നിങ്ങൾ പൊയ്ക്കോളൂ.

ഡോക്ടർ സോഫിയ ഫോൺ എടുത്തു പീറ്റർനെ വിളിക്കാൻ തുടങ്ങുന്നു. പക്ഷെ പീറ്റരിന്റെ ഫോൺ സ്വിച്ച് ഓഫ് കാണിക്കുന്നു.

എമിലിയുടെ അച്ഛൻ കസേരയിൽ ചാരി കിടക്കുന്നു. എമിലിയുടെ അമ്മ അപ്പുറത്തെ കസേരയിൽ ഇരുന്നു കൊണ്ട് എമിലിയുടെ അച്ഛനോട് ചോദിക്കുന്നു.

എമിലിയുടെ അമ്മ : അതെ അവളുടെ കൂടെ ഉള്ള കുട്ടിയെ നമ്മുക്ക് ഒന്ന് കാണണ്ടേ. ചിലപ്പോൾ അവളുടെ കുട്ടി ആണെങ്കിലോ.

കണ്ണടച്ച് ചാരി കിടന്നു എമിലിയുടെ അച്ഛൻ കണ്ണ് പയ്യെ തുറന്നു. അപ്പോഴേക്കും അവിടെ പീറ്റർ വന്നിട്ടുണ്ടാരുന്നു. പീറ്റർ പയ്യെ എമിലിയുടെ അച്ഛൻ ഇരുന്ന കസേരയുടെ അപ്പുറത്തെ ഇരുന്നു. (അവരെ കണ്ടപ്പോൾ തന്നെ പീറ്ററിനു മനസിലായി) പീറ്റർ സംസാരിക്കാൻ തുടങ്ങി.

പീറ്റർ: എമിലിയുടെ അച്ഛനും അമ്മേയും (എമിലിയുടെ രക്ഷകർത്താകൾ ആണോ എന്നു ഉറപ്പിക്കാൻ എന്ന വണ്ണം ചോദിച്ചു)

എമിലിയുടെ അമ്മ : അതെ. (അപ്പോളും അച്ഛൻ ചാരി തന്നെ കിടക്കുവാ ഒരു അനക്കവും ഇല്ലാതെ)

പീറ്റർ: ഞാനാ നിങ്ങളെ വിളിച്ചേ.

എമിലിയുടെ അച്ഛൻ : (എടുത്ത വായിൽ തന്നെ പീറ്ററിനോട്) ആരാ സാറെ എന്റെ മോളെ വണ്ടി ഇടുപ്പിച്ചേ. അതോ ആരേലും അവളെ മനഃപൂർവം ഇ നിലയിൽ ആകിയതാണോ.

(ചാരി കിടന്ന എമിലിയുടെ അച്ഛൻ നേരെ ഇരുന്നു)

അതുവരെ ആരുടെയും മുഖത്ത് നോക്കാത്ത എമിലിയുടെ അ അച്ഛൻ പീറ്ററിൻെറ മുഖത്ത് നോക്കി നേരത്തെ നിറഞ്ഞ കണ്ണുകൾ ഇപ്പോൾ നിറഞ്ഞു ഒഴുകാൻ തുടങ്ങി. ഉള്ളിലെ സങ്കടം മുഴുവൻ വെളിയിൽ വരാൻ തുടങ്ങി. അയാൾ പീറ്ററോട് പറയാൻ തുടങ്ങി.

എമിലിയുടെ അച്ഛൻ : ജോലി കഴിഞ്ഞു ഇറങ്ങി വീട്ടിലോട്ട് വരുവാ പപ്പാ എന്നു പറഞ്ഞു ഫോൺ വെച്ചതാ എന്റെ കൊച്ച്. പിന്നെ അവളെ ഞങ്ങൾ കണ്ടിട്ടില്ല. ഞങ്ങൾ അവളെ തിരക്കാത്ത സ്ഥലങ്ങൾ ഇല്ല. പോലീസ് കാരൊക്കെ പറഞ്ഞു ഇ പ്രായത്തിൽ ഉള്ള പെൺപിള്ളേർ അല്ലെ ആരെടെലും കൂടെ പോയി കാണും കുറച്ചു കഴിയുമ്പോൾ ഇങ്ങു വരുമെന്നു. അങ്ങനെ വർഷം ഏഴ് കഴിഞ്ഞു. അവസാനം അവളെ കിട്ടിയപ്പോൾ ഇ അവസ്ഥയിൽ ആയി.

(അദ്ദേഹം ഇത് പറയുമ്പോൾ കസേരയിൽ നിന്നും എഴുന്നേറ്റു

ഐസിയുവിന്റെ ഡോറിന്റെ അടുത്ത് ചെന്നു ഡോറിൽ കൈ വെച്ചാണ് അദ്ദേഹം പറയുന്നത്)

എമിലിയുടെ അമ്മ പീറ്ററോട്.

എമിലിയുടെ അമ്മ : സാറേ ഞങ്ങൾ ഇവിടെ ചോദിച്ചപ്പോൾ ലിണ്ട എന്നാ അവളുടെ പേര് പറഞ്ഞത്. അവൾക് ഒരു കൊച്ചും ഉണ്ടെന്നു പറഞ്ഞു. ഇതിലൊക്കെ വല്ല സത്യം ഉണ്ടോ സാറേ.

പീറ്റർ: ഞങ്ങൾക്കും ആ ചെറിയ കുട്ടി പറഞ്ഞ അറിവേ ഒള്ളു. കൂടുതലായിട്ട് എന്തേലും അറിയണമെങ്കിൽ എമിലി തന്നെ പറയണം.

(എമിലിയുടെ അമ്മടെ മുഖത്ത് നോക്കാതെ നേരെ നോക്കി പീറ്റർ പറഞ്ഞു)

സോഫിയയുടെ അമ്മ : അവളെ ഞങ്ങൾക് ഒന്ന് കാണാൻ പറ്റുമോ സാറെ

പീറ്റർ എമിലിയുടെ അമ്മയെ നോക്കുന്നു.

(ഐസിയുവിൽ കിടക്കുന്ന എമിലിയെ കാണിക്കുന്നു)

എമിലി വല്ലാതെ ഡിസ്റ്റർബ് ആകുന്നു. എമിലി കണ്ണ് തുറക്കുനില്ല പക്ഷെ എന്തോ സ്വപ്നം കാണുന്നു. എമിലി സ്വപ്നം കണ്ടു ഡിസ്റ്റർബ് ആയി അങ്ങോട്ടും ഇങ്ങോട്ടും അനങ്ങുന്നു. എമിലിയുടെ ശരീരം വിറക്കുന്നു എമിലി ആകപ്പാടെ വിയർക്കുന്നു. മെഷീനുകൾ അലേർട്ട് (alert) ശബ്ദം ഉണ്ടാക്കി തുടങ്ങി. സ്വപ്നത്തിൽ എമിലി എന്തിനയോ പേടിക്കുന്ന പോലെ.

ഐസിയുവിൽ ഡ്യൂട്ടിയിൽ ഉള്ള നേഴ്സ് ഇത് ശ്രദ്ധിക്കുന്നു തന്റെ നിയന്ത്രണത്തിൽ അല്ല എന്നു മനസിലാക്കിയ നേഴ്സ് എമർജൻസി ആയി ഡോക്ടർ സോഫിയയെ വിളിക്കാൻ വേണ്ടി ക്യാബിനിൽ പോകുന്നു. ക്യാബിനിലോട്ട് പോകുന നേഴ്സ് കണ്ട പീറ്ററും എമിലിയുടെ അച്ഛനും അമ്മയും പരിഭ്രാന്തർ ആകുന്നു. എമിലിയുടെ അച്ഛൻ ഐസിയുവിന്റെ ഡോർ തുറന്നു അകത്തു കേറാൻ ശ്രമിക്കുന്നുണ്ടെങ്കിലും ഐസിയുവിന്റെ അകത്തു ഡ്യൂട്ടിക് ഉണ്ടായിരുന്ന നേഴ്സ് അകത്തേക്കു കയറ്റി വിടാൻ സമ്മതിക്കുനില്ല. അപ്പോഴേക്കും ഡോക്ടർ സോഫിയ വന്നു ഐസിയുവിന്റെ അകത്തു കയറി എമിലിയെ പരിശോധിക്കുന്നു എമിലിക് ഡോക്ടർ ഒരു ഇൻജെക്ഷൻ കൊടുക്കുന്നു എമിലി നോർമൽ ആയി വീണ്ടും

കിടക്കുന്നു. ഐസിയുവിന്റെ വെളിയിൽ വന്ന ഡോക്ടർ സോഫിയയോട് എന്താ പറ്റിയെ വേറെ ഹോസ്പിറ്റലിൽ കൊണ്ടുപോണോ ഞാൻ. ഒന്ന് കേറി കണ്ടോട്ടെ വിഭ്രാന്തിയോടെ എമിലിയുടെ അച്ഛൻ ഡോക്ടറോട് ചോദിക്കുന്നു.

ഡോക്ടർ സോഫിയ: പേടിക്കാൻ ഒന്നും ഇല്ല.

എമിലിയുടെ അവസ്ഥയിൽ പുരോഗതി "കാണുന്നുണ്ട്. ഇപ്പോൾ എന്തായാലും കാണണ്ട കുറച്ചു കഴിയട്ടെ. (ഡോക്ടറുടെ നോട്ടം അച്ഛന്റെ മുഖത്തേക്ക് ആയി)

പീറ്റർ ഒന്ന് ഇങ്ങു വരാമോ ഒരു മിനിറ്റ്.

പീറ്റർനെ വിളിച്ചു മാറ്റി നിർത്തി ഡോക്ടർ ചോദിക്കുന്നു.

ഡോക്ടർ സോഫിയ: സത്യത്തിൽ ഇ കുട്ടിയുടെ പേര് എന്താണ്.

അവരുടെ അമ്മ പറഞ്ഞു എമിലി എന്നു അവരുടെ കൂടെ ഉള്ള അവരുടെ മകൾ പറയുന്നു ലിണ്ട എന്നും.

പീറ്റർ: എമിലി എന്നാണ് അവളുടെ ശെരിക്കും ഉള്ള പേര് അവളുടെ അച്ഛൻ ഏഴ് വർഷങ്ങള്ക്കു മുൻപ് ഒരു കംപ്ലയിന്റ് കൊടുത്തിട്ടുണ്ടായിരുന്നു അവൾ മിസ്സിംഗ് ആണെന്ന് പറഞ്ഞുകൊണ്ട് അങ്ങനെയാ ഡീറ്റെയിൽസ് കിട്ടിയത്.

ഡോക്ടർ സോഫിയ: ആ ചെറിയ കുട്ടിക്ക് കള്ളം പറയണ്ട കാര്യം ഉണ്ടോ. ഇനി തന്നെ തിരിച്ചറിയാതിരിക്കാൻ വേണ്ടി ആ കുട്ടി സ്വയം പേര് മാറ്റിയത് ആണെങ്കിലോ.

പീറ്റർ: സത്യം അറിയണമെങ്കിൽ എമിലിയോട് തന്നെ ചോദിക്കണം. ഡോക്ടർ എന്നിക് ഡയാനയെ ഒന്ന് കാണണം.

(ഡോക്ടർ സോഫിയയും പീറ്ററും കൂടി ഡയാന കിടക്കുന്ന വാർഡിലേക് പോകുന്നു)

(കുട്ടികളുടെ വാർഡിൽ കിടക്കുന്ന ഡയാനയെ കാണിക്കുന്നു)

ഡയാന ബെഡിൽ കമഴ്ന് കിടക്കുകയാണ് കണ്ണും തുറന്നു കൊണ്ട് എന്തോ ആലോചിക്കുന്ന പോലെ (കൈയിലെ ഐവി ഊരി മാറ്റി)

ഡയാന ഇപ്പോൾ ഇട്ടേക്കുന്നത് കുട്ടികളുടെ സർജിക്കൽ ഗൗൺ ആണ്. ഡോക്ടർ സോഫിയ ക്യാബിനിൽ തിരക്ക് ആയതുകൊണ്ട് ഡയാനയ്ക് കൊണ്ടുവന്ന് ഡ്രസ്സ് കൊടുക്കാൻ വിട്ടുപോയി.

ഇപ്പോൾ ഡയാനയുടെ റൂമിലേക്കു പീറ്ററും എമിലിയുടെ അച്ഛനും അമ്മയും വരുകയാണ് കൂടെ സോഫിയ (ഇപ്പോൾ

ചിൽഡ്രൻസ് വാർഡിൽ കുറച്ചു കുട്ടികൾ മാത്രമേ ഒള്ളു. അതുകൊണ്ട് തന്നെ കുറച്ചു ബെഡുകൾ ഒഴിഞ്ഞു കിടക്കുന്നു. കുറച്ചു കുട്ടികൾ ഭക്ഷണം കഴിക്കുന്നു. കുറച്ചു കുട്ടികൾ ഉറങ്ങുന്നു)

പീറ്ററും ഡോക്ടറും എമിലിയുടെ അച്ഛരനും അമ്മയും കൂടെ ഡയാനയുടെ അടുത്തേക് നടന് വരുന്നു. ഡയാനയെ കണ്ടപ്പോൾ എമിലിയുടെ അച്ഛരന്റെ മുഖ ഭാവം(എന്റെ കൊച്ചു മകൾ "ആണെന് ഉള്ള രീതിയിൽ) എമിലിയുടെ അമ്മ അടുത്ത് ചെന്നു തലോടുന്നു. കമഴ്ന് കിടന്നോണ്ട് തന്നെ ഡയാന എമിലിയുടെ അമ്മയെ നോക്കുന്നു. എമിലിയുടെ അച്ഛരൻ ഡയാനയെ നോക്കി നിന്നിട്ടു അവിടെ കിടന്ന ഒരു കസേരയിൽ പോയി ഇരിക്കുന്നു. അപ്പോൾ വാർഡിൽ ഉണ്ടായിരുന്ന നേഴ്സ് ഡോക്ടർ സോഫിയോട്.

നേഴ്സ് : ആഹാരം കൊടുത്തിട്ട് ഒന്നും കഴിക്കുന്നില്ല.

ഡോക്ടർ സോഫിയ ഡയാനയോട്.

ഡോക്ടർ സോഫിയ: എന്താ മോളെ ഒന്നും കഴിക്കാതെ(ഡോക്ടർ സോഫിയ ഡയാനയുടെ അടുത്ത് കുനിഞ്ഞു ചെന്നോണ്ട് ദേഹത്തു കൈ വെച്ച് ചോദിച്ചു) മോൾക് വെശകുനിലെ?

ഡയാന തിരിഞ്ഞു കിടന്നു നേരെ കിടന്നു കൊണ്ട് തല ആട്ടി 'ഇല്ല' എന്ന രീതിയിൽ പറഞ്ഞു. അങ്ങനെ തന്നെ കിടന്നുകൊണ്ട് ഡയാന ഡോക്ടർ സോഫിയയെ അടുത്തേക് കൈ കൊണ്ട് വലിച്ചു എന്നിട്ട് ചെവിയിൽ പറഞ്ഞു.

ഡയാന: ആ ഇരിക്കുന്നത് എന്റെ ഗ്രാൻഡ്പ്പ ആണ്.

ഡോക്ടർ സോഫിയ ഒന്ന് ഞെട്ടലോടെ ചോദിച്ചു.

ഡോക്ടർ സോഫിയ: മോൾക്ക് എങ്ങനെ അറിയാം.

ഡയാന: മമ്മ ഗ്രാൻഡ്പായെ (grandpa) വരച്ചിട്ടുണ്ട് ഞങ്ങടെ ബെഡ്‌റൂമിൽ മമ്മ ആ ഫോട്ടോ ഒട്ടിച്ചിട്ടുണ്ട്.

ഡോക്ടർ സോഫിയ എമിലിയുടെ അച്ഛന്റെ നേരെ നോക്കികൊണ്ട്

ഡോക്ടർ സോഫിയ: സാറിനെ മോൾക് അറിയാം എന്ന്. (എമിലിയുടെ അച്ഛരൻ ഒന്ന് അത്ഭുതപെട്ടു) എമിലി സാറിന്റെ പടം വരച്ചു കൊടുത്തിട്ടുണ്ടെന്.

എമിലിയുടെ അച്ഛരൻ കസേരയിൽ നിന്നും എഴുനേറ്റു ഡയാനയുടെ അടുത്ത് ചെന്നു മുട്ട് കുത്തി നിന്നു അവളുടെ കൈ പിടിച്ചു മനസ്സിൽ

അടക്കി വെച്ച സങ്കടം കണ്ണീരായി വെളിയിൽ വന്നു. അദ്ദേഹം ഡയാനയുടെ കൈ പിടിച്ചു പൊട്ടി കരഞ്ഞു. എമിലിയുടെ അമ്മ അദ്ദേഹത്തെ പിടിച്ചു എഴുന്നേപ്പിച്ചു അപ്പോഴേക്കും പീറ്റർ അവിടെ കിടന്ന കസേര എമിലിയുടെ അച്ഛരന് ഇരിക്കാൻ വേണ്ടി കൊടുത്തു. അദ്ദേഹം അതിൽ ഇരുന്നു. ഡയാന അദ്ദേഹത്തെ തന്നെ നോക്കുന്നു.

ചിൽഡ്രൻസ് വാർഡിൽ നിന്നും ഡോക്ടർ സോഫിയയുടെ ക്യാബിനിലേക് നടന്നു പോകുന്നു പീറ്ററും ഡോക്ടറും സോഫിയയും. പോകുന്ന വഴിയിൽ രണ്ടു പേരും കൂടി സംസാരിച്ചു പോകുന്നു. ഡോക്ടർ സോഫിയ പീറ്ററിനോട്.

ഡോക്ടർ സോഫിയ: ഡയാനയുടെ ഫോസ്റ്റർ ഹോമ്ൻറെ കാര്യം ശെരി ആയില്ല. ബെഡ് ഇല്ല പിന്നെ മെൻറെൻസ് വർക്ക് നടന്നുകൊണ്ട് ഇരിക്കുവാ. രണ്ടു ദിവസം കഴിഞ്ഞേ ബെഡ് കാണാത്തൊള്ളൂ എന്നാ പറയുന്നേ.

(ക്യാബിൻറെ മുന്നിൽ വന്നു രണ്ടു പേരും)

ഡയാനയുടെ പപ്പയെ കുറിച് എന്തേലും ഇൻഫർമേഷൻ.

പീറ്റർ: ഇല്ല (ഒരു സെക് ഗ്യാപ് ഇട്ടതിനു ശേഷം) നാളെ ആക്സിഡന്റ് നടന്ന സ്പോട്ടിൽ വരെ പോകണം.

ഡോക്ടർ സോഫിയ ഒരു സെക് പീറ്റർ പറഞ്ഞത് കേട്ട് തല ആട്ടി. പെട്ടന്ന് ആണ് എന്തോ ഓർത്തത് പോലെ ഡോക്ടർ സോഫിയ.

ഡോക്ടർ സോഫിയ: ഞാൻ ഡ്രസ്സ് കൊണ്ടുവന്ന കാര്യം മറന്നു. ഞാൻ അത് ഡയാനക് കൊണ്ട് കൊടുക്കട്ടെ.

ഇതും പറഞ്ഞു കൊണ്ട് ഡോക്ടർ ക്യാബിൻ തള്ളി തുറക്കാൻ പോകുന്നു. അപ്പോൾ പീറ്റർ.

പീറ്റർ: ഡോക്ടർ എമിലിക് ബോധം വീഴുവാണേൽ അറിയിക്കണേ

ഡോക്ടർ സോഫിയ: എന്ത് ഉണ്ടെങ്കിലും ഞാൻ സാറിനെ വിളിച്ചോളാം.

പീറ്റർ നടന്ന് വെളിയിലോട്ട് തൻറെ കാർ പാർക്ക് ചെയ്ത് സ്ഥലത്തോട്ട് പോകുന്നു. പീറ്റർ നടന്ന് ഐസിയുവിന്റെ മുന്നിൽ കൂടി ആണ് പോയത്.

(ഐസി യുവിൽ കിടക്കുന്ന എമിലിയെ കാണിക്കുന്നു)

ഐസിയുവിൽ കിടക്കുന്ന എമിലി തന്റെ പിരികം ചുളിക്കുകയും വീണ്ടും എന്തിനയ്യോ പേടിക്കുന്നപോലെ കാണിക്കുന്നു. പക്ഷെ

കഴിഞ്ഞ തവണത്തെ പോലെ ഉള്ള പ്രേശ്നങ്ങൾ ഒന്നും ഇല്ല. തന്റെ പിരികം ചുളിച്ചു താൻ എന്തോ ഭയക്കുന്ന സ്വപനം കാണുന്ന പോലെ.

(എമിലി സ്വപ്നം കാണുന്നതായിട്ട്)

എമിലിയുടെ കൈകൾ കെട്ടി ഇട്ടിരിക്കുന്നു. വാ മൂടി കെട്ടി തറയിൽ കിടത്തിയേക്കുന്നു. അവിടുന്നു കേട്ട് അഴിച്ചു കൊണ്ട് ഇരിക്കുമ്പോൾ എഴുനേറ്റു ഓടാൻ ശ്രമിച്ചു എമിലിയെ തട്ടിക്കൊണ്ടു പോയ വെക്തി അവിടെ കിടന്ന കുട്ടികൾക്ക് വാങ്ങിച്ചു കൊടുത്ത സ്നോ ബൗൾ വെച്ച് തലക് അടിച്ചു ബോധം കെടുത്തി. പിന്നീട് എമിലി കണ്ണ് തുറക്കുമ്പോൾ കട്ടിലിൽ കിടക്കുന്നു. ബോധം വന്ന എമിലി നോക്കിയപ്പോൾ തന്റെ അടുത്ത് തനിക് ബോധം വരുന്നത് കാത്തിരുന്ന ഒരു കൊച്ചു പെൺകുട്ടി ആണ്. തനിക് ബോധം വന്നപ്പോൾ പപ്പാ എന്നു വിളിച്ചുകൊണ്ടു പോകുന്നത് കാണിക്കുന്നു. തനിക് എഴുനേറ്റു ഓടണം എന്നു ഉണ്ട് പക്ഷെ തലക് അടി കൊണ്ടത് കാരണം കട്ടിലിൽ നിന്നും ഒരു അടിപൊലും അനങ്ങാൻ പറ്റുന്നില്ല. എമിലി എഴുന്നേക്കാൻ പറ്റുന്ന പണി എല്ലാം നോക്കുന്നു അപ്പോഴേക്കും ആ കുട്ടിയും പിന്നെ എമിലിയെ തട്ടിക്കൊണ്ടു വന്ന അയാൾ എമിലിയുടെ അടുത്ത് വന്നിട്ട് പറയുകയാണ്.

എമിലിയെ തട്ടിക്കൊണ്ടുപോയ ആൾ : ഇന്നു മുതൽ ഇത് നിന്റെ വീടാണ്. ഇത് നിന്റെ മകളും, നിന്റെ കുടുംബവും ബെന്തുകളും, കൂട്ടുകാരും എല്ലാം ഞാൻ ആണ്. എല്ലാത്തിനും ഒരു സമയവും ചിട്ടയും ഉണ്ട്. അത് നമ്മുടെ കുടുംബത്തിന് ബാധകമാണ്. അവസാനം ഒരു വാചകവും കൂടി പറഞ്ഞു നിർത്തുന്നു, 'നമ്മൾ ഒരേ രക്തമാണ് നാമെല്ലാവരും അതിന് അർഹരാണ്'. ഇതും പറഞ്ഞു കൊണ്ട് അയാൾ കുട്ടിയോട് (ഡയാനയോട്) പറയുന്നു. മോളെ ഇത് മോളുടെ പുതിയ അമ്മ ആണ്. പഴയ അമ്മ പറഞ്ഞു തന്ന കഥകളെ

കാട്ടിൽ നല്ല കഥ ഇ അമ്മ പറഞ്ഞു തരും. ഇതും പറഞ്ഞു കൊണ്ട് അയാൾ അവിടുന്നു പോകയാണ്.

(അയാളുടെ മുഖം എമിലിക് സ്വപ്നത്തിൽ വെക്തമായി കാണിക്കുന്നില്ല. അയാളുടെ ശബ്ദം മാത്രമേ കേൾക്കതൊള്ളു പിന്നെ അയാളുടെ ചലനവും അയാളുടെ ബോഡി കംപ്ലീറ്റ് ആയി എമിലിക് കാണുന്നില്ല അയാളുടെ ഒരു പ്രെസെൻസ് ഫീൽ ചെയ്യാൻ മാത്രം സ്വപ്നത്തിൽ എമിലിക് പറ്റുന്നോള്ളൂ)

(അത് കഴിഞ്ഞു പിന്നീട് എമിലി അവിടെ അനുഭവിച്ച കാര്യങ്ങൾ സ്വപ്നത്തിൽ എമിലിയുടെ മനസ്സിൽ വളരെ വേഗത്തിൽ വന്നു പോകുന്നു)

പിന്നീട് എമിലി ഡയാനക് കഥ പറഞ്ഞു ഉറക്കാൻ കിടത്തുന്നതും. പടം വരച്ചു കൊടുക്കുന്നതും. മുടി ചീകി കൊടുക്കുന്നതും. ഫുഡ് തീർന്നിട്ടും ബാക്കി ഉണ്ടായിരുന്ന ബിസ്ക്കറ്റ് പാക്കറ്റിൽ ഉണ്ടായിരുന്ന രണ്ട് ബിസ്ക്കറ്റ് ഡയാനയ്ക് കൊടുക്കുന്നതും ഡയാന തിരിച്ചു മമ്മക്കു വേണ്ടേ ബിസ്ക്കറ്റ് എന്നു ചോദിക്കുമ്പോൾ രാവിലെ ഒരുപാട് കഴിചോണ്ട് രാത്രി വെശകുനില്ല എന്നു കള്ളം പറയുന്നതും.

(സ്വപ്നത്തിൽ എമിലിയുടെ മനസ്സിൽ മിന്നി മായുന്ന ഓർമ്മകൾ വന്നുപോകുന്നതിനോടൊപ്പം തന്നെ പെട്ടന് താൻ അവിടെ അനുഭവിച്ച ഒരു ഓർമ മനസ്സിൽ പെട്ടന് കയറി വരുന്നു)

എമിലിക് രാത്രിയിൽ നടന്ന കറുത്ത കുർബ്ബാനയുടെ ഭാഗമായി ബലി കൊടുത്ത പന്നി കുട്ടിയുടെ ചോര നിർബന്ധിച്ചു കുടിപ്പിക്കാൻ നോക്കിയപ്പോൾ അത് തട്ടി കളഞ്ഞു എന്നിട്ട് ബാത്റൂമിൽ ഓടി കയറി കുറ്റി ഇട്ടു. എന്നിട്ട് പൂട്ടി ഇട്ട ഡോർ അയാൾ ചവുട്ടി തുറന്നു എന്നിട്ട് ക്ലോസെറ്റിൽ ഇരുന്നു കരഞ്ഞ എമിലിയെ വലിച്ചു തറയിൽ ഇട്ടു എന്നിട്ട് എമിലിയുടെ മുഖത്തും ദേഹത്തും അയാൾ മൂത്രം ഒഴിക്കുന്നു.

(സമയം രാത്രി പീറ്റർ തന്റെ ബെഡ് റൂമിൽ കിടക്കുന്നു)

പീറ്റർ തന്റെ ബെഡിൽ ചാരി കിടന്നുകൊണ്ട് പീറ്റർ പറഞ്ഞ പ്രെകാരം ഷെരിഫ് അയ്ച്ചു കൊടുത്ത സാത്താൻ വർഷിപ്പിന്റെ ഡീറ്റെയിൽസ് (അവരുടെ ആചാരം, അവർ ഉപയോഗിക്കുന്ന വസ്ത്രം, അവരുടെ പ്രയർ, അവരു ഒത്തുകൂടുന്ന അല്ലെങ്കിൽ കുർബാന നടത്തുന്ന സ്ഥലങ്ങൾ, അവരെ അവസാനം കണ്ടത് റിപ്പോർട്ട് ചെയ്ത

സ്ഥലങ്ങൾ ഉൾപ്പെടെ എല്ലാ ഡീറ്റെയിൽസ്) ഫോട്ടോകൾ ഉൾപ്പെടെ ചെറിയ ഫയൽ റിപ്പോർട്ട് ആയി ഷെരിഫ് പീറ്ററിനു കൊടുത്തത്. അതും നോക്കികൊണ്ട് കിടക്കുവാണ് പീറ്റർ.

പീറ്റർ ഫയൽ പരിശോധിക്കുന്നുണ്ടെങ്കിലും അദ്ദേഹം അന്നത്തെ ദിവസം രാവിലെ അദ്ദേഹം പറഞ്ഞതു പ്രെകാരം അദേഹത്തിന്റെ പോലീസ് ഉദ്യോഗസ്ഥർ സംഭവം നടന്ന സ്ഥലത്തു പരിശോധിക്കാൻ പോയിട്ട് അവിടെ നടന്ന കാര്യങ്ങൾ അസിസ്റ്റന്റ് പോലീസ് ഉദ്യോഗസ്ഥൻ പീറ്ററിനോട് പറഞ്ഞ കാര്യങ്ങൾ ഓർക്കുന്നു. സംഭവ സ്ഥലത്തു നിന്നും പോലീസ് ഉദ്യോഗസ്ഥൻ പീറ്ററിനു ഫോൺ ചെയ്ത് പറയുന്നതായിട്ട്.

പോലീസ് ഉദ്യോഗസ്ഥൻ : (പീറ്ററിനോട് ഒട്ടും ബഹുമാനം ഇല്ലാത്ത രീതിയിൽ സംസാരിക്കുന്നു) സാറേ ഇവിടെ സംശയം തോന്നുന്ന തരത്തിൽ ഒന്നും ഇല്ല. ആക്സിഡന്റ് നടന്നതിന്റ അറ്റമോസ്ഫിയർ അല്ലാതെ വേറെ ഒന്നും നോക്കിട്ട് കണ്ടില്ല. പിന്നെ ഞാൻ കാട്ടിൽ കേറി നോക്കി ഒരുപ്പാട് ഉള്ളിലോട്ടു പോകാൻ പറ്റിയില്ല സാറേ കരടിയും സിംഹവും പുലിയും ഉള്ള കാടാ. പിന്നെ നോക്കിയ സ്ഥലത്ത് ആണെങ്കിൽ ഒരു കുന്തവും ഇല്ല. സാർ സ്റ്റേഷനിലും വരത്തില്ല ജോലിക്കും പോകത്തില്ല സാർ നേരിട്ട് വന്നു നോക്കി റിപ്പോർട്ട് കൊടുക്കണ്ടതാ. എന്നിട്ടും സാർ പറഞ്ഞിട്ട് ഞാൻ ഇവിടെ വരെ വന്നു അന്വേഷിച്ചിലെ എന്നെ കൊണ്ട് അത്രെ ഒകെ പറ്റത്തൊള്.

പീറ്റർ വീണ്ടും ഫയൽ പേജുകൾ മറിച് നോക്കുന്നു. അങ്ങനെ കറുത്ത കുർബ്ബാനയുടെ ഭാഗമായി ഒരു സ്ത്രിയെ നഗ്നമായി കിടത്തി അതിന്റെ മുകളിൽ വെള്ള തുണി വിരിച്ചിട്ട് പനിയുടെ ബ്ലഡ് വൈൻ ഗ്ലാസിൽ ഒഴികുന്നതായിട്ട് ഉള്ള വരച്ച ഫോട്ടോ. (ഇ സെയിം ഫോട്ടോ മുൻപേ പീറ്റർ തന്റെ ഓഫീസിലെ ബുക്കിൽ കണ്ടായിരുന്നു) ആ ഫോട്ടോ കണ്ടപ്പോൾ പീറ്റർ ഒന്ന് ഫോട്ടോയിൽ ശ്രെധിച്ചു നോക്കുന്നു. പെട്ടന് ഒരു കോൾ പീറ്ററിന്റെ ഫോണിലേക്കു വരുന്നു അത് ഡോക്ടർ സോഫിയയുടെ കോൾ ആരുന്നു. കട്ടിലിൽ കിടന്നോണ്ട് തന്നെ ഫോൺ അറ്റൻഡ് ചെയുന്നു.

പീറ്റർ : ഹലോ .

ഡോക്ടർ സോഫിയ : സാർ ഉറങ്ങി ആരുന്നോ?

പീറ്റർ: ഡോക്ടർ ആദിയം എന്നെ സാർ എന്ന് ഉള്ള വിളി നിർത്.

എന്നെ ഡിപ്പാർട്മെൻറിൽ പോലും പോലീസായി അംഗീകരിച്ചിട്ടില്ല. എൻറെ സബോർഡിനേറ്റ്സ് കാണിക്കാത്ത ബഹുമാനം ഡോക്ടർ ആയിട്ട് തരേണ്ടാ . എൻറെ പേര് വിളിച്ചാൽ മതി ഡോക്ടർ.

(ഡോക്ടർ സോഫിയയെ കാണിക്കുന്നു)

ഡോക്ടർ സോഫിയ തൻറെ വീടിൻറെ ടെറസിൽ നിന്നും മദ്യപിച്ചൊണ്ട് ആണ് ഫോൺ വിളിക്കുന്നത്." ഡോക്ടർ സോഫിയ പീറ്റർ പറയുന്നത് കേട്ട് ഒരു ചെറിയ പുഞ്ചിരി മുഖത്ത് വരുത്തിയിട്ട് ബാക്കി സംസാരിക്കുന്നു.

ഡോക്ടർ സോഫിയ: ഞാൻ പീറ്ററിനെ ഇപ്പോൾ വിളിച്ചത് ഒരു കാര്യം പറയാനാ.

(വീണ്ടും പീറ്ററിനെ കാണിക്കുന്നു)

ഡോക്ടർ പറയുന്ന കേട്ടോണ്ട് പീറ്റർ തൻറെ കട്ടിലിൽ നിന്നും എഴുന്നേറ്റു കൊണ്ട് തന്റെ വീടിൻറെ ജനലിൻറെ (ട്രാൻസ്പേരന്റ് അല്ലാതെ വിൻഡോ) അടുത്തേക് പയ്യെ നടക്കുന്നു.

(ഡോക്ടർ സോഫിയ പീറ്ററിനോട് പറയുന്നു)

ഡോക്ടർ സോഫിയ : ഞാൻ ഹോസ്പിറ്റലിൽ നിന്നും ഇറങ്ങുന്നതിനു മുൻപ് ഡയാനയെ കാണാൻ പോയി വാർഡിൽ ചെന്നപ്പോൾ തണുപ് കാരണം ഡയാന കട്ടിലിൽ ബെഡ് ഷീറ്റ് പുതച്ചു ഇരിക്കുന്നത് കണ്ടു (തണുക്കുന്നുണ്ടോടാ എന്നു ചോദിച്ചു കൊണ്ട് ഡയാനയുടെ കവിളിൽ തട്ടി) (ഡോക്ടർ സോഫിയ കൊണ്ട് വന്ന തുണിയിൽ സോക്സ് വെച്ചിട്ടുണ്ടാരുന്നു) ഞാൻ അവൾക് സോക്സ് എടുത്തു കാലിൽ ഇടാൻ തുടങ്ങി അപ്പോഴാണ് ഞാൻ ശ്രെദ്ധിക്കുനെ. അവളുടെ രണ്ടു കാലിലും കുരിശ് തല തിരിച്ചു അച്ചടിച്ചു വെച്ചേക്കുന്നു അതും എന്തോ കൊണ്ട് പൊള്ളിച്ചിട്ട്.

(ടെറസിൽ മദ്യപിച്ചൊണ്ട് ഇരുന്നു ഡോക്ടർ സോഫിയ അവിടെ നിന്നും എഴുന്നേറ്റു പതുകെ ടെറസിലൂടെ നടക്കുന്നു)

ഡോക്ടർ സോഫിയ : അത് മാത്രം അല്ല ഫോസ്റ്റർ ഹോം കിട്ടാൻ രണ്ടു ദിവസം എടുക്കും . പിന്നെ ഡി. എൻ. എ റിസൾട്ട് കിട്ടിയിട്ടേ ആ കുട്ടിയുടെ ഗ്രാൻഡ് പേരെന്റ്ൻറെ കൂടെ വിടാൻ പറ്റു. അതുവരെ അവൾ എന്റെ കൂടെ ഇവിടെ നിർത്തിയാൽ കൊള്ളാം എന്ന് ഉണ്ട്. ഞാൻ ഹോസ്പിറ്റലിൽ പോയാൽ അവളെ നോക്കാൻ ഒരു

ബേബിസിറ്ററെ വെക്കാം രണ്ടു ദിവസത്തെ കാര്യം അല്ലെ ഒള്ളു. ലീഗൽ ആയിട്ട് ഉള്ള ഫോർമാലിറ്റീസ് ഉണ്ടെന്നു അറിയാം. പീറ്ററനു എന്തേലും ഹെല്പ് ചെയ്യാൻ പറ്റുമെങ്കിൽ എനിക് അവളെ രണ്ടു ദിവസത്തേക്കു കൂടെ നിർത്തതാമായിരുന്നു.

(ട്രാൻസ്പേരെന്റ് അല്ലാത്ത വിൻഡോ) ജനലിന്റെ അവിടെ നിന്നും തിരിച്ചു കട്ടിലിൻറെ അടുത്തേക് വരുന്നു. അപ്പോൾ ആരോ കോളിങ് ബെൽ അടിച്ചു. പെട്ടന് ആരാ ഇ സമയത്ത് എന്നു നോക്കാൻ വേണ്ടി പീറ്റർ ഫോൺ പെട്ടന് വെക്കാൻ വേണ്ടി ഡോക്ടർ സോഫിയയയോട്.
പീറ്റർ: നാളെ നമ്മുക്ക് അതിനെ കുറിച് സംസാരികം ഓക്കേ.
ഡോക്ടർ സോഫിയ: ഓക്കേ (ഫോൺ പീറ്റർ കട്ട് ചെയ്തു)
ഡോക്ടർ സോഫിയ പീറ്ററിനോട് പറഞ്ഞത് പീറ്റർക് ഇഷ്ട്ടപെട്ടിലിയോ ഇനി ഡയാനയെ കിട്ടുന്ന കാര്യം നടക്കുമോ ഇല്ലിയോ എന്നു അറിയാതെ ഒരു കൺഫ്യൂഷൻ അല്ലെങ്കിൽ സംശയ ഭാവത്തിൽ മുഖഭാവം കൊടുക്കുന്ന ഡോക്ടർ സോഫിയ.
(പീറ്ററ്നെ കാണിക്കുന്നു)

പീറ്റർ പോയി വാതിൽ തുറന്നു വെളിയിൽ നല്ല മൂടൽ മഞ്ഞു ഉണ്ടായിരുന്നു. പീറ്റർ നേരെ നോക്കി ആരെയും കണ്ടില്ല. പീറ്റർ വെളിയിലോട്ട് ഇറങ്ങാൻ മുന്നോട്ട് നടന്നപ്പോൾ എന്തിലോ ചവിട്ടി എന്നു മനസിലായി നോക്കിയപ്പോൾ ഒരു നീളം ഉള്ള തണ്ട് ഉള്ള ഇല്ലകൾ ഉള്ള ഒരു വെള്ള നിറത്തിൽ ഉള്ള റോസാ പൂവ്. പീറ്റർ അത് എടുത്തു നോക്കി. പീറ്ററിൻറെ ചെവിയിൽ ആരോ ഒരു ചെറിയ കുട്ടി (ഫ്രഞ്ച്) ഭാഷയിൽ പ്രാർത്ഥിക്കുന്ന പോലെ തോന്നുന്നു. പീറ്റർ ആകെ അസ്വസ്ഥൻ ആകുന്നു. കൈയിൽ ഇരുന്ന റോസാ പൂവ് വലിച്ചു എറിഞ്ഞു ഒരു കൈകൊണ്ട് ചെവി പൊത്തി വെച്ചിട്ട് മറ്റേ കൈ കൊണ്ട് ഡോർ തുറന്നു അകത്തു കയറി പീറ്റർ ഡോർ അടച്ചിട്ടു പീറ്ററിൻറെ കട്ടിലിൻറെ അടുത്ത് പോയി പീറ്റർ നില്ക്കുന്നു അപ്പോഴേക്കും ചെവിയിൽ കേട്ടോണ്ട് ഇരുന്ന പ്രെയർ പതിയെ നില്കുന്നു. പീറ്ററുടെ അസ്വസ്ഥത എല്ലാം മാറുന്നു." പീറ്റർ തന്റെ കട്ടിലിൻറെ മുകളിൽ കിടന്ന പീറ്റർ നോക്കികൊണ്ടിരുന്ന ഫയൽ അതിലെ പീറ്റർ എടുത്തു വെച്ച പേജിൽ പീറ്റർ ഒന്നുടെ സൂക്ഷ്മമായി

നോക്കുന്നു.

(പീറ്റർ രാവിലെ തന്നെ ആക്സിഡന്റ് നടന്ന സ്ഥലത്തേക്ക് പോകാൻ തീരുമാനിക്കുന്നു)

പീറ്റർ തന്റെ വീട്ടിൽ നിന്നും ആക്സിഡൻന്റ് നടന്ന സ്ഥലത്തേക്ക് തന്റെ കാറിൽ പോയികൊണ്ട് ഇരിക്കുന്നു.

പീറ്റർ കാറിൽ ആക്സിഡന്റ് നടന്ന സ്ഥലത്തേക്ക് പോകുന്ന വഴിയിൽ വെച്ച് പീറ്റർ ഫോൺ എടുത്തു ഡോക്ടർ സോഫിയയെ വിളിക്കുന്നു (ഡോക്ടർ സോഫിയയുടെ ഫോണിൽ റിങ് അടിക്കുന്നു. റിങ് അടിക്കുന്നത് പിറ്ററിന്റെ ഫോണിൽ നിന്നും കേൾക്കുന്നതായിട്ട്)

ഡോക്ടർ സോഫിയ: ഹലോ .

സോഫിയ ഫോൺ അറ്റൻഡ് ചെയുന്നു.

(ഡ്രൈവ് ചെയ്തോണ്ട് പീറ്റർ സോഫിയയോട് പറയുന്നതായി കാണിക്കുന്നു)

പീറ്റർ: സോഫിയ ഡോക്ടർ ഒരു റിക്വസ്റ്റ് കൊടുത്ത് അത് മുകളിൽ ഉള്ളവന്മാർ കനിഞ്ഞു വരുമ്പോഴേക്കും അവൾ ഫോസ്റ്റർ ഹോമിലേക്ക് പോകും . രണ്ടു ദിവസത്തെ കാര്യം അല്ലെ ഒള്ളു. ഡോക്ടർ അവളെ വീട്ടിലേക്കു കൊണ്ട് പൊയ്ക്കോ.

ഡോക്ടർ സോഫിയ: ഞാൻ അവളെ കൊണ്ട് പോയാൽ പീറ്ററിന്റെ ജോലിക് എന്തേലും പ്രശ്നം ആകുമോ.

പീറ്റർ: ഇ ഒരു കാര്യം കാരണം എന്റെ ജോലി പോകുവാണേൽ ഞാൻ പോട്ടെന്നു വെയ്ക്കും . ഡോക്ടർ പേടിക്കണ്ട എന്റെ ജോലി അങ്ങനെ പോകത്തില്ല.

(ഡോക്ടർ സോഫിയയെ കാണിക്കുന്നു)

ഡോക്ടർ സോഫിയ: താങ്ക്സ് പീറ്റർ. (നന്ദി പൂർവ്വം ഉള്ള മുഖഭാവം ഒരു ചെറിയ പുഞ്ചിരിയും മുഖത്ത് വരുന്നു)

പീറ്റർ: ഓക്കേ ഡോക്ടർ ഞാൻ ഡ്രൈവ് ചെയുവാ പിന്നെ വിളികാം.

(പീറ്റർ ഒരു ചെറിയ പുഞ്ചിരി ഓട് കൂടി കോൾ കട്ട് ചെയുന്നു)

പീറ്റർ വണ്ടി ഓടിച്ചു ആക്സിഡന്റ് നടന്ന സ്പോട്ടിൽ എത്തി. പീറ്റർ വണ്ടി സൈഡിലോട്ട് ഒതുക്കി. കാറിൽ നിന്നും ഇറങ്ങി. പീറ്റർ പയ്യെ മുന്നോട്ട് നടക്കാൻ തുടങ്ങി. റോഡിൽ വണ്ടിയുടെ പൊട്ടിയ ചില്ലുകൾ ചിതറി കിടക്കുന്നു. സംശയിക്കാൻ മാത്രം അവിടെ വേറെ ഒന്നും പീറ്റർ കണ്ടില്ല. പീറ്റർ ആ ചുറ്റുവട്ടത് എല്ലാം നോക്കി അവിടെ എങ്ങും

സംശയിക്കാൻ മാത്രം ഒന്നും ഇല്ലായിരുന്നു. അവർ കാട്ടിൽ നിന്നും വന്ന ദിശയിലേക് പീറ്റർ ഇറങ്ങി നടക്കാൻ തുടങി. പരിസരം വീക്ഷിച്ചു ച്ചു മുന്നോട്ട് നടന്നുകൊണ്ട് ഇരിക്കുന്നു. (റോഡിൽ ഒരു ജീപ്പ് വന്നു നിൽക്കുന്ന ശബ്ദം കേൾക്കുന്നു) പീറ്റൻ്റെ കണിൽ പെട്ടന് ആണ് ഒരു വണ്ടിയുടെ (ഏതോ ഒരു കാറിൻ്റെ സൈഡ് മിറർ) സൈഡ് മിറർ കാണുന്നു പീറ്റർ അത് അടുത്ത് ചെന്നു നോക്കുന്നു അത് തറയിൽ നിന്നും എടുക്കുന്നു. ആ മിറർ ഒരു കാറിൻ്റെ ആണെന്ന് പീറ്റർക്കു മനസിലായി. സൈഡ് മിറർ നല്ല പോലെ പൊട്ടി ഇരുന്നു. അതിൻ്റെ ബാക്കിൽ ഏതോ ഒരു മരത്തിൻ്റെ തൊലി (skin) ചെറിയ രീതിയിൽ പറ്റി പിടിച്ചിട്ടുണ്ടാരുന്നു. പീറ്റർ സൈഡ് മിറർ വീക്ഷിച്ചുകൊണ്ട് ഇരിക്കുമ്പോൾ പുറകിൽ നിന്നും ആരോ നടന്നു വരുന്ന ശബ്ദം കേൾക്കുന്നു (പീറ്റർ അതൊന്നും ശ്രദ്ധിക്കുന്നില്ല) പെട്ടന് ആണ് 'സാറേ' എന്നു ഒരു വിളി വരുന്നത്. പീറ്റർ ഞെട്ടി ഒന്ന് പുറകിലേക്ക് നോക്കി. അത് അവിടുത്തെ ഒരു ലോക്കൽ ഫോറെസ്റ്റ് ഓഫീസർ ആയിരുന്നു അയാളുടെ കൂടെ രണ്ട് കീഴ്ജീവനക്കാർ ഉണ്ടായിരുന്നു. (അയാൾ യൂണിഫോം ഇട്ടുകൊണ്ട് അതിൻ്റെ മുകളിൽ സെറ്റർ ഫുൾ സ്ലീവ് ഇട്ടുകൊണ്ട് ആണ് വന്നത് അയാളുടെ തലയിൽ കാപ്പിപ്പൊടി നിറം ഉള്ള കൗ ബോയ് ഹാറ്റ് പിന്നെ കാപ്പിപ്പൊടി നിറത്തിൽ ഉള്ള ബൂട്ടും ഉണ്ടായിരുന്നു). അയാളുടെ പേര് ഐസക് എന്ന് ആരുന്നു. ഐസക്ക് പീറ്ററിനോട്.

ഐസക്ക് : ഇതൊരു റെസ്ട്രിക്റ്റഡ് ഏരിയ ആണെന്ന് തനിക് അറിയിലെ. (ഐസക് പീറ്റൻ്റെ കൈയിൽ സൈഡ് മിറർ ഇരിക്കുന്നത് കണ്ടിട്ട്) താൻ എന്താ ചെയുവാ ഇവിടെ?

പീറ്റർ തന്റെ ഐഡന്റിറ്റി കാർഡ് ഇട്ടേക്കുന്ന കോട്ടിൽ നിന്നും എടുത്തു കാണിക്കുന്നു. ഐസക് അത് വാങിച് നോക്കികൊണ്ട് ഇരിക്കുമ്പോൾ തന്നെ പീറ്റർ ബാക്കി പറയുന്നു.

പീറ്റർ: കഴിഞ്ഞ ദിവസം ഒരു ആക്സിഡന്റ് നടന്നാരുന്നു. (പീറ്റർ തിരിഞ്ഞു മുന്നോട്ട് നടന്നുകൊണ്ട് പരിസരം വീക്ഷിച്ചു കൊണ്ട് പറയുന്നു) അമ്മയും കുഞ്ഞും എന്നു തോന്നിക്കുന്ന രണ്ടു സ്ത്രീകൾ ആണ് ആക്സിഡന്റീൽ പെട്ടത്. നിങ്ങൾ പറഞ്ഞ ഇ റെസ്ട്രിക്റ്റഡ് ഏരിയയിൽ നിന്നും ആണ് അവർക്കു ആക്സിഡന്റ് പറ്റിയത്. അതും

കാട്ടിൽ നിന്നും ഓടി രക്ഷപെടുന്നതിൻറെ ഇടയിൽ വെച്ച്. മനുഷ്യ വാസം ഇല്ലാത്ത് നിങ്ങളുടെ ഇ റെസ്ട്രിക്റ്റഡ് ഏരിയയിൽ അതും ഇ കാടിനുള്ളിൽ എങ്ങനെ അവരു ഇവിടെ എത്തി പെട്ടു. ആരിൽ നിന്നും ആണ് അവർ ഓടി രക്ഷപെടാൻ നോക്കിയത് എന്നൊക്കെ അറിയാൻ വേണ്ടി ആണ് ഞാൻ ഇവിടെ വന്നത്. (പീറ്റർ കൂടുതൽ ഒന്നും അവരെ കുറിച് വെള്ളിപ്പെടുത്താതെ രീതിയിൽ കാര്യങ്ങൾ പറയുന്നു)

(ഐസക് മുഖത്ത് ഒരു സംശയ ഭാവം വെച്ചോണ്ട്)

ഐസക് : സാർ എൻറെ പേര് ഐസക്. സാറ് പറഞ്ഞപോലെ ഒരു സംഭവം ഞാൻ നടന്നതായിട്ട് അറിയില്ല.

ഐസക് പറഞ്ഞത് കേൾക്കാത്ത രീതിയിൽ പീറ്റർ വീണ്ടും മുന്നോട്ട് നടന് പോകുന്നു പിന്നാലെ ഐസക്കും കൂടെ മറ്റു രണ്ട് ഉദ്യോഗസ്ഥരും. ഐസക് പറഞ്ഞതിന് പീറ്റർ മറുപടി പറയുന്നില്ല. ഐസക് വീണ്ടും പീറ്ററിനോട് പറയുന്നു.

ഐസക് : സാറേ ഇനി മുന്നോട്ട് പോകണോ വന്യ മൃഗങ്ങൾ ഒരുപാട് ഉള്ളതാ.

പീറ്റർ: ഐസക്കിനു പേടി ഉണ്ടോ?

ഐസക് : ഞങ്ങൾക്കു കുടുംബം ഉള്ളതാ സാറെ കൈയിൽ ഒരു തോക്ക് പോലും ഇല്ലാതെ എങ്ങനെയാ.

രണ്ടു പേരും സംസാരിച്ചു മുന്നോട്ട് നടന്നുകൊണ്ട് ഇരിക്കുമ്പോൾ പീറ്റർ ദൂരെ ഒരു പഴയ ആരും ഉപയോഗിക്കാതെ കിടക്കുന്ന ഒരു ബ്രിട്ടീഷ് മോഡൽ ചെറിയ ബെഗള്ളാവ് (bungalow) രൂപത്തിൽ പണിഞ്ഞു ഇരിക്കുന്ന് ഒരു വീട് കാണാം. ആരും നോക്കാതെയും കാണാതെയും ആരും ഉപോയോഗികത്തെ കിടക്കുന്ന രീതിയിൽ ആണ് വീട് കിടക്കുന്നത്.

(പീറ്റർ വീടിന്റെ അടുത്തേക് നടക്കുന്നു കൂടെ ഐസക്കും മറ്റു രണ്ടു ഉദ്യോഗസ്ഥരും)

പീറ്ററുടെ നടത്തം ആ വീട്ടിലേക് ആണെന് മനസിലായ ഐസക് പീറ്ററിനോട്

ഐസക്: ബ്രിട്ടീഷു കാർ ഉള്ളപ്പോൾ കാട്ടിൽ താമസിക്കാൻ പണിഞ്ഞ വീടാ ഇത്. ചില ദിവസം രാത്രിയിലൊക്കെ ഇവിടെ പ്രാർത്ഥനയും ദുർആചാരവും നടന്നതായിട്ട് പറയുന്നുണ്ട്. രാത്രി കുർബാനയ്ക്ക പന്നിയെ കുരുതി കൊടുത്തിരുന്നതയും പറഞ്ഞു കേട്ടിട്ടുണ്ട്. അവരു

പോയി കഴിഞ്ഞിട്ടു പിന്നീട് കുറെ നാൾ ഇത് കാട് കാണാൻ വരുന്ന സായിപ്പുംമാർക്ക് താമസിക്കാൻ വേണ്ടി ആരുന്നു. പിന്നീട് താമസിക്കാൻ വന്ന" സായിപ്പൂമാരെ പുലി പിടിച്ചതിൽ പിന്നെ ഇങ്ങോട്ട് ആരും വന്നിട്ടില്ലെന്ന കേട്ടത്. പിന്നെ വീട് ആരും നോക്കാതെയും കാണാതെയും ഇ അവസ്ഥയിൽ ആയി.

(ഇത്രെയും പറഞ്ഞു കൊണ്ട് അവർ വീടിൻ്റെ മുന്നിൽ എത്തി)
വീടിന്റെ മുനിലത്തെ പ്രധാന വാതിൽ നീളവും വലിപ്പവും ഉള്ളതായിരുന്നു അത് തടി കോണ്ട് ഉണ്ടാക്കിയതായിരുന്നു. ഡോർ പകുതി തുറന്നു കിടന്നിരുന്ന അവസ്ഥയിൽ ആയിരുന്നു. ഡോറിൻ്റെ ഹാൻഡിലിൽ ചോര പാടുകൾ ഉണങ്ങി ഇരുപുണ്ടായിരുന്നു.
(പീറ്റർക് അവർ രണ്ടു പേരും ഇ വീട്ടിൽ നിന്നാണോ രക്ഷപ്പെട്ടു ഓടിയത് എന്ന് ഉള്ള സംശയം വെച്ച് അകത്തോട്ടു കേറാൻ പീറ്റർ നോക്കുന്നു)
പീറ്റർ ഡോർ തുറന്നു. മുറിയുടെ അകത്തു ചെറുതായിട്ട് ഇരുട്ട് മുടിട്ടുണ്ടായിരുന്നു. (കാടിൻ്റെ ഉള്ളിൽ ആയതു കോണ്ട് വെളിച്ചം പൊതുവെ കുറവാണു) എങ്കിലും എല്ലാം കാണാൻ പറ്റുന്ന അവസ്ഥയിൽ ആയിരുന്നു. പീറ്ററും ഐസക്കും മറ്റു രണ്ടു ഉദ്യോഗസ്ഥരും കൂടി വീടിന്റെ അകത്തു കയറി. വീടിൻ്റെ അകത്തു ബ്രിട്ടീഷ് സ്റ്റാൻഡേർഡ് രീതിയിൽ ഉള്ള സോഫകൾ. ചന്ദലിയർ ലൈറ്റുകൾ. കാർപെറ്റ് വിരിച്ച ഫ്ളോർ. ഒരു വുഡ് ബർണർ .

ജനലുകൾ എല്ലാം കറുത്ത കർട്ടൻ കോണ്ട് മൂടി ഇട്ടേക്കുന്ന നിലയിൽ കിടക്കുന്നു. നല്ല വീതിയും നീളവും ഉള്ള ഒരു ഹാൾ ആണ് അത്. മുകളിലത്തെ നിലയിൽ മൂന്ന് ബെഡ് റൂമുകൾ എന്ന രീതിയിൽ ആണ് ആ വീട്.
പീറ്റർ മുന്നോട്ട് നടക്കുന്നു പുറകെ ഐസക്കും ഉണ്ട്. ജനലുകൾ മറച്ചിരുന്ന കർട്ടൻ പീറ്റർ വലിച്ചു താഴേക്ക് ഇടുന്നു. വെളിച്ചം മുറിയിലേക് വരുന്നു. ഹാളിൻ്റെ അറ്റത്തെ ഭിത്തിയിൽ ഒരു കുരിശ് തല കീഴ് ആയി വെച്ചേക്കുന്നു അതിൽ വെയിൽ അടിക്കുന്നു.
(അവിടുന്നു നേരെ താഴോട്ട് ഫ്ളോറിലേക് പീറ്ററുടെ ശ്രെദ്ധ പോകുന്നു)
അവിടെ ഒരു ബോഡി കിടക്കുന്നു.
പീറ്റർ ഒന്ന് ഞെട്ടി തരിച്ചു നില്കുന്നു. പുറകിൽ നിന്ന ഐസക്

ബോഡി കണ്ടിട്ട് പീറ്ററിൻ്റെ അടുത്തേക് ഞെട്ടി തരിച്ചു വരുന്നു.

(വീണ്ടും ഡെഡ് ബോഡി കാണിക്കുന്നു)

പീറ്റർന്റെ തോളിൽ കൈ വെച്ച് ഐസക്ക്. ഐസക്കിന്റെ കൈയിലേക്ക് നോക്കി പീറ്റർ.

(ഡോക്ടർ സോഫിയയുടെ വീട് കാണിക്കുന്നു. അവിടെ ഡോക്ടർ സോഫിയയും ഡയാനയും മാത്രമാണ് ഉള്ളത്)

ഡോക്ടർ സോഫിയ ഡയാനയുടെ പുറത്ത് കൈ വെക്കുന്നു.

പെട്ടന്ന് ഡയാന തിരിഞ്ഞു നോക്കുന്നു. (ഡോക്ടർ സോഫിയയുടെ വീടിന്റെ ജനലിന്റെ കർട്ടൻ മാറ്റി വെളിയിലെ കാഴ്ചകൾ കാണുകയാണ് ഡയാന)

ഡോക്ടർ സോഫിയ കൈയിൽ ഉള്ള ഒരു ഗ്ലാസ് ചൂട് പാൽ ഡയാനയുടെ കൈയിൽ കൊടുത്തിട്ട്. ഡോക്ടർ സോഫിയ ഡയാനയോട് പറയുന്നു.

ഡോക്ടർ സോഫിയ: ഇ വീടൊക്കെ മോൾക് ഇഷ്ട്ടപെട്ടോ.

ഡയാന സോഫിയയെ നോക്കി ചെറുതായിട്ട് ചിരിച്ചു. തൊട്ട് അടുത്തുണ്ടായിരുന്ന ഡെയിനിങ് ടേബിളിൽ അവർ രണ്ടു പേരും ഇരുന്നു. (രണ്ടുപേരും ഓപ്പോസിറ്റ് ആയിട്ടാ ഇരുന്നത്) ഡയാന കൈയിൽ ഉണ്ടായിരുന്ന ചൂട് പാൽ ടേബിളിൽ വെച്ചു. ഡയാനയ്ക് ഉള്ള ഫ്രൂട്ട്സ് മുറിച്ചു ടേബിളിൽ നേരത്തെ തന്നെ സോഫിയ വെച്ചിട്ടുണ്ടായിരുന്നു. അത് നീക്കി ഡയാനയുടെ അടുത്തേക് വെക്കുന്നു.

(സോഫിയ ഡയാനയോട് ബാക്കി ആയി പറയുന്നു)

ഡോക്ടർ സോഫിയ: കഴിക്ക്.

സോഫിയയെ നോക്കികൊണ്ട് ഡയാന പ്ലേറ്റിൽ നിന്നും ഒരു ആപ്പിൾൻ്റെ പീസ് എടുത്തു കഴിക്കുന്നു.

ഡോക്ടർ സോഫിയ ഡയാനയുടെ പപ്പയെ പറ്റി കൂടുതൽ അറിയാൻ വേണ്ടി ഡയാനയോട് ഒരു നയത്തിൽ കാര്യങ്ങൾ ചോദിച്ചു അറിയാൻ ശ്രമിക്കുന്നു.

ഡോക്ടർ സോഫിയ: മോളുടെ പപ്പാ മോളെ ഉപദ്രോവികുമായിരുന്നു അല്ലെ. പപ്പാ ഭയങ്കര ക്രുവൽ ആയിരുന്നു മോളോട് അല്ലെ?

ഡയാന: നോ . പപ്പാ പപ്പയ്ക്കു വേണ്ടി അല്ല ഞങ്ങളെ വേദനിപ്പിച്ചേ. ഇറ്റ് ഈസ് ഫോർ ഔർ ഗോഡ് .

ഡോക്ടർ സോഫിയ: മമ്മിയോട് ചെയ്തത് പപ്പാ ചെയ്തത് തെറ്റ് അല്ല. മമ്മിയെ ഇ അവസ്ഥയിൽ ആക്കിയത് മോളുടെ പപ്പാ അല്ലെ.

ഡയാന: മമ്മ റൂൾസ് തെറ്റിക്കുമ്പോൾ ആണ് പപ്പാ മമ്മയെ പണിഷ് ചെയുന്നെ.

സോഫിയ: പപ്പാ എന്താണ് എന്ത് റൂൾസ് ആണ് മോളോട് പറഞ്ഞത്.

ഡയാന (ഒന്ന് ആലോചിച്ചതിനു ശേഷം

പറയുന്നു)

(ഡയാന നടന്ന കാര്യങ്ങൾ എല്ലാം ഓർത്തെടുത്തു പറയാൻ ശ്രെമിക്കുന്നു)

ഡയാന : ഉറങ്ങനത്തിന് മുന്നേ ഗോഡ്ൻറെ പ്രയർ പപ്പയുടെ കൂടെ വായിക്കണം. വായിച്ചിട്ട് പപ്പ തരുന്ന വെള്ള റോസാ പൂവ് കോണ്ട് ഗോഡിന് കൊടുക്കണം. പപ്പ വരുമ്പോൾ ഒകെ ഓടി പോയി പപ്പയുടെ മുന്നിൽ മുട്ട് കുത്തി ഞാനും മമയും ഇരിക്കണം എന്നിട്ട് കൈകൾ രണ്ടും മുന്നോട്ട് നീട്ടി പപ്പയെ കൈകൾ തിരിച്ചും മറിച്ചും കാണിക്കണം. അതുകഴിഞ്ഞു പപ്പ ഫ്ലോർ നോക്കും ഫ്ലോറിൽ ഡേർട്ട് വല്ലോം ഉണ്ടെങ്കിലോ എന്തേലും സാധനങ്ങൾ കിടപ്പുണ്ടെങ്കിലോ പപ്പ മമ്മയെ അടിക്കും. അത് കഴിഞ്ഞു പപ്പ എന്നോട് ഇംഗ്ലീഷിൽ ഓരോ വാക് ചോദിക്കും എന്നിട്ട് അതിൻറെ സ്പെല്ലിങ് പറയിപ്പിക്കും. മലയാളത്തിൽ ഓരോ വാക്കുകൾ പറഞ്ഞിട്ട് അതിൻറെ ഇംഗ്ലീഷ് പറയാൻ പറയും. ശെരി ആയി പറഞ്ഞാൽ പപ്പ എനിക്കും അമ്മയ്ക്കും ചോക്ലേറ്റ് തരും. ഏഴ് ദിവസം കൂടി ഇരിക്കുമ്പോൾ പപ്പ വരും (രാത്രിയിൽ) അപ്പോൾ പപ്പയുടെ ചുണ്ടിലും മുഖത്തും ചോര കാണും (കറുത്ത കോട്ട് ഇട്ടുകൊണ്ട്). അപ്പോൾ ഞനും മമയും കൂടി പപ്പയുടെ മുന്നിൽ പോയി മുട്ടുകുത്തി നിൽക്കണം. പപ്പ കൈയിൽ ഉള്ള തുണിയും കോണ്ട് എൻറെയും മമയുടെയും കണ്ണ് മൂടി കെട്ടും എന്നിട്ട് ഞങ്ങളെ ഗോഡ്ൻറെ അടുത്തേക് കൊണ്ടുപോകും അവിടെ ചെന്നിട്ട് എൻറെയും അമ്മയുടെയും കെട്ട് അഴികും. എന്നിട്ട് അവിടെ തറയിൽ കിടക്കുന്ന ചോര എന്നെയും അമ്മയെയും കോണ്ട് തൊടപ്പിക്കും.

(വീണ്ടും ഡയാനയെ കാണിക്കുന്നു)

ഡയാന ഇത്രേം പറഞ്ഞു കഴിഞ്ഞിട്ടു ഡോക്ടർ സോഫിയയെ നോക്കുന്നു.

(ഡോക്ടർ സോഫിയ കാര്യങ്ങളുടെ സീരിയസ്നെസ്സ് മനസിലാക്കി ഉള്ള എക്സ്പ്രഷൻ മുഖത്ത് വരുന്നു)

ഡോക്ടർ സോഫിയ ഡയാനയെ നോക്കി ചിരിക്കുന്നു.

(പീറ്ററും ഐസക്കും കൂടി ബോഡി കിട്ടിയ സ്ഥലത്ത് നിക്കുന്നതായിട്ട് കാണിക്കുന്നു)

പീറ്റർ സ്റ്റേഷനിൽ വിളിച്ചു അറിയിച്ച പ്രകാരം പോലീസുകാർ തെളിവ്ടുപിനായി സംഭവസ്ഥലത്തു വന്നു കൂടെ ഫോറെൻസിക് ഉദ്യോഗസ്ഥരും പിന്നെ ഡോഗ് സ്ക്വാടും. പിന്നെ ഇത് അറിഞ്ഞു എത്തിയ മാധ്യമങ്ങളും. മാധ്യമങ്ങളെ പോലീസ് വീടിൻ്റെയും വീടിൻ്റെ പരിസരത്ത് നിന്നും മാറ്റി നിർത്തിയേകുവാണ്. അവിടെ നിന്നുകൊണ്ട് ആണ് അവർ റിപ്പോർട്ട് ചെയുന്നത്.

പീറ്ററും ഐസക്കും കൂടി ബോഡിയുടെ അടുത്ത് നില്കുന്നു. കൂടെ പോലീസുകാരും ഫോറെൻസിക് ഉദ്യോഗസ്ഥരും പോലീസിന് വേണ്ടി ഫോട്ടോ എടുക്കുന്ന ആളും ഉണ്ട്. ഫോറെൻസിക് ഉദ്യോഗസ്ഥർ ബോഡി പരിശോധിക്കുന്നു. മുഖം തിരിച്ചറിയാത്ത രീതിയിൽ ആണ് ബോഡി കിടക്കുന്നത് ഒരു ദിവസത്തെ പഴകവും ബോഡിക് ഉണ്ട്.

ബോഡി നിരീക്ഷിച്ചു കോണ്ട് ഇരുന്ന പീറ്റർ അവിടുന്നു മാറി അവിടുത്തെ പരിസരം നിരീക്ഷിക്കാൻ തുടങി. ഉരുകി പിടിച്ച് മെഴുകുതിരികളും, പന്നിയുടെ തലയോട്ടിയും, ചോര പാടുകളും, ഒരു കറുത്ത കുർബ്ബാന നടന്ന എല്ലാം ലക്ഷണങ്ങളും ഉണ്ട്. വീട് ആകപ്പാടെ എല്ലാം വെർത്തി ആയി കിടക്കുന്നു. ആരോ താമസിച്ചിരുന്നത് പോലെ. പീറ്റർ വീണ്ടും പരിസരം നടന്നുകൊണ്ട് നിരീക്ഷിക്കാൻ തുടങി. പീറ്റർ എത്ര തിരഞ്ഞിട്ടും അവരുടെ ബൈബിൾ എങ്ങും കാണാൻ ഇല്ല. (അവരും ബൈബിൾ പോലെ ഉള്ള അവരുടെ വിശ്വാസങ്ങളും ആചാരങ്ങളും എഴുതിയ ബുക്ക് ഉണ്ട്) പീറ്റർ വീണ്ടും അവരുടെ ബൈബിൾ കിട്ടാൻ വേണ്ടി വീക്ഷിച്ചുകൊണ്ട് നടന്നു.

പീറ്ററിൻ്റെ കണ്ണിൽ ഒരു വാതിൽ പെട്ടു. ആ വാതിൽ പൂട്ടിയേക്കുവായിരുന്നു. പീറ്റർ തുറക്കാൻ നോക്കിയിട്ട്, പറ്റുന്നില്ല. ആ വാതിൽ ഒരു വർക്ക് ഏരിയയുടെ അടുത്ത് ആയിരുന്നു. അവിടെ ഇരുന്ന ഒരു ചുറ്റിക വെച്ച് റൂമിൻ്റെ ലോക്ക് താലിപൊളിച്ചു വാതിൽ തുറന്നു അകത്തു കയറി. വാതിൽ പൊളിക്കുന്ന ശബ്ദം കേട്ടിട്ടു

ഐസക്കും അവിടെ നിന്ന മറ്റു പോലീസു കാരും കൂടി വന്നു നോക്കി.

(പീറ്റർ അകത്തേക്കു പോകാൻ തുടങ്ങി)

പീറ്റർ ആദ്യം പോകുന്നു കൂടെ ഐസക്കും മറ്റു പോലീസുകാരും ഉണ്ട്. താഴത്തേക്കു പോകാൻ പടികൾ കൊടുത്തിട്ടുണ്ട്. പീറ്റർ ആ പടികൾ ഇറങ്ങുന്നു. പീറ്റർ ഇറങ്ങി ചെല്ലുന്നത് ഒരു അണ്ടർഗ്രൗണ്ട് ബേസ്മെന്റിൽ ആയിരുന്നു.

(റൂമിന്റെ ഡീറ്റെയിൽസ് കാണിക്കുന്നു)

അവിടെ ഒരു റൂം പോലെ ആയിരുന്നു. കട്ടിലും ഫുഡ് കഴികാൻ ഉള്ള ടേബിളും പിന്നെ ചെറിയ ഒരു കിച്ചൻ പോലെ രണ്ട് – മൂന്ന് പാത്രങ്ങളും കുറച്ചു കുറച്ചു സ്പൂണുകളും ആഹാര സാധനങ്ങൾ ആയ ബിസ്ക്കറ്റ്. കുട്ടികൾക്കു കൊടുക്കുന്ന ഓട്സ്. ഒഴിഞ്ഞു കിടക്കുന്ന പാൽ പാക്കറ്റ്. പിന്നെ ഒരു ചളുങ്ങി ഇരിക്കുന്ന ഇലക്ട്രിക് കെറ്റിലും.

(പീറ്റർനെയും കൂടുള്ളവരെയും വീണ്ടും കാണിക്കുന്നു)

ഐസക്കിന്റെയും ബാക്കി അവിടെ നിന്ന പോലീസ് ഉദ്യോഗസ്ഥരുടെയും മുഖത്ത് സംശയത്തിന്റെ ഭാവം ഉണ്ടായിരുന്നു. എന്നാൽ പീറ്റർക് മനസിലായി ഇ മുറിയിൽ ആണ് അവർ താമസിച്ചത് എന്ന്. പീറ്റർ ആരെയും വക വെക്കാതെ മുന്നോട്ട് നടക്കുന്നു. അവിടെ ഒരു ചെറിയ റൂം ഉണ്ട് അത് പീറ്റർ കാണുന്നു. അതിന്റെ അകത്തു പീറ്റർ കയറുന്നു. (ആ റൂമിൽ ആരുന്നു ഡയാന കിടന്നത്) പീറ്റർ അതിന്റെ അകം പരിശോധിക്കുന്നു. അവിടെ ഇരുന്ന ഒരു കൊച്ചു ടേബിളിൽ ഡയാനയുടെ ഡ്രോയിങ് ബുക്ക് കിട്ടി. അതിന്റെ അകത്തെ ഡ്രോയിങ്ങുകൾ ഒകെ ഒന്ന് നോക്കി. രണ്ട് മൂന്ന് പേജുകൾ നോക്കിട്ട് പീറ്റർ ഡയാനയുടെ റൂമിൽ നിന്നും വെളിയിൽ വന്നു.

പീറ്റർ വെളിയിൽ വന്നപ്പോ അവിടെ ഫോറെൻസിക് ഉദ്യോഗസ്ഥരും. പിന്നെ പീറ്ററിന്റെ കൂടെ വന്ന പോലീസ് ഉദ്യോഗസ്ഥരും.

കൈയിൽ ഡ്രോയിങ്ങ് ബുക്ക് പിടിച്ചു നിന്ന പീറ്ററിന്റെ അടുത്തേക് ഐസക്ക് വന്നു.

ഐസക്നെ ഒന്ന് നോക്കീട്ടു ഡ്രോയിങ്ങ് ബുക്കിൽ നിന്നും കണ്ണ് എടുത്ത്

പീറ്റർ: എമിലിയും ഡയോനയും ഇ മുറിയിലാരിക്കും ജീവിച്ചത്.

ഐസക്കിന് അവർക്ക് എന്താ സംഭവിച്ചത് എന്നും അവരെ കുറിച്

കൂടുതൽ അറിയാനുള്ള ആഗ്രഹം ഉണ്ട് അത് പീറ്ററിനോട് ചോദിക്കാൻ വേണ്ടി വന്നപ്പോൾ ആണ് പെട്ടന്നൊരു കോൾ പീറ്ററിനു വരുന്നത് അത് ഡോക്ടർ സോഫിയ ആരുന്നു. പീറ്റർ ഫോൺ കട്ട് ചെയ്തു. ഐസക് വീണ്ടും പീറ്ററിനോട് അവരെ പറ്റി ചോദിക്കാൻ തുടങി.

ഐസക് : അവർക്കു ഇപ്പോൾ എങ്ങനെ ഉണ്ട്. ഇപ്പോൾ ഏതു ഹോസ്പിറ്റലിലാണ് ഉള്ളത്?

പീറ്റർ: കൊച്ചിന് കുഴപ്പമില്ല ആ സ്ത്രീ ഐസിയുവിൽ ആണ് ബോധം വന്നിട്ടില്ല.

വീണ്ടും പീറ്റർക്ക് ഡോക്ടർ സോഫിയയുടെ ഒരു മെസ്സേജ് തന്റെ ഫോണിൽ വരുന്നു. ഐസക്നോടുള്ള സംസാരം നിർത്തി ഫോണിൽ വന്ന മെസ്സേജ് നോക്കുന്നു. ആ മെസ്സേജിൽ ഇങ്ങനെ ആരുന്നു എഴുതിയേകുനെ. പ്ലീസ് പിക്ക് അപ്പ് ദി ഫോൺ ഇറ്റ്സ് അർജെന്റെ.

(പീറ്റർ മെസ്സേജ് കണ്ട് ഡോക്ടർ സോഫിയെ വിളിക്കുന്നു)

ഡോക്ടർ സോഫിയ ഫോൺ എടുത്തതും. പീറ്ററനോട് ഇങ്ങോട്ട് ഒന്നും സംസാരിക്കാൻ അനുവദിക്കത്തെ പെട്ടന് തന്നെ കാര്യങ്ങൾ പറയുന്നു.

ഡോക്ടർ സോഫിയ: പീറ്റർ ഡി. എൻ. എ റിസൾട്ട് വന്നു. ഡയാന എമിലിയുടെ മകൾ അല്ലെന്ന് ആണ് റിസൾട്ട് കാണിക്കുന്നേ. ഇവിടെ ആണെങ്കിൽ രണ്ട്-മൂന്ന് ന്യൂസ് റിപ്പോർട്ടർ മാർ വന്നു ഹോസ്പിറ്റലിന്റെ വെളിയിൽ നിൽപ്പുണ്ട്.

പീറ്റർ: സിഐ വിളിച്ചിട്ടുണ്ടാരുന്നു ഡയാനയെ ഫോസ്റ്റർ ഹോമിലേക്കു മാറ്റണമെന്ന പറഞ്ഞു.

(ഡോക്ടർ സോഫിയയെ കാണിക്കുന്നു)

പീറ്റർ ഡയാനയെ മാറ്റണം എന്നു പറഞ്ഞപ്പോൾ. സങ്കടം നിറഞ്ഞ മുഖഭാവത്തിൽ കേട്ടു നില്കുന്നു. പീറ്റർ സോഫിയയോട്.

(വീണ്ടും പീറ്ററിനെ കാണിക്കുന്നു).

പീറ്റർ: ഞാൻ എന്തായാലും വയികിട്ടു ഡോക്ടറിന്റെ വീട്ടിൽ വരാം. ഡയാനെയും കൂട്ടി എന്നിക് ഫോസ്റ്റർ ഹോമിൽ ചെല്ലണം. ശെരി ഡോക്ടർ

പീറ്റർ കോൾ കട്ട് ചെയ്തു.

(ഡോക്ടർ സോഫിയയെ കാണിക്കുന്നു)

ഡോക്ടർ സോഫിയ ഫോൺ ചെവിയിൽ നിന്നും പയ്യെ സങ്കടത്തിൽ താഴോട്ട് കൊണ്ടുപോകുന്നു. ഡയാനയെ വിട്ടു കൊടുക്കണം എന്നുള്ള സങ്കട ഭാവം മുഖത്ത് വരുന്നു.

(പീറ്ററിനെ കാണിക്കുന്നു)

ബെയിസ്‌മെന്റിൽ ഫോറെൻസിക് കാരും പോലീസു കാരും കൂടി അവിടെ തെളിവുകൾ നോക്കികൊണ്ട് ഇരിക്കുവാണ് അതിന്റെ ശബ്ദതങ്ങൾ കേൾക്കുന്നുണ്ട്.

ഫോൺ വെച്ചതിനു ശേഷം പീറ്റർ അവിടുത്തെ ശബ്ദതങ്ങൾ കെട്ട് തിരിഞ്ഞു നോക്കുന്നു. പീറ്റൻറെ കണ്ണുകൾ അവിടിരുന്ന ഫോറെൻസിക്കുകർ പരിശോധിച്ചോണ്ട് ഇരുന്ന കെറ്റിലിലേക് പോയി.

4

(സമയം രാത്രി ആയി ഡോക്ടർ സോഫിയയുടെ വീട് കാണിക്കുന്നു)

രാത്രിയിൽ നല്ല കോരി ചൊരിയുന്ന മഴാ നല്ല മിന്നലും ഇടിവെട്ടും ഉണ്ട്. ഒരു കാർ സോഫിയയുടെ വീടിൻ്റെ അടുത്തേക് വരുന്നു അത് വീടിൻ്റെ കുറച്ചു അകലെ ആയി മാറ്റി ഇടുന്നു. വണ്ടിയുടെ ഹെഡ് ലൈറ്റ് ഓഫ് ആക്കി. വണ്ടിയുടെ വൈപ്പർ ഓൺ ആക്കി ഇട്ടിട്ടുണ്ട്.

(ഡോക്ടർ സോഫിയയുടെ വീടിൻ്റ അകം)

ഡയാന ഡെയിനിങ് ടെബിൾ ഉള്ള മുറിയിലെ ജനലിൽ കൂടെ മഴ കണ്ടു ആസ്വദിക്കുകയാണ്. ഡോക്ടർ സോഫിയ അടുക്കളയിൽ നിന്നും രണ്ടു കപ്പ് കോഫി എടുത്തോണ്ട് വരുന്നു എന്നിട്ട് അത് ഡെയിനിങ് ടേബിളിൽ വെച്ചു. എന്നിട്ട് ഡയാനയോട് സോഫിയ ചോദിച്ചു.

ഡോക്ടർ സോഫിയ: മോൾക് മഴ ഇഷ്ടമാണോ? എന്നിക് പണ്ട് മോളുടെ പ്രായത്തിൽ മഴ ഇഷ്ട്ടമായിരുന്നു. ഇപ്പോൾ മഴ ആസ്വദികാനുള്ള മനസും ഇല്ല സമയവും ഇല്ല.

അത്രെയും പറഞ്ഞിട്ടും ഒന്നും കേൾക്കാത്ത രീതിയിൽ മഴ ആസ്വദിക്കുന്ന ഡയാന. ഡോക്ടർ സോഫിയ വീണ്ടും ഡയാനയെ വിളിക്കുന്നു. ഡോക്ടർ സോഫിയ ഡയാനയോട്.

ഡോക്ടർ സോഫിയ: മോളെ ഇങ്ങു വാ കോഫി ചൂടാറിപ്പോകും.

ഡയാന ജനലിൻ്റെ അടുത്ത് നിന്നും തിരിഞ്ഞു ഡെയിനിങ് ടേബിളിൽ വന്നു ഇരിക്കുന്നു. ഡയാനയുടെ അടുത്ത് ആയിട്ട് ഡോക്ടർ സോഫിയയും ഇരിക്കുന്നു. ഡയാന കോഫി പയ്യെ കുടിച്ചോണ്ട് ഇരിക്കുന്നു. ഡയാനെ നോക്കി കോഫി കുറച്ചു കുടിച്ചിട്ട്

കപ്പ് താഴെ വെക്കുന്നു.

ഡയാനയോട് കുറച്ചു കാര്യങ്ങൾ ചോദിക്കണം അത് എങ്ങനെ ചോദിക്കും എന്നു വിചാരിച്ചു തന്റെ കപ്പിൽ കൈ കൊണ്ട് തിരുമിയും കൈ കൊണ്ട് കറക്കിയും ഇരിക്കുന്നു. രണ്ടും കൽപ്പിച്ചു ഡോക്ടർ സോഫിയ ഡയാനയോട് ചോദിക്കുന്നു.

ഡോക്ടർ സോഫിയ: മോളുടെ അമ്മയ്ക്ക് ലിണ്ട എന്ന് അല്ലാതെ വേറെ പേര് വല്ലോം ഉള്ളതായി മോൾക് അറിയാമോ. അമ്മ വേറെ എന്തേലും അമ്മയെ കുറിച് മോളോട് പറഞ്ഞിട്ടുലത്തായി മോൾക് ഓർമ ഉണ്ടോ?

ഡയാന സോഫിയയുടെ മുഖത്തേക്ക് നോക്കുന്നു.

ഡയാന: പപ്പ ഇ മമ്മയെയും ഇതിനു മുൻപുള്ള മമ്മയെയു ലിണ്ട എന്നായിരുന്നു വിളിച്ചോണ്ട് ഇരുന്നത്.

ഡോക്ടർ സോഫിയ ഒന്ന് ഷോക്ക് ആയി. (സോഫിയയുടെ ഷോക്ക് ആയ മുഖം കാണിക്കുന്നു)

ഡയാനയോട് ഡോക്ടർ സോഫിയ.

ഡോക്ടർ സോഫിയ: ഇതിനു മുൻപുള്ള അമ്മയോ?

ചോദിച്ചു തീരും മുൻപേ കോളിങ് ബെൽന്റെ ശബ്ദം കേൾക്കുന്നു.

(പീറ്റർ രാത്രിയിൽ ഡയാനയെ കൂട്ടി കൊണ്ട് പോകാൻ വേണ്ടി വന്നതായിരിക്കും എന്നു വിചാരിച് ആണ് ഇ രാത്രിയിൽ കോളിങ് ബെൽ കേട്ടപ്പോൾ ഒരു സംശയം പോലും ഇല്ലാതെ ചെന്നു വാതിൽ തുറകാൻ പോയത്)

ഡോക്ടർ സോഫിയ ചെന്നു വാതിൽ തുറന്നു. വെളിയിൽ നല്ല കോരി ചൊരിയുന്ന മഴാ ഉണ്ട്.

ഡോക്ടർ സോഫിയ വാതിൽ തുറന്നു. വാതിൽ പടിയിൽ മൂന്ന് വെള്ള നിറം ഉള്ള തൻഡിനു നീലം കൂടിയ ഇല്ലകൾ ഉള്ള റോസാ പൂവ്. (പീറ്റർനു കിട്ടിയപോലത്തെ വെള്ള റോസാ പുകൾ) വാതിൽ പടിയിൽ നിന്നും കിട്ടി. കോരി ചൊരിയുന്ന മഴ ആയതുകൊണ്ട് തന്നെ റോസാ പൂക്കൾ നനഞ്ഞിട്ടുണ്ടായിരുന്നു. ഡോക്ടർ സോഫിയ ആ പൂക്കൾ എടുത്തിട്ട് അതിലേക് നോക്കുന്നു.

(ദുരൂഹദ നിറഞ്ഞ മുഖഭാവം സോഫിയയുടെ മുഖത്ത് വരുന്നു)

(സമയം രാത്രി. പീറ്റർ കാറിൽ ഡോക്ടർ സോഫിയയുടെ വീട്ടിൽ വന്നോണ്ട് ഇരിക്കുന്നു)

പീറ്റർ ഡോക്ടർ സോഫിയയുടെ വീട്ടിലേക് കാറിൽ മഴയത്തു വന്നോണ്ടിരിക്കുന്നു. മഴാ ആയതു കാരണം പീറ്റർ പതുകെ ആണ് വരുന്നത്. പീറ്റർ സോഫീയ ഡോക്റ്ററിന്റെ വീടിൻറെ മുന്നിൽ എത്തി. നല്ല മഴ ആയതുകൊണ്ട് തന്നെ പീറ്റർ ഒരു കാലൻ കുട കൈയിൽ കരുതിയിട്ടുണ്ടായിരുന്നു. പീറ്റർ വീടിൻറെ ഗേറ്റ് തുറന്നു കിടക്കുന്നത് കണ്ടിട്ട് വണ്ടി അകത്തോട്ട് കയറ്റി നിർത്തി.

(വണ്ടിയുടെ അകത്തു നിന്നും പീറ്റർ കാണുന്നതായിട്ട്)

മഴ കാരണം ഗ്ലാസിൽ കൂടി ഒന്നും വെക്തമായി കാണുനിലെങ്കിലും ആരോ അവിടെ വീണു കിടക്കുന്നത് വണ്ടിയുടെ ഹെഡ് ലൈറ്റിൻറെ വെട്ടത്തിൽ കാണാം.

(കാറിന്റെ അകത്തു നിന്നും ഗ്ലാസിൽ കൂടി ആരോ വീണു കിടക്കുന്നതായ പീറ്റർ കാണുന്നു)

(പീറ്റർനെ കാണിക്കുന്നു)

പീറ്റർ കാറിന്റെ അകത്തു തൊട്ട് അപ്പുറത്തെ സീറ്റിൽ വെച്ചിട്ടുള്ള കാലൻ കുട എടുത്ത് ഡോർ തുറന്നു വെളിയിൽ ഇറങ്ങുന്നു.

(പീറ്റർ കാറിൽ നിന്നും വെളിയിൽ ഇറങ്ങി)

പീറ്റർ കുട നിവർത്തി മുന്നോട്ട് നടന്നു.

(അടുത്തേക് ചെല്ലും തോറും താഴെ വീണു കിടക്കുന്ന ആളുടെ മുഖവും ശരീരവും വെക്തമായി ആയി കാണാൻ പറ്റുന്ന രീതിയിൽ)

പീറ്റർ മുന്നോട്ട് നടക്കും തോറും ആളുടെ മുഖവും ശരീരവും ക്ലിയർ. ക്ലിയർ ആയികൊണ്ട് ഇരിക്കുന്നു. പീറ്റർ നടന്നു ആ വീണു കിടക്കുന്ന ആളുടെ അടുത്ത് എത്തുന്നു.

അത് ഡോക്ടർ സോഫിയ ആയിരുന്നു. കഴുത്ത് അറുത്ത നിലയിൽ ചോര വാർന്ന മരിച്ച നിലയിൽ ആയിരുന്നു ഡോക്ടർ സോഫിയ കിടന്നത്.

(പീറ്റർനെ കാണിക്കുന്നു)

പീറ്റർനു അത് ഒരു ഷോക്ക് ആവുന്നു.

(പീറ്ററിന്റെ മുഖത്ത് സങ്കടത്തിന്റെ മുഖഭാവം)

ഡോക്ടർ സോഫിയയുടെ ബ്ലഡ് മഴവെള്ളത്തിൽ കലർന്നിരുന്നു. പീറ്റർ ഡോക്ടർ സോഫിയയുടെ അടുത്തേക് ചെന്നു. അവിടെ ഡോക്ടർ സോഫിയയുടെ അടുത്തായി ഇരുന്നു. പീറ്റന്റെ ഉള്ളിലെ പോലീസുകാരൻ ഉണർന്നു. വീടിൻറെ വാതിൽ തുറന്നു

കിടക്കുകയാരുന്നു. പീറ്റർന്റെ കണ്ണിൽ വാതിൽ തുറന്നു കിടക്കുന്നത് കണ്ടു. പെട്ടെന്ന് ആണ് ഡയാനയെ അന്വേഷിച്ചു പീറ്റർ അകത്തോട്ടു ഓടി കയറുന്നത്.

(പീറ്റർ ഡോക്ടർ സോഫിയയുടെ വീടിൻ്റെ അകത്തു നില്കുന്നു)

പീറ്റർ അവിടുത്തെ ഓരോ റൂമുകളും നോക്കുന്നു.

പീറ്റർ ഡോക്ടർ സോഫിയയുടെ ബെഡ്റൂമിൽ നോക്കുന്നു.

അവിടെ ആണെങ്കിൽ ഡോക്ടർ സോഫിയയുടെയും അവരുടെ മകളുടെയും (ഡയാനെ കാട്ടിൽ രണ്ട് വയസിനു ഇളയത് ആണ് ഡോക്ടർ സോഫിയയുടെ മകൾ) ഒരു ഫോട്ടോ ഫ്രെയിം ചെയ്ത് ബെഡിന്റെ അടുത്തുള്ള ടേബിളിൽ ലാമ്പിന്റെ അടുത്തായി വെച്ചേക്കുന്നു. .അവിടുന്നു പീറ്റർ കിച്ചൻ, ഡെയിനിങ് ടേബിൾ, ഡ്രോയിങ്ങ് റൂം അങ്ങനെ വീട് മൊത്തവും തിരഞ്ഞെങ്കിലും ഡയാനയെ കണ്ടില്ല. പീറ്റർക് മനസിലായി ഡോക്ടർ സോഫിയയും കൊന്നിട്ട് ഡയാനെയും കൊണ്ട് ആരോ പോയതാണ് എന്നു.

(പീറ്റർ വീടിന്റെ വെളിയിൽ ഇറങ്ങി)

വെളിയിൽ മഴ ഒട്ടും കുറഞ്ഞിട്ടില്ല. പീറ്റർ ഡയാനയെ കണ്ടു പിടിക്കാൻ ഉള്ള വെപ്രാളത്തിൽ ഓടി പോയി കാറിൽ കയറാൻ ഡോർ തുറക്കാൻ നേരത്ത് ആണ് അവിടെ മതിൽനോട് ചേർന്നു (ഗേറ്റിനോട് ചേർന്നുള്ള മതിലിൻ്റെ ഭാഗം) ഒരു മുറിച്ച മരത്തിൻ്റെ വേരുകൾ ഉള്ള കുറ്റി കാണുന്നത്. പീറ്റർ അതിൻ്റെ അടുത്തേക് നടക്കുന്നു മരക്കുറ്റിയുടെ മുകളിൽ ഒരു പെന്റാഗ്രാം (സ്റ്റാറിന്റെ രൂപത്തിൽ ഉള്ള) മരകുറ്റിയിൽ മൂർച്ചയുള്ള കത്തി കോണ്ട് വരച്ചു വെച്ചതായി പീറ്റർ കാണുന്നു. ആ പെന്റാഗ്രാംന്റെ മുകളിൽ തന്നെ ചോരയും ചെളിയും കലർന്ന മൂന്ന് വെള്ള റോസാപൂകളും വെച്ചേക്കുന്നു. ഇത് കണ്ട പീറ്റർ ഒന്ന് സ്തംഭിച്ചു നില്കുന്നു. (പീറ്റർനു എന്തോ മനസിലായി എന്നുള്ള ഭാവത്തിൽ)

(പീറ്റർ തിരിഞ്ഞു കാറിൽ കയറാൻ പോകുന്നു)

പീറ്റർ കാറിൽ കേറുന്നു. കാർ ഡോക്ടർ സോഫിയയുടെ വീട്ടിൽ നിന്നും പീറ്റർ ഓടിച്ചോണ്ട് പോകുന്നു.

(പീറ്റർ കാർ ഓടിച്ചോണ്ട് ഗേറ്റ് കടന്നോണ്ട് വെളിയിൽ പോകുന്ന)

(രാത്രി കോരി ചൊരിയുന്ന മഴ. പീറ്റർ രാവിലെ ബോഡി കിട്ടിയ കാടിന്റെ ഉള്ളിലെ വീട്ടിലേക് കാർ ഓടിച്ചു പോകുന്നു)

പീറ്റർ ഡോക്ടർ സോഫിയയുടെ വീട്ടിൽ നിന്നും കാടിലുള്ള വീട്ടിലേക്ക് പോകുന്ന വഴി.

(പീറ്റർനു വെള്ള റോസാപൂകളും പിന്നെ ഡയാനയെ തട്ടിക്കൊണ്ടു പോകാൻ സാധ്യത ഉള്ളത് അവർ രക്ഷപെട്ട വീട്ടിൽ നിന്നും അവളുടെ പപ്പ അരികും എന്നു പീറ്റർ കരുതി. അതുകൊണ്ട് തന്നെ ആണ് പീറ്റർ കാടിനുള്ളിലെ വീട്ടിലേക് പോകുന്നത്)

പീറ്റർ കാർ ഓടിച്ചു കാടിലെക് പോകുന്നു കാർ സൈഡിലേക് ഒതുക്കി നിർത്തുന്നു. മഴ നിർത്താതെ പെയ്തുകൊണ്ട് ഇരിക്കുന്നു.

പീറ്റർ തന്റെ സുഹൃത്തും ഉദ്യോഗസ്ഥയും ആയ മർത്തയെ ഫോണിൽ വിളിക്കുന്നു.

(മാർത്തയെ കാണിക്കുന്നു)

മാർത്ത മാർത്തയുടെ വീട്ടിൽ ആണ് ഉള്ളത്.

മാർത്ത പീറ്ററിൻ്റെ കോൾ കണ്ട് ഫോൺ എടുക്കുന്നു.

(മാർത്തയുടെ വീടിൻ്റെ വെള്ളിയിലും നല്ല മഴ പെയ്തുകൊണ്ട് ഇരിക്കുന്നു)

മാർത്ത ഫോണിൽ കൂടി.

മാർത്ത: ഹലോ . പീറ്റർ. പീറ്റർ. (മഴയുടെ ശബ്ദം കാരണം ഫോണിലൂടെ ഒന്നും ശെരിക് കേൾക്കുന്നില്ല)

പീറ്റർ: എടി ഞാൻ പറയുന്നത് കേൾക്. ഡോക്ടർ സോഫിയെ കൊന്നിട്ട് ഡയാനയെ ആരോ തട്ടി കൊണ്ട് പോയി. അവളുടെ പപ്പ ആരിക്കും കൊണ്ട് പോയത്. ഇന്ന് രാവിലെ ബോഡി കിട്ടിയ വീട്ടിൽ നിന്നും വെള്ള നിറമുള്ള റോസാപൂകളും കറുത്ത കുർബ്ബാന നടത്തിയതിന്റെ തെളിവുകളും കിട്ടി. Dr സോഫിയയുടെ വീട്ടിലും അതുപോലെ ഉള്ള ഒരു അന്തരീക്ഷം ഉണ്ടായിരുന്നു. അയാളാ അത് ചെയ്തതെന്ന് എനിക് ഉറപ്പാ ഞാൻ അയാളുടെ അടുത്തേക് പോകുവാ.

(മാർത്തയെ കാണിക്കുന്നു)

മാർത്ത പീറ്ററിനോട്.

മാർത്ത: അതിനു അയാൾ അവിടെ തന്നെ ഉണ്ടന്നു എന്താ നിനക്ക് ഇത്ര ഉറപ്പ്? അയാൾക് വേറെ എവിടെലും പോയികൂടെ?

(പീറ്റർനെ കാണിക്കുന്നു)

പീറ്റർ: അയാൾക് വേറെ സ്ഥലങ്ങൾ കാണും പോകാൻ പക്ഷെ അത് നമ്മുക്ക് അറിയില്ലല്ലോ അത് കണ്ടു പിടിക്കാൻ ഉള്ള സമയവും നമ്മുടെ കൈയിൽ ഇല്ല. ഞാൻ എന്തായാലും അവിടെ അവരെ പോയി നോക്കുവാ.

മാർത്ത പീറ്ററിനോട്.

(പീറ്ററിന്റെ ഫോണിൽ നിന്നും മാർത്ത പറയുന്നത് കേൾക്കുന്ന രീതിയിൽ)

മാർത്ത: നീ ഒറ്റക് പോകണ്ട.

മാർത്ത പറഞ്ഞു മുഴുവിപുകുന്നതിനു മുൻപേ തന്നെ പീറ്റർ ഫോൺ കട്ട് ചെയ്തു വണ്ടി ഓടിക്കുന്നു.

(മാർത്തയെ കാണിക്കുന്നു)

(വീടിന്റെ വെളിയിൽ നല്ല മിന്നലും ഇടിയും മഴയും ഉള്ളതായിട്ടും അതിന്റെ ശബ്ദവും കേൾക്കുന്നു)

മാർത്ത ഫോൺ കൈയിൽ പിടിച്ചുകൊണ്ടു ഇനി എന്ത് ചെയ്യും എന്ന രീതിയിൽ ആലോചിച്ചു നിൽക്കുന്നു. (മാർത്തയുടെ മുഖത്ത് ഇനി എന്ത് ചെയ്യും എന്നുള്ള എക്സ്പ്രഷൻ)

(കാടിനുള്ളിലെ വീടും പരിസരവും കാണിക്കുന്നു)

വീടിന്റെ പരിസരത്തു പോലീസിന്റെ വാണിംഗ് കോഷൻ ബാറിയർ കെട്ടിയിട്ട് ഉണ്ട്. വീടിന്റെ വെളിയിൽ ഒരു പോലീസുകാരനും ഒരു ഫോറെസ്റ്റ് ഉദ്യോഗസ്ഥനും കാവലിന്നായി നിൽപുണ്ടായിരുന്നു.

(പീറ്റർ കാറിൽ നിന്നും ഇറങ്ങി. വീടിന്റെ അടുത്ത് എത്താറായി.

പീറ്റർ വീടിന്റെ അടുത്ത് എത്തി. വീടിന്റെ മുന്നിലത്തെ വാതിൽ തുറന്നു ഇട്ടേക്കുവായിരുന്നു. മുന്നിലത്തെ വാതിലിന്റെ അവിടുന്നു കുറച്ചു മാറിയായി കാവലിന് വന്ന ഫോറെസ്റ്റ് ഗാർഡും പോലീസ് ഉദ്യോഗസ്ഥനെയും ആരോ കുത്തികൊന്ന നിലയിൽ കണ്ടെത്തി. അവരു രണ്ടു മരിച്ചു കിടക്കുന്നത് കണ്ടിട്ട് അവർ രണ്ടുപേരുടെയും ബോഡിയുടെ അടുത്ത് ചെന്നു നോക്കിയിട്ട് പീറ്റർ ഫ്രണ്ട് ഡോറിന്റെ അടുത്തേക് നടക്കുന്നു. തീ കതിക്കുമ്പോൾ ഉണ്ടാകുന്ന വെട്ടം പോലെ ഒരു വെട്ടം ഫ്രണ്ട് ഡോറിൽ നിന്നും മുറ്റത്തേക് അടിക്കുന്നു. പീറ്റർ ഫ്രണ്ട് ഡോറിന്റെ അടുത്ത് എത്തി. ഫ്രണ്ട് ഡോറിൽ നിന്നും പീറ്റർ കണ്ട കാഴ്ച.

വീടിന്റെ ജനലുകളിൽ മൊത്തവും കറുത്ത കർട്ടൻ ഇട്ടു മറച്ചേക്കുന്നു. വീടിൻറെ അകത്തു ഇരുന്ന സോഫയും. ടേബിളും എല്ലാം മാറ്റി ഇരിക്കുന്നു. പീറ്റർ അന്ന് കണ്ടത് പോലത്തെ തല തിരിഞ്ഞ കുരിശും പിന്നെ ഇപ്പോൾ നിലത്തു ഒരു വലിയ പെന്റാഗ്രാം (സ്റ്റാറിന്റെ ഷേപ്പിൽ ഉള്ള) വരച്ചേക്കുന്നു. പെന്റ്ഗ്രാമിന്റെ ഓരോ മൂലയിലും ഓരോ മെഴുകുതിരി കത്തിച്ചു വെച്ചേക്കുന്നു. പെന്റ്ഗ്രാമിന്റെ പുറകിൽ ആയി ഒരു തടിയുടെ ടേബിളും ആ ടേബിളിൻറെ മുകളിൽ പന്നി തലയും കുറച്ചു ചോരയും പിന്നെ കാക്ക തൂവലുകളും. പിന്നെ വീട് നിറയെ അങ്ങും ഇങ്ങും ആയി മെഴുകു തിരികളും കത്തിച്ചുനവെച്ചേക്കുന്നു. മെഴുകു തിരികളുടെ വെട്ടം ആണ് വീട് മുഴുവനും.

പീറ്റർ പയ്യെ മുന്നോട്ട് നടന്നു. പീറ്റർ വളരെ സൂക്ഷിച്ചാണ് മുന്നോട്ട് നടന്നത്. മുന്നോട്ട് നടക്കുംബോഴും ഡയാന എവിടെ എന്നുള്ള ചിന്തയിലാണ് മുന്നോട്ട് നടന്നത്. പീറ്റർ നടന് പെന്റ്രാഗ്രാംന്റെ അടുത്ത് എത്തി. പീറ്റർ ആ ബൈബിൾ കണ്ടു. ബൈബിൾ എടുക്കാൻ വേണ്ടി മുന്നോട്ട് നടന്നു. പീറ്റർ ഇപ്പോൾ ആ പെന്റ്രാഗ്രാംന്റെ നടുക്ക് എത്തി (പെന്റ്രാഗ്രാം അതിന്റെ നടുക്ക് ഒരു ചെറിയ സ്പേസ് (സ്ഥലം) അവിടെ ആണ് ഇപ്പോൾ പീറ്റർ നില്കുന്നത്.

താഴെ വെച്ചിരുന്ന ബൈബിൾ പീറ്റർ കൈ കോണ്ട് എടുക്കുന്നു. പീറ്റർ ബൈബിൾ തുറക്കാൻ തുടങ്ങുമ്പോൾ പുറകിൽ നിന്നും ആരോ ഒരാൾ നല്ല വീതിയും നീളവും ഉള്ള കത്തി കോണ്ട് പുറകിൽ നിന്നും പീറ്റർന്റെ വയറു ഭാഗത്തായി കുത്തി. പീറ്റർ പെന്റ്രാഗ്രാം അതിന്റെ നടുക്ക് കുത്തേറ്റു വീണു. നല്ല രീതിയിൽ ഉള്ള മുറിവായിരുന്നത് കോണ്ട് തന്നെ രക്തം വാർന്നു പൊയികൊണ്ട് ഇരിക്കുവായിരുന്നു. പീറ്റർ തന്റെ മഴാ കോണ്ട് നനഞ്ഞ ഷർട്ട് ഊരി വലിച്ചു കീറി മുറിവിൻറെ ഭാഗത്തായി കെട്ടി വെക്കുന്നു. പീറ്റർ അവിടെ നിന്നും എഴുന്നേക്കാൻ ശ്രമിക്കുന്നു പക്ഷെ പീറ്ററിനു പറ്റുന്നില്ല. പീറ്റർ പാൻറിൻറെ പോക്കറ്റിൽ നിന്നും ഫോൺ എടുത്ത് പീറ്റർ പോലീസ് സ്റ്റേഷനിലേക് വിളിക്കാൻ നോക്കുന്നുണ്ട് അപ്പോഴേക്കും പീറ്ററിൻറെ കണ്ണ് പയ്യെ അടഞ്ഞു വരുന്നുണ്ട്. പീറ്ററിന്റെ കൈ തളർന്നു വീണു. പീറ്ററിൻറെ കണ്ണ് പയ്യെ അടയുന്നു. (പീറ്ററിൻറെ കണ്ണ് അടയുന്നതും താൻ മയക്കത്തിലേക്കു പോകുന്നതും പീറ്റർ അനുഭവിച്ചറിയുന്നു)

5

(പീറ്റർ വേറെ ഒരു മാന്ത്രിക ലോകത്തേക് എത്തിപ്പെട്ടിരിക്കുന്നു)

മാൽവെസ്റ്റ് എന്നു പറയുന്ന ഫ്രാൻസിലെ കറുത്ത കുർബ്ബാനയ്ക് നേർഥിതം കൊടുത്തുകൊണ്ട് ഇരുന്ന ദുർമന്ത്രവാദി പള്ളിയിൽ അച്ചരൻ നിർമിച്ച ഒരു മാന്ത്രിക ലോകം മാൽവെസ്റ്റ് വുഡ്സ് എന്നു ആണ് ഇ ലോകത്തിന്റെ പേര്.

ആ ലോകത്ത് വെളിച്ചം നൽകാൻ സൂര്യൻ ഇല്ല. അവിടെ ഇരുട്ടു മാത്രമേ ഒള്ളു. അവിടുത്തെ ആകാശത്ത് ചന്ദ്രനെ അല്ലാതെ വേറെ ഒന്നും കാണാൻ കഴിയില്ല. ഇപ്പോൾ ആ ലോകത്ത് ചന്ദ്ര ഗ്രഹണം നടന്ന് കൊണ്ട് ഇരിക്കുന്നു കുറച്ചു വർഷങ്ങൾ കൂടി ഇരിക്കുമ്പോൾ മാത്രം വരുന്ന ചന്ദ്ര ഗ്രെഹണം. അവിടെ വെളിച്ചത്തിന് വേണ്ടി മെഴുകു തിരി കത്തിച്ച റാന്തൽ മാത്രം ആണ് ഉപയോഗിക്കുന്നത്.

വിളവെടുക്കാൻ നിൽക്കുന്ന സ്വർണ നിറത്തിൽ ഉള്ള ചോള പാടങ്ങൾ. അതിൻറെ ഒരു ഭാഗത്തായിട്ട് (അറ്റത്തു) മൂന്ന് ഇംഗ്ലീഷ് അക്ഷരം എ ഷെയിപ്പിൽ രീതിയിൽ ഉള്ള വീടുകൾ അതിന്റെ മേല്കൂരകൾ ഓപ്പോസിറ്റ് ആയിട്ടും പരസ്പരം മുഖം നോക്കി നിൽക്കുന്ന രീതിയിൽ മൂന്ന് "മരത്തിന്റെ തടി കൊണ്ട് പണിഞ്ഞ റൗണ്ട് ഷേപ്പിൽ ഉള്ള തടി കൊണ്ട് പഞ്ഞിഞ്ഞ ജനലുകൾ. ഒരാൾക്കു കേറാനും ഇങ്ങാനും പറ്റുന്ന ജനലുകൾ.

ഒരണം അവരുടെ കറുത്ത കുർബ്ബാന നടക്കുന്ന വലിയ ഒരു പള്ളി പിന്നെ അവരുടെ ദൈവത്തിന്റെ പ്രെതിരൂപം ആയ വൈക്തി താമസിക്കുന്ന ഒരു രണ്ടു നില വീടും, പിന്നെ ഒരു ഒരു വൈൻ ബാരലുകളും മറ്റു സാധനങ്ങളും വെക്കാൻ ഉള്ള ചെറിയ വീട്.

അവിടെ ചോള പാടം തീരുന്നിടത് പള്ളി തുടങ്ങുന്ന അവിടെ നിന്നും കുറച്ചു മാറി ഒരു കിണ്ണർ ഉണ്ട്.

ചോള പാടത്തിൻ്റെ ഇടയിൽ ആയിട്ട് എട്ട് ഓളം വരുന്ന കാവൽ കാർ നിൽപ്പുണ്ട്.

നാല് കുതിരക്കളെ കെട്ടി ഇട്ടേക്കുന്ന സസ്ഥലവും ഉണ്ട് (ഹോർസ് ഷെൽട്ടർ)

(പീറ്റർനെ കാണിക്കുന്നു)

പീറ്റർ കണ്ണ് തുറക്കുന്നു.

പീറ്റർ കണ്ണ് പയ്യെ തുറന്നു നോക്കുന്നു. മുൻപിൽ ഒരു യുവതി എന്നു തോന്നിപ്പിക്കുന്ന പെൺകുട്ടി വെള്ള നിറത്തിൽ ഉള്ള ഗൗൺ (ക്രിസ്ത്യൻ കല്യാണത്തിന് ഇടുന്ന പോലുള്ള ഡ്രസ്സ് ഇട്ടുകൊണ്ട്). ആ പെൺകുട്ടിയുടെ കൈ കയറും കൊണ്ട് അവിടുള്ള തടിയും കൊണ്ട് ഉണ്ടാക്കിയ ജനലിൽ കെട്ടി ഇട്ടേക്കുന്നു.

പീറ്റർ കണ്ണ് തുറന്നു എന്നിട്ട് ചാടി എഴുന്നേക്കാൻ നോക്കുന്നു. ചാടി എഴുന്നേറ്റപ്പോൾ പീറ്ററിനു പുറത്തെ മുറിവിൽ നല്ല വേദന അനുഭവപ്പെട്ടു. പീറ്ററിൻ്റെ ശരീരത്തിൽ പീറ്റർ ഇട്ടിരുന്ന ഷർട്ട് ആരോ ഊരി മാറ്റിയിട്ട് ഉണ്ടായിരുന്നു. പീറ്റർ മുറിവിൻ്റെ അവിടെ കൈ വെച്ചു കോണ്ട് വീണ്ടും ഒരു വശത്തേക് ചരിഞ്ഞു കിടന്നു. പീറ്റർ ഒരു കൈ നിലത്തു കുത്തി എഴുന്നേക്കാൻ ശ്രമിക്കുന്നു. പീറ്റർ എഴുന്നേറ്റു ഇരുന്നു. പീറ്റർ ചുറ്റും നോക്കാൻ തുടങ്ങി.

(മുറിയിലെ ചുറ്റുവട്ടം കാണിക്കുന്നു)

മരത്തിന്റെ തടി കോണ്ട് മാത്രം നിർമിച്ചിരിക്കുന്ന ഒരു മുറി. പീറ്റർ കിടക്കുന്നത് തറയിൽ . മുറിയുടെ അകത്തു രണ്ടു വൈൻ ബാരലുകൾ. രണ്ടു വൈൻ ബാരലുകളുടെയും മുകൾ വശം കട്ട് ചെയ്തു മാറ്റി ഇരിക്കുന്നു. ഒരണത്തിൻ്റെ അകത്തു വെള്ളം നിറച്ചു വെച്ചേക്കുന്നു. മറ്റേത് നിലത്തു വീണു കിടക്കുന്ന അവസ്ഥയിലും ആണ്. അതിൻ്റെ അപ്പുറത് ഒരു വല്യ പന്നി കുട്ടി കിടന്നു ഉറങ്ങുന്നു. ആ പെൺകുട്ടിയെ കെട്ടി ഇട്ടേക്കുന്നതിൻ്റെ അടുത്ത് സൈഡിലെ മൂലയ്ക്കു ഒരു മെഴുകു തിരിയുടെ രാന്തൽ കത്തിച്ചു വെച്ചേക്കുന്നു.

(വീണ്ടും പീറ്റർനെ കാണിക്കുന്നു)

മുറിയുടെ ചുറ്റുമുള്ള കാഴ്ചകൾ കണ്ടോണ്ട് ഇരിക്കുമ്പോൾ തന്നെ പീറ്റർനു മുറിവിൻ്റെ ഭാഗത്തു വേദന വരുന്നൂ. പീറ്റർ മുറിവിന്റെ

അങ്ങോട്ട് നോക്കാൻ ശ്രമിക്കുന്നു. പക്ഷെ മുറിവ് പുറകിൽ ആയതുകൊണ്ട് തന്നെ അതിനു പറ്റുന്നില്ല. അപ്പോഴാണ് പീറ്റർ ഒരു കാര്യം ശ്രദ്ധിക്കുനെ പീറ്ററിൻ്റെ മുറിവിൽ വെള്ള തുണിയും കൊണ്ട് കെട്ടി വെച്ചിരിക്കുന്നു. പീറ്റർ നേരെ ആ പെൺകുട്ടിയെ ഒന്നുകൂടി നോക്കുന്നു.

(ആ പെൺകുട്ടിയെ കാണിക്കുന്നു)

നല്ല ഭംഗിയുള്ള കറുത്ത തലമുടി ഉള്ള നീല കണ്ണുകൾ ഉള്ള കുട്ടി. ആ കുട്ടി ഇട്ടിരിക്കുന്നത് വെള്ള ഗൗൺ അതിൽ നിറയെ അഴുകും പൊടിയും നിറഞ്ഞിരിക്കുന്നു. പെൺകുട്ടിയുടെ മുഖത്ത് ആണെങ്കിൽ അടി കിട്ടിയ പാടും മുറിവും ഒകെ ഉണ്ട്. പീറ്റർ ആ കുട്ടിയെ നോക്കുമ്പോളും ആ കുട്ടി പീറ്ററിനെ തിരിച്ചു നോക്കുന്നുണ്ട്. ആ കുട്ടി തറയിൽ ഇരുന്നു കോണ്ട് ആണ് പീറ്ററിനെ നോക്കുന്നത്. (കൈയിൽ കെട്ടിയേക്കുന്ന കയറിനു നീളം ഉള്ളതുകൊണ്ട് തറയിൽ ഇരിക്കാൻ പറ്റും)

പീറ്റർ ആ പെൺകുട്ടിയോട്

പീറ്റർ: ഇത് എവിടാ. ആരാ എന്നെ ഇവിടെ കൊണ്ടുവന്നെ?

(ആ പെൺകുട്ടി പീറ്ററിനെ നോക്കി തന്നെ
ഇരിക്കുന്നു)

പീറ്റർ കാലു വലിച്ചു ആ കയർ പൊട്ടിക്കാൻ നോക്കുന്നു. പക്ഷെ നടക്കുന്നില്ല. പീറ്റർ ചെയുന്നെ കണ്ടുകൊണ്ട് ആ പെൺകുട്ടി അവിടെ ഇരിപ്പുണ്ട്. ആ പെൺകുട്ടിയോട് പീറ്റർ ചോദിക്കുന്നു.

പീറ്റർ: എന്നിക് കുടിക്കാൻ കുറച്ചു വെള്ളം കിട്ടുമോ?

ആ പെൺകുട്ടി കൈയിൽ കയറു കെട്ടിയിട്ട് ഉള്ളതുകൊണ്ട് എത്തി വലിഞ്ഞു ആ വൈൻ ബാരെലിലിൻ്റെ അടുത്ത് എത്തി. വൈൻ ബാരെലിൽ വെള്ളം നിറഞ്ഞു ഇരിപ്പുണ്ടായിരുന്നു അതിന്റെ മുകളിൽ മര തടി കോണ്ട് ഉണ്ടാക്കിയ പിടി ഇല്ലാത്ത ഒരു ചെറിയ കപ്പും ഉണ്ടായിരുന്നു. ആ പെൺകുട്ടി എത്തി വലിഞ്ഞു വെള്ളം കൊണ്ട് പീറ്ററിന്റെ കാലിന്റെറെ ഭാഗത്തു വരെ എത്തി. കൈയിൽ കയറു കെട്ടിയേക്കുന്ന കാരണം കാലിൻ്റെ ഭാഗത്ത് മാത്രമേ വെള്ളം കൊണ്ട് വരാൻ പറ്റുകയുള്ളു. കാലിൻ്റെ ഭാഗത്ത് നിന്നും ആ കുട്ടി മാക്സിമം മുന്നോട്ടു കപ്പ് നീക്കി. പീറ്റർ എത്തി വലിഞ്ഞു ആ കപ്പ് എടുത്തു എന്നിട്ട് ആ വെള്ളം ആർത്തിയോടെ കുടിക്കാൻ തുടങി. ആ

പെൺകുട്ടി അത് നോക്കി നിന്നുകൊണ്ട് പീറ്ററിനോട് പറയുന്നു.

പെൺകുട്ടി: തന്നെ രണ്ടു മൂന്ന് പേര് ചേർന്നു ഇവിടെ കൊണ്ട് ഇട്ടതാ

പീറ്റർ: ആരാ അവർ?

പെൺകുട്ടി : കറുത്ത കുർബ്ബാനയ്ക് വന്നവരാ.

പീറ്റർ: കറുത്ത കുർബാനയോ? (ഒരു നിമിഷം ചിന്തിച്ചു കൊണ്ട് പീറ്റർ) ഒരു ചെറിയ പെൺകുട്ടിയെ കൊണ്ട് വന്നതായി അറിയാമോ?

പെൺകുട്ടി: ഇല്ല. ഞാൻ കണ്ടിട്ടില്ല. ഞാൻ ഇതിന്റെ അകത്തു വരുന്നടം വരെ അങ്ങനെ ഒരു പെൺകുട്ടി വന്നതായി എന്നിക് അറിയില്ല.

(പീറ്റർനെ കാണിക്കുന്നു)

പീറ്റർ പെട്ടന് എന്തോ ആലോചിച്ച ഇരിക്കുന്നു. (എന്നാലും അവൾ എവിടെ ആരിക്കും എന്ന ചിന്തയിൽ. തന്റെ സ്വന്തം കാര്യം പോലും മറന്നു പീറ്റർ ഡയാനയ്ക്കു വേണ്ടി ചിന്തിക്കുന്ന)

(ആ പെൺകുട്ടിയെ കാണിക്കുന്നു)

പെൺകുട്ടി: തന്റെ കൂടെ വേറെ ആരേലും ഇവിടെ വന്നിട്ട് ഉണ്ടായിരുനോ?

പീറ്റർ ഒന്ന് ആലോചിച്ചിട്ട്

പീറ്റർ: ഇല്ല. നമ്മളെ എന്തിനാ ഇങ്ങനെ കെട്ടി ഇട്ടിരികുനെ? (ഒരു സെക്കന്റ് ഗ്യാപ് ഇട്ട ശേഷം പറയുന്നു). തന്നെ അവരു ഒരുപാട് ഉപദ്രവിച്ച പോലെ ഉണ്ടേലോ. തന്നെ എന്തിനാ അവർ ഇങ്ങനെ കെട്ടി ഇട്ടിരികുനെ?

(ആ പെൺകുട്ടിയെ കാണിക്കുന്നു)

പെൺകുട്ടി പീറ്ററിന്റെ മുഖത്ത് നിന്നും കണ്ണ് മാറ്റിയിട്ട് നേരെ നോക്കുന്നു. അവളുടെ കണ്ണുകൾ നിറഞ്ഞു ഒഴുകുന്നു. അവൾ പീറ്ററിനോട് കാര്യം പറയാൻ തുടങ്ങുന്നു.

പെൺകുട്ടി : ആദിയം എന്റെ മോനെ കൊടുത്തു എന്നിട്ടും. ഇപ്പോൾ എന്നെയും കൊടുക്കാൻ പോകുന്നു അവരുടെ ദൈവത്തിനു. തന്റെ കുട്ടിയെ സ്നേഹിക്കണ്ടതും സംരക്ഷിക്കണ്ടതും ആയ തന്റെ അച്ഛൻ തന്നെ മക്കളെ കുരുതി കൊടുക്കുന്നു എനിക്കും എന്റെ മോനും കിട്ടിയത് അങ്ങനത്തെ രണ്ട് അച്ഛൻ മാരെയാ.

കലങ്ങി കരഞ്ഞ കാണുമായി ഉറച്ച തീരുമാനത്തോടെ ഉള്ള മുഖ ഭാവം ആയി ആ പെൺകുട്ടി പീറ്ററിൻ്റെ മുഖത്തേക്ക് നോക്കി പറയുന്നു.

പെൺകുട്ടി : എന്നിക് രക്ഷപ്പെടണം .

കരഞ്ഞു കലങ്ങിയ കണ്ണുമായി പെൺകുട്ടി പീറ്റർന്റെ മുഖത്തേക്ക് നോക്കുന്നു.

(ഇരുട്ടു മാത്രം ഉള്ള മാൽവെസ്റ്റ് വുഡ്സ്)

വല്യ ഒരു ഹാൾ പീറ്റർ കിടക്കുന്ന മുറി പോലെ തന്നെ മൊത്തവും മരത്തിന്റെ തടിയിൽ ഉണ്ടാക്കിയത്. അൻപത് പേർക്ക് നില്ക്കാൻ പറ്റുന്ന ഹാൾ. ആ ഹാളിന്റെ മേൽക്കൂര മരത്തിൻ്റെ തടിയും കോണ്ട് ആണ് ഉണ്ടാക്കിയെകുനെ. അത് ഇരു വശവും ചാരിച്ചാണ് മേൽക്കൂര ഉണ്ടാക്കിയെകുനെ(യൂറോപ്യൻ വീടുകളുടെ മേൽക്കൂര പോലെ) ഹാളിൻ്റെ അറ്റത്തു ചെറിയ ഉയരം ഉള്ള സ്റ്റേജ് പോലെ മര തടിയും കോണ്ട് ഉണ്ടാക്കിയത്. അതിന്റെ നാടുകായിട്ട് ആണ് ബലി അർപ്പണവും പ്രാർത്ഥനയും നടക്കുന്നത്. അതിന്റെ ഒരു അറ്റത് ആയിട്ട് തടി കോണ്ട് നിർമിച്ച ഒരു സ്റ്റാൻഡ് അതിൽ വെച്ചാണ് അവരുടെ ബൈബിൾ വെച്ച് വായിക്കുനെ.

ആകാശത്തെ ചന്ദ്ര ഗ്രെഹണം കാണിക്കുന്നു. പള്ളിയും അവിടുത്തെ സ്ഥലവും പള്ളിയുടെ വെളിയിൽ സ്ഥലത്തായി ചിതറി നിൽക്കുന്ന കറുത്ത കോട്ട് പോലത്തെ ഡ്രസ്സ് ഇട്ടേക്കുന്ന ആൾകാർ. അവർ പലതായി ചിതറി നിന്നു കോണ്ട് പരസ്പരം കാര്യം പറയുന്നു അവരുടെ എല്ലാരുടെയും കൈയിൽ വൈൻ ഗ്ലാസും അതിൽ വൈനും ഉണ്ട്. അതിൽ പള്ളിയിൽ ജോലി ചെയ്യുന്നവർ അല്ലെങ്കിൽ അവരുടെ പള്ളിയിലെ അച്ഛരന്റെ കീഴിൽ ജോലി ചെയുന്ന ആൾകാർ എന്നു തോന്നിക്കുന്നവർ കറുത്ത കോട്ട് പോലുള്ള വസ്ത്രം ഇട്ടവർ കൈയിലെ വൈൻ ബോട്ടിലിൽ നിന്നും വൈൻ ഓരോരുത്തരുടെ ഗ്ലാസ്സിലേക് ഒഴിച്ചു കൊടുത്തുകൊണ്ട് ഇരിക്കുന്നു.

(അവിടുത്തെ കറുത്ത കുർബാനയ്ക് അവരുടെ ദൈവത്തിന്റെ പ്രതി രൂപം എന്നു വിശ്വസിക്കുന്നു അവരുടെ പ്രധാന വെക്തി അവരുടെ സീനിയർ എന്നു വിശേഷിപ്പിക്കുന്ന വെക്തി. ആ വെക്തിയും അവിടുത്തെ പ്രാർത്ഥനയ്ക്കും മറ്റു കാര്യങ്ങൾക്കും നേതിർത്ഥം

വഹിക്കുന്ന അവരുടെ പള്ളിയിലെ അച്ഛൻറെ സ്ഥാനം ഉള്ള വെക്തിയും തമ്മിൽ വീടിൻറെ രണ്ടാം നിലയിൽ സംസാരിക്കുന്നു)

(വീടിൻറെ രണ്ടാം നിലയിലെ മുറി കാണിക്കുന്നു)

അവിടെ ഒരു മരത്തിൻറെ തടി കോണ്ട് ഉണ്ടാക്കിയ ചാരു കസേരയിൽ ഇരിക്കുന്നു. അദേഹത്തിൻറെ മുന്നിൽ ആയിട്ട് കുറച്ചു അങ്ങോട്ട് മാറി ഒരു വുഡ് ബർണർ ഉണ്ടായിരുന്നു. ആ വുഡ് ബർണറിൽ അവരുടെ പള്ളിയിലെ അച്ഛൻ വിറകു കഷ്ണങ്ങൾ പറക്കി ഇട്ടുകൊണ്ട് ഇരിക്കുന്നു. (അദ്ദേഹത്തിൻറെ മുഖം കാണിക്കുന്നില്ല)

(ചാരു കസേരയിൽ പ്രധാന വെക്തി ഒന്നും മിണ്ടാതെ കിടക്കുന്നു)

അവരുടെ ദൈവത്തിൻറെ പ്രതി രൂപം ആയിട്ടുള്ള വെക്തി കസേരയിൽ കിടന്നുകൊണ്ട് അവരുടെ പള്ളിയിലെ അച്ഛരന്റെ സ്ഥാനം ഉള്ള വ്യക്തിയോട് സംസാരിക്കുന്നു.

ദൈവത്തിൻറെ പ്രതി രൂപം ആയിട്ടുള്ള ആൾ: ഐസക്ക്.

ഐസക്ക് വുഡ് ബർണർൻറെ അവിടെ നിന്നും ചാരു കസേരയിൽ ഇരിക്കുന്ന വെക്തിയുടെ നേരെ തിരിയുന്നു അപ്പോൾ ഐസക്കിന്റെ മുഖം കാണിക്കുന്നു.

(അത് പീറ്റർൻറെ കൂടെ ഉണ്ടായിരുന്ന ഫോറെസ്റ്റ് ഗാർഡ് ഐസക് ആയിരുന്നു)

ഐസക്ക് നേരെ അദ്ദേഹത്തെ നോക്കി രണ്ടു കൈകളും താഴ്ത്തി തല കുനിച്ചു (ബഹുമാനപൂർവം) നിന്നു എന്നിട്ട് തല ഉയർത്തി ഐസക് നിന്നു. ചാരു കസേരയിൽ ഇരിക്കുന്ന ദൈവത്തിന്റെ പ്രതി രൂപം ആയ വെക്തി ഐസക്നോട് പറയുന്നു.

ദൈവത്തിന്റെ പ്രേതിരൂപം ആയ വെക്തി : നീ കൊണ്ട് വന്ന ചെറുപ്പക്കാരനെ ലിണ്ടയുടെ ബലി കഴിഞ്ഞു മനുഷ്യരുടെ ലോകത്തേക് തിരിച്ചു പോകുന്നതിനു മുൻപ് കൊന്നാൽ മതി. (ഉറച്ച ഗാംഭീര്യത്തോടെ കൂടിയ പ്രായം തോന്നികുന ശബ്ദത്തിൽ)

ഐസക്ക് അത് അനുസരണയോട് കൂടി കേട്ടു നില്കുന്നു.

ദൈവത്തിന്റെ പ്രതി രൂപം ആയി ഇരിക്കുന്ന വെക്തി ഐസക്നോട്:

ദൈവത്തിനെ ഷെണിക്കാൻ വേണ്ടി ഉള്ള സമയം ആയി. നീ പോയി അതിനു വേണ്ടി ബലിക്കുള്ള ഏർപ്പാടുകൾ ചെയ്യ്.

ഐസെക്ക് വീണ്ടും അനുസരണയോട് കൂടി കേട്ടോണ്ട് ഒരിക്കൽ കൂടി തല താഴ്ത്തി (ബഹുമാനപ്പൂർവം)തല വീണ്ടും ഉയർത്തിയിട്ട് അവിടുന്നു പോകുന്നു.

(പീറ്ററിനെയും ആ പെൺകുട്ടിയെയും പൂട്ടി ഇട്ടേക്കുന്ന മുറി)

വൈൻ ബാരെലിൻ്റെ അടുത്ത് ഉറങ്ങി കിടക്കുന്ന പന്നി ഉറക്കത്തിൽ നിന്നും എഴുനേറ്റു അവിടെ ഓടിയും ചാടിയു നിലത്തുകിടന്നു ഉരുണ്ടും വൈൻ ബാരലിൽ തലയും കോണ്ട് ഇടിച്ചും കളിക്കുന്നു.

(പീറ്ററിനെയും ആ പെൺകുട്ടിയെയും കാണിക്കുന്നു)

ഇതൊക്കെ കണ്ടോണ്ട് പീറ്ററും ആ പെൺകുട്ടിയും അവിടെ ഇരിപ്പുണ്ട്.

(പന്നി കുട്ടി കളിക്കുന്ന കാണിക്കുന്നു)

പന്നി കുട്ടി വീണ്ടും കളിച്ചോണ്ട് ഇരിക്കുന്നു അങ്ങനെ കളിക്കുന്ന കൂട്ടത്തിൽ പന്നി കൂട്ടി ഓടി പോയി തറയിൽ കിടക്കുന്ന വൈൻ ബാരലിൽ തലയും കോണ്ട് പോയി ഇടിച്ചപ്പോൾ വൈൻ ബാരലിൽ നിന്നും മൂർച്ചയുള്ള ഒരു തടി കക്ഷണം തെറിച്ചു ആ പെൺകുട്ടിയുടെ മുന്നിൽ വീണു.

(പീറ്ററിനെ കാണിക്കുന്നു)

പീറ്റർ ആ തെറിച്ചു വീണ തടി കഷ്ണതിലോട്ട് നോക്കുന്നു. എന്നിട്ട് ആ കുട്ടിയുടെ മുഖത്തേക്ക് നോക്കുന്നു (ആ തടി കക്ഷണം എടുക്കു എന്ന രീതിയിൽ)

(ആ പെണ്ണ് കുട്ടിയെ കാണിക്കുന്നു)

പെൺകുട്ടിയും പീറ്ററിനെ നോക്കുന്നു. എന്നിട്ട് പെൺകുട്ടി പെട്ടന് തന്നെ ആ തടി കഷണം എടുത്ത് പെൺകുട്ടിയുടെ കൈയിൽ കെട്ടിയേക്കുന്ന കയറു മുറിക്കാൻ നോക്കുന്നു പക്ഷെ ജനലിൻ്റെ അടുത്ത് കുർബ്ബാന കൂടാൻ വന്ന ഒരു വെക്തി കറുത്ത coat ഇട്ടു നിൽപ്പുണ്ട്. അതുകൊണ്ട് തന്നെ കയറു മുറിക്കാൻ വേണ്ടി വന്ന പെൺകുട്ടി പെട്ടന് ആ തടി കഷ്ണം മാറ്റി ഒളിപ്പിച്ചു വെച്ചു. പുറത്തു നിന്നും ജനലിൻ്റെ അടുത്ത് നിന്ന ആളുടെ അടുത്ത് കൂടി രണ്ടു കോട്ട് ഇട്ട വെക്തികൾ നടന് വരുന്നു ജനലിൻ്റെ അടുത്ത് നിന്ന

വെക്തിയോട് അവർ രണ്ടുപേരും എന്തോ സംസാരിക്കുന്നു. എന്താണ് എന്നു പീറ്റർക്കും ആ പെൺകുട്ടിക്കും വെക്തമായി കേൾക്കാൻ പറ്റുന്നില്ല.

അവർ രണ്ടു പേരും വീടിന്റെ അടുത്തേക് വരുന്നു.

വീടിന്റെ ഡോർ തുറന്നു രണ്ടു പേരും അകത്തേക്കു പീറ്ററിന്റെയും ആ പെൺകുട്ടിയുടെയും കൂടെ തറിയിൽ ഉണ്ടായിരുന്ന ആ പന്നി കുട്ടിയെ ബലി കൊടുക്കാൻ എടുത്തോണ്ട് പോകാൻ വന്നതാണ് അവർ രണ്ടു പേരും.

(കോട്ട് ഇട്ട രണ്ടു പേരുടെയും അര ഭാഗവും കാലുകളു മാത്രമേ കാണിക്കുന്നോള്ളൂ)

അവർ ആ പന്നി കുട്ടിയെ എടുത്തോണ്ട് പോകുന്നു. എടുത്തോണ്ട് പോകുമ്പോൾ പന്നി കുട്ടിയുടെ കരച്ചിൽ കേൾക്കുന്നു

(പീറ്ററും ആ പെൺകുട്ടിയും തറയിൽ ഇരുന്നുകൊണ്ട് മുകളിലോട്ട് നോക്കി ഇതെലാം നോക്കി കാണുന്നു)

അവർ പന്നി കുട്ടിയേയും കോണ്ട് മുറിയിൽ നിന്നും ഇറങ്ങി വാതിൽ അടച്ചു. വെളിയിൽ ജനലിന്റെ അടുത്ത് നിന്ന വെക്തി പന്നി കുട്ടിയേയും കോണ്ട് പോയവരുടെ കൂട്ടത്തിൽ പോയി.

(ആ പെൺകുട്ടിയെ കാണിക്കുന്നു)

ആ പെൺകുട്ടി അവരു പോയ തകത്തിനു തന്നെ ഒളിപ്പിച്ചു വെച്ച തടിയുടെ കക്ഷണം എടുത്ത് മൂർച്ചയുള്ള ഭാഗം കോണ്ട് കയറു മുറിക്കാൻ തുടങ്ങി. ആ പെൺകുട്ടി അമർത്തി മുറിക്കാൻ തുടങ്ങി അത് കണ്ട പീറ്റർ ആ കുട്ടിയോട് പറഞ്ഞു

പീറ്റർ: പതുകെ മുറിച്ചാൽ മതി. ആ തടിയുടെ മുന ഒടിഞ്ഞു പോകും.

ആ പെൺകുട്ടി അത് കേട്ടിട്ടു പയ്യെ കയറു മുറിക്കാൻ തുടങ്ങി

ആ പെൺകുട്ടി കയറു മുറിച്ചു കോണ്ട് പീറ്ററിനെ നോക്കുന്നു. എന്നിട്ട് പീറ്ററിനോട് സംസാരിക്കാൻ തുടങ്ങുന്നു.

പെൺകുട്ടി: തന്റെ പേര് എന്താ?

പീറ്റർ ആ പെൺകുട്ടിയെ നോക്കുകൊണ്ട് പറയുന്നു.

പീറ്റർ: പീറ്റർ.

പീറ്റർ തിരിച്ചു ആ പെൺകുട്ടിയോട് പേര് ചോദിക്കുന്നു.

പീറ്റർ: തന്റെയോ?

പെൺകുട്ടി : ലിണ്ട.

(പീറ്ററിനെ കാണിക്കുന്നു)

പീറ്റർ പതിയെ ചുണ്ട് അനക്കി കോണ്ട് പറയുന്നു.

പീറ്റർ: "ലിണ്ട"

(പീറ്ററിന്റെ മുഖത്ത് സംശയവും ദുരുഹതയും നിറഞ്ഞ ഭാവം വരുന്നു. ലിണ്ട എന്ന പേര് കേൾക്കുമ്പോൾ പീറ്റർനു പെട്ടന് തോന്നുന്ന ഒരു ഷോക്ക് ഏറ്റത് പോലെ ഉള്ള മുഖ ഭാവം വരുന്നു)

ലിണ്ട പീറ്ററിനോട് കയർ മുറിച്ചു കോണ്ട് പറയുന്നു.

ലിണ്ട : നമ്മുക്ക് വേഗം ഇവിടുന്നു രക്ഷപ്പെടണം ചന്ദ്ര ഗ്രെഹണം തീർന്നാൽ പിന്നീട് അവരുടെ ദൈവം ഗ്രാമത്തിൽ വരുകയും ദൈവത്തിന്റെ പ്രേതിരൂപം ആയ വെക്തിയിൽ പ്രേവേശിക്കും എന്നു ആണ് വിശ്വാസം. ആ സമയത്ത് ആണ് എന്നെ ബലി കൊടുക്കുന്നത്. അതിനു മുൻപ് നമ്മുക്ക് ഇവിടുന്നു പോകണം.

(പീറ്ററിനെ കാണിക്കുന്നു)

പീറ്റർ തിരിച്ചു ലിണ്ടയോട് പറയുന്നു.

പീറ്റർ: ഇവിടെ ഫോണോ അല്ലെങ്കിൽ ലാൻഡൈല്ൻ എന്തേലും ഉണ്ടോ. സ്റ്റേഷനിൽ വിളിച്ചു പറഞ്ഞാൽ തന്നെ അവരു കൊണ്ടുപോകുന്നതിനു മുൻപ് ചിലപ്പോൾ പോലീസിന് ഇവിടെ വരാൻ പറ്റിയെക്കും.

ലിണ്ട കയറു മുറിക്കുന്നത് നിർതിയിട്ട് പീറ്ററിന്റെ മുഖത്തേക്കു ഒന്ന് നോക്കുന്നു. എന്നിട്ട് വീണ്ടും കയറിൽ നോക്കികൊണ്ട് മുറിക്കാൻ തുടങ്ങുന്നു.

ലിണ്ട പീറ്ററിനോട്.

ലിണ്ട: നിങ്ങളുടെ ലോകത്തെ ഒരു എന്ത്രങ്ങളും ഇവിടെ ഇല്ല. നിങ്ങളുടെ ലോകത്തു നിന്നും ഇവിടെയ്ക്കു കൊണ്ട് വന്നിട്ടുള്ളത് വെളിച്ചത്തിന് വേണ്ടി രാന്തലും, വെളിയിൽ നിൽക്കുന്ന മൂന്ന് കുതിരകളും മാത്രം ആണ്. പിന്നെ വല്ലപോഴും ചന്ദ്ര ഗ്രഹണ സമയത്ത് നടക്കുന്ന ഇ കറുത്ത കുർബാനയ്ക്ക് വരുന്ന നിങ്ങൾ മനുഷ്യരു മാത്രം.

അത്രയും പറഞ്ഞു നിർത്തികൊണ്ട് ലിണ്ട് വീണ്ടും കയറു മുറിക്കുന്നതിൽ ശ്രദ്ധിക്കുന്നു.

(പീറ്റർനെ കാണിക്കുന്നു)

പീറ്റർ മുഖത്ത് ദേഷ്യവും സങ്കടവും കോണ്ട് നിറഞ്ഞ ഭാവം. പീറ്റർ ലിണ്ടയോട് പറയുന്നു.

പീറ്റർ: നിങ്ങൾ എന്നെ ഇ സമയത്ത് കളിയാക്കുന്നതാണോ അതോ പിച്ചും പേയും പറയുന്നതാണോ എന്ന് എന്നിക് അറിയില്ല. നിങ്ങൾക് വേണ്ടെങ്കിൽ വേണ്ട് പക്ഷെ എന്നിക് ഇവിടുന്നു രക്ഷപ്പെടണം. നിങ്ങൾക് എന്നെ സഹായിക്കാൻ പറ്റുമെങ്കിൽ സഹായിക്. നിങ്ങൾക് അറിയാമെങ്കിൽ പറ മൊബൈൽ ഫോണോ ലാൻഡ് ഫോണോ വല്ലോം ഉണ്ടെങ്കിൽ പറ അല്ലെങ്കിൽ അടുത്ത് എവിടെയാ പോലീസ് സ്റ്റേഷൻ എന്ന് എങ്കിലും പറ.

ലിണ്ട കയറു മുറിക്കുന്നതിൽ തന്നെ ശ്രദ്ധിച്ചോണ്ട് തന്നെ പീറ്ററിനോട് സാരിക്കുന്നു.

ലിണ്ട: കുറച്ചു നേരം കൂടി കഴിഞ്ഞാൽ മരിക്കാൻ പോകുന്ന ഞാൻ തന്നെ ഇവിടെ നിന്നു എങ്ങനെ എങ്കിലും രക്ഷിക്കാൻ അല്ലെ നോക്കത്തൊളു. തന്നോട് ഞാൻ എന്തിനാ കള്ളം പറയുന്നേ. ഭൂമി ഉണ്ടെന്നും അവിടെ നമ്മളെ പോലെ ഉള്ള മനുഷ്യന്മാർ ഉണ്ടെന്നും ഭൂമിയിൽ വെളിച്ചം തരാൻ സൂര്യൻ ഉണ്ടെന്നും അത് ഉദിക്കുകയും അസ്തമിക്കുകയും വീണ്ടും ഉദിക്കുകയും ചെയ്യുമെന്ന് അമ്മ പറഞ്ഞ അറിവേ എന്നിക് ഒള്ളു.

ലിണ്ട പീറ്ററിന്റെ മുഖത്തേക്ക് ഒന്ന് നോക്കുന്നു. എന്നിട്ട് വീണ്ടും കയറു മുറിക്കുന്നതിൽ ശ്രദ്ധിക്കുന്നു. ലിണ്ട് പീറ്ററിനോട് ബാക്കി ആയി പറയുന്നു.

ലിണ്ട: കേൾക്കുമ്പോൾ ചിലപ്പോൾ പീറ്ററിനു വിശ്യസിക്കാൻ കഴിഞ്ഞില്ല എന്നു വരും ഞാൻ പീറ്റനെ കളിയാക്കുന്നത് പോലെയും പിച്ചും പേയും പറയുന്നത് പോലെയും തോന്നും പക്ഷെ പീറ്റർ മനസിലാക്കണ്ടേ ഒരു സത്യം ഉണ്ട്. പതിനെട്ടാം നൂറ്റാണ്ടിൽ ഫ്രാൻസിൽ നിന്നും കറുത്ത കുർബ്ബാനയ്ക്ക് നേതൃത്വം കൊടുത്ത മാന്ത്രികൻ ആയ മാൽവെസ്റ്റ് ലാ – ബാസ് എന്ന അച്ചരൻ ആണ് ഇ ഇരുട്ടിൻറെ ലോകത്തിൻറെ ഉടമസ്ഥൻ അയാൾ ആണ് ഈ ലോകത്തിനു മൽവെസ്റ്റ് എന്ന പേര് ഇട്ടേക്കുന്നത് എന്നു കേട്ടേക്കുനെ. പഹൂസ് എന്നു പേരുള്ള കാക്കയുടെ രൂപം ഉള്ള ശക്തനായ ദൈവത്തെ ആണ് ഇവർ ആരാധികുനെ. കാലാ കാലങ്ങളായി ചന്ദ്ര ഗ്രഹണ സമയത്ത് ഇ കുർബാന കൂടാൻ ഭൂമിയിൽ

നിന്നും വിശ്വാസികൾ ഇ ലോകത്തേക് വരും. സാധാരണ പന്നി കുട്ടിയെ ആണ് ബലി കൊടുക്കാർ ഉള്ളത് പക്ഷെ ബലി കൊടുത്തിട്ടും പ്രേശ്നങ്ങൾ ഒന്നും മാറുന്നിലെന്നു തോന്നി കഴിഞ്ഞാൽ ദൈവത്തിന്റെ ആൾ രൂപം ആയി നിൽക്കുന്ന ആരോ ആ വെക്തിയുടെ കുടുംബത്തിലെ പ്രായം കുറഞ്ഞ ആളെ കുരുതി കൊടുക്കും. എന്റെ കൊച്ചിലെ എന്നെ ഇതുപോലെ കുരുതി കൊടുക്കാൻ അച്ഛൻ നോക്കിയപ്പോൾ ആണ് അമ്മ അച്ഛന്റെ കാലു പിടിച്ചു എന്നെ കുരുതിയിൽ നിന്നും ഒഴുവാക്കി പകരം സ്വയം കുരുതി കൊടുക്കാൻ തീരുമാനിച്ചത്. പിന്നീട് കുറെ നാൾ പപ്പയുടെ കീഴിൽ അടിമേ പോലെ പിന്നെ അയാളുടെ വിശ്വസ്ഥനായ ഇ പള്ളിയുടെ അച്ഛൻ സ്ഥാനം വഹിക്കുന്ന ഐസക് അയാളെ കൊണ്ട് എന്നെ പിടിച്ചു കെട്ടിച്ചു. വീണ്ടും മകൾ എന്ന അടിമയിൽ നിന്നും ഭാര്യ എന്ന അടിമയിലേക്. അയാൾ അച്ഛരനെകാൾ ക്രൂരൻ ആയിരുന്നു എന്റെ മകന് പകരം എന്നെ കുരുതി കൊടുക്കാൻ ഞാൻ അയാളോട് പറഞ്ഞു എന്നിട്ടും അയാൾ കേട്ടില്ല. എന്റെ മകനെ അയാൾ കുരുതി കൊടുത്തു. അന്നു മുതലേ ഒരു അവസരം കിട്ടിയാൽ അച്ഛരനെയും അയാളെയും കൊല്ലാൻ ഞാൻ നോക്കി ഇരിക്കുവാ. പക്ഷെ എന്നിക് അതിനു പറ്റും എന്നു തോനുന്നില്ല. എന്നിക് ഇ ഇരുട്ടിന്റെ ലോകത്തു നിന്നും വെളിച്ചത്തിന്റെ ലോകത്തേക് പോയാൽ മതി.

അപ്പോഴേക്കും ലിണ്ടയുടെ കൈയിലെ കയറു ലിണ്ട മുറിച്ചിരുന്നു.

(ലിണ്ട പീറ്ററിനോട്)

ലിണ്ട: എന്റെ അച്ഛരൻ ഉൾപ്പടെ കുട്ടികാലത്തെ കുറച്ചു നാൾ ഭൂമിയിൽ മനുഷ്യരുടെ കൂടെ ജീവിച്ചിട്ട് പിന്നീട് വലുതാകുമ്പോൾ ഇ മാൽവെസ്റ്റ് വുഡ്സ്ൽ തിരിച്ചു വരുകയും പിന്നീട് മരണം വരെയും ഇ ലോകത്ത് അവരുടെ ദൈവത്തിന്റെ ആൾരൂപം ആയി ജീവിക്കുകയും ചെയ്യണം.

പെട്ടന് തന്നെ ലിണ്ട പീറ്ററിന്റെ കാലിലെയും കയ്യിലെയും കയറു അഴിക്കാൻ നോക്കുന്നു. അഴിചോണ്ട് ഇരിക്കുമ്പോൾ പീറ്ററിനോട് ലിണ്ട സംസാരിക്കുന്നു.

ലിണ്ട: നമ്മുക്ക് ഇവിടുന്നു രക്ഷപെടാൻ ഒരു വഴി ഉണ്ട്. കാടിന്റെ ഇടക് ഇ ലോകത്തിന്റെ അകത്തു കടക്കാനും പുറത്ത് ഇറങ്ങാനും ഒരു വാതിൽ ഉണ്ട്. പക്ഷെ ആ വാതിലിനു ഒരു തോക്കോൽ ഉണ്ട്. അല്

പപ്പയുടെ കൈയിൽ ആണ് ഉള്ളത്. പ്രധാന സ്ഥാനം ഉള്ള ഐസക്കിനും പാപയ്ക്കും മാത്രമേ ഒന്നിൽ കൂടുതൽ തവണ വാതിൽ തുറക്കാനും അടയ്ക്കാനും പറ്റത്തൊള്ളൂ. ബാക്കി ഉള്ളവർക്കു ചന്ദ്ര ഗ്രഹണം ഉള്ള സമയങ്ങളിൽ ഐസക് വാതിൽ തുറന്നു ഇടുകയും അതിൽ കൂടി ബാക്കി ഉള്ളവർ വരുകയും ചെയ്യും. എല്ലാവരും വന്നു കഴിഞ്ഞാൽ ഐസക് തനെ ആ വാതിൽ അടയ്ക്കും. പിന്നീട് ചന്ദ്ര ഗ്രഹണം കഴിഞ്ഞു കുരുതി നടത്തിയതിനു ശേഷം തിരികെ പോകാൻ മാത്രമേ ആ വാതിൽ തുറക്കതൊള്ളൂ പക്ഷെ എന്നിക് ആ വാതിൽ കാടിൻെറ ഏതു ഭാഗത്ത് ആണെന്ന് അറിയില്ല. അമ്മ പറഞ്ഞു കേട്ട അറിവേ എന്നിക് ഒള്ളു.

ഇത്രയും പറഞ്ഞു കോണ്ട് പീറ്ററിൻെറ കാലിലെയും കയ്യിലെയും കെട്ട് അഴിച്ചു ലിണ്ട.

പെട്ടന് ആണ് കറുത്ത കുർബ്ബാന നടക്കുന്ന പള്ളിയിൽ മണി അടി ശബ്ദം കേൾക്കുന്നു. വെളിയിൽ നിന്നിരുന്ന അവരുടെ ആൾകാർ പള്ളിയുടെ അകത്തേക്ക് കയറുന്നു. ഇത് കേട്ട പീറ്റർ ലിണ്ടയോട്.

പീറ്റർ: എന്താ അവിടെ?

ലിണ്ട: അവരുടെ ദൈവത്തെ കുർബ്ബാനയ്ക് ഷെണിക്കുന്ന ചടങ്ങാ അവിടെ നടക്കുന്നെ. ഇവിടുന്നു കോണ്ട് പോയ പന്നി കുട്ടിയെ കുരുതി കൊടുക്കാൻ പോകുകയാണ്.

(കറുത്ത കുർബ്ബാനയ്ക്ക് തയാറെടുക്കുന്ന പള്ളി)

(പള്ളിയുടെ ഹാൾ കാണിക്കുന്നു)

പള്ളിയുടെ ഹാളിൽ കറുത്ത കുർബ്ബാനയ്ക് ഉള്ളു തയാറെടുപ്പുകൾ നടക്കുന്നു. കുറച്ചു പേര് ഹാളിന്റെ അകത്തു ഇരു വഷങ്ങളിൽ ആയി നില്കുന്നു. പള്ളിയിൽ അച്ചരൻ ആയ ഐസക്കിന്റെ കീഴിൽ പള്ളിക് വേണ്ടി ജോലി ചെയുന്ന ആൾകാരിൽ മൂന്ന് പേര് അതിൽ രണ്ടു പേര് പന്നി കുട്ടിയെയും പിടിച്ചോണ്ട് വരുന്നു മറ്റേ ജോലി ചെയുന്ന ആളും ബാക്കി വിശ്വാസികളും കൂടി കുർബാനയ്ക്കു വേണ്ടി ഉള്ള കാര്യങ്ങൾ ചെയുന്നു. വൈൻ ഗ്ലാസുകൾ നിരത്തുന്നു തണ്ടിന് നീളവും ഇല്ലകൾ ഉള്ളതും ആയ വെള്ള നിറത്തിൽ ഉള്ള റോസാപൂക്കൾ കൊണ്ട് വരുന്നു. കാക്കയുടെ തൂവലുകൾ കൊണ്ട് വരുന്നു. കുർബ്ബാനയ്ക് വേണ്ടി ഉള്ള മെഴുകു തിരികൾ കൊണ്ട് വരുന്നു അത് കത്തിക്കുന്നു.

(ഇതേ സമയം പള്ളിയുടെ വെളിയിലെ കാഴ്ചകൾ കാണിക്കുന്നു)

പള്ളിയുടെ പുറത്ത് നിൽക്കുന്ന ബാക്കി ഉള്ള ആൾക്കാരും പള്ളിയുടെ അകത്തു കയറുന്നു.

ഇതേ സമയം തന്നെ പീറ്ററും ലിണ്ടയും ജനലിൽകൂടെ പള്ളിയുടെ ഭാഗത്തേക്ക് ഒളിഞ്ഞു നോക്കുന്നു.

(പീറ്ററും ലിണ്ടയും തമ്മിൽ സംസാരിക്കുന്നു)

പീറ്റർ ലിണ്ടയോട്.

പീറ്റർ: എല്ലാരും പള്ളിയുടെ അകത്താ. ആ താക്കോൽ ഇങ്ങനെ എങ്കിലും കിട്ടിയാൽ നമ്മുക്ക് ഇവിടുന്നു രക്ഷപെടാം.

(ലിണ്ടയെ കാണിക്കുന്നു)

ലിണ്ട: താക്കോൽ പപ്പയുടെ കഴുത്തിൽ ചെയിൻ ആക്കി ഇട്ടേക്കുവാണ്. പക്ഷെ കുർബ്ബാനയിൽ ദൈവത്തിൻ്റെ ആൾ രൂപം ആയി നില്കുന്നത് കോണ്ട് കുർബ്ബാനയ്ക് ഇടുന്ന വസ്ത്രം അല്ലാതെ വേറെ ഒന്നും ധരിക്കാർ ഇല്ല. അതുകൊണ്ട് തന്നെ താക്കോൽ പപ്പയുടെ മുറിയിലെ മാൽവോസ്റ്റ് ഇ ലോകത്തിനെ കുറിച് എഴുതിയ മാന്ത്രിക ബുക്കിൽ തന്നെ എവിടേലും കാണും.

(മാന്ത്രിക ബുക്കിന്റെ കാര്യം പറഞ്ഞപ്പോൾ പീറ്റർ ഒരു നിമിഷം ലിണ്ടയെ ഒന്ന് നോക്കി നിന്നു)

(പീറ്റർനെ കാണിക്കുന്നു)

പീറ്റർ: പപ്പയുടെ മുറി എവിടാ?

(ഇതേ സമയം കുർബാന പള്ളിയുടെ അകം കാണിക്കുന്നു)

പള്ളിയുടെ അകത്തേക്ക് ലിണ്ടയുടെ പപ്പ വരുന്നു. (ദൈവത്തിന്റെ ആൾ രൂപം ആയ ആൾ) അദ്ദേഹം ദൈവത്തിന്റെ ആൾ രൂപം ആയതു കോണ്ട് തന്നെ അതുപോലത്തെ വസ്ത്രം ഇട്ടുകൊണ്ട് ആണ് കുർബാനയ്ക്ക് വരുന്നത്. കാക്കയുടെ ചിറകുകളെ സൂചിപ്പിക്കുന്ന പോലുള്ള കറുത്ത തൂവലുകൾ ഉള്ള രണ്ടു വല്യ ചിറകുകൾ. കൈയിൽ കറുത്ത ഗ്ലൗസുകൾ. കാക്കയുടെ ചുണ്ടിനെ സൂചിപ്പിക്കുന്ന തരത്തിൽ ഉള്ള നീളം ഉള്ള കൂർത്ത കൃത്രിമമായിട്ടുള്ള ചുണ്ടുകൾ അത് മുഖത്തിൻ്റെ വാ ഭാഗത്തായി വെച്ചേക്കുന്നു. കറുത്ത സ്ലീവ് ലെസ്സ് കോട്ട് ഇട്ടിട്ടുണ്ട്. കാക്കയുടെ രൂപം പോലെ ആയി ആണ് പള്ളിയിലേക്കു വരുന്നത്. അദ്ദേഹം വന്നു കുർബ്ബാന നടക്കുന്ന സ്ഥലത്തേക്ക് വന്നു അവിടെ നടുകായി നില്കുന്നു. പള്ളിയുടെ മുൻവശത്തുകൂടി തന്നെ ഐസക് വരുന്നു. കറുത്ത സ്ലീവ് ലെസ്സ്

കോട്ട് ഇട്ടുകൊണ്ട് കൈയിൽ കറുത്ത ഗ്ലവുസും അവരുടെ ബൈബിളു പിടിച്ചു കൊണ്ട് വെളുത്ത ടൈ കെട്ടികൊണ്ട് കഴുത്തിൽ തല തിരിഞ്ഞ കുരിശു ഉള്ള മാല ഇട്ടുകൊണ്ട് ആള്കാരുടെ ഇടയിലൂടെ നടന് കുർബ്ബാന നടക്കുന്ന സ്ഥലത്തേക്ക് ചെല്ലുന്നു.

അവിടെ നടുകായി ലിണ്ടയുടെ പപ്പയും അതിന്റെ മുന്നിൽ പന്നി കുട്ടിയെ കുരുതി കൊടുക്കാൻ ഉള്ള ടേബിളും ഉണ്ട്. കുറച്ചു മാറി തൊട്ട് അപ്പുറത്തായി ഐസക്കും കുർബ്ബാനക് നേതൃത്വം കൊടുത്ത് നിൽപ്പുണ്ട്.

(പീറ്റർനെയും ലിണ്ടയെയും കാണിക്കുന്നു)

(പീറ്ററും ലിണ്ടയും കൂടി ലിണ്ടയുടെ വീട്ടിൽ ലിണ്ടയുടെ അച്ഛന്റെ മുറിയിലേക് പൊയികൊണ്ട് ഇരിക്കുന്നു)

പീറ്ററും ലിണ്ടയും വെളിയിൽ നിന്നും വീടിന്റെ അകത്തേക്ക് കേറാൻ പോകുന്നു. അപ്പോഴേക്കും ലിണ്ടയുടെ അച്ഛരന്റെ മുറിയിൽ നിന്നും (വീണ്ടിന്റെ രണ്ടാം നില) ആരോ ഒരാൾ (കറുത്ത് കോട്ട് ഇട്ട അവരുടെ കൂട്ടത്തിൽ ഉള്ള ഒരാൾ എന്നു തോന്നിപ്പിക്കുന്ന) ചാടി പോകുന്നു. ലിണ്ട അത് കണ്ടിട്ട് വേഗം ഓടി പോയി വീടിന്റെ അകത്തു കയറി രണ്ടാം നിലയിലേക്കുള്ള പടിയിലൂടെ ഓടി കയറി ലിണ്ടയുടെ അച്ഛരന്റെ മുറിയിൽ എത്തി. തൊട്ടു പുറകിൽ പീറ്ററും ഉണ്ടായിരുന്നു.

(ലിണ്ടയുടെ പപ്പയുടെ മുറി കാണിക്കുന്നു)

ലിണ്ട ഓടി ചെന്നു മുറിയിൽ താക്കോലിനു വേണ്ടി കാര്യം ആയി തിരയുന്നു. പീറ്റർ അയാള് ചാടിയ ജനലു വഴി അയാൾ എങ്ങോട്ടാ പോയതെന്ന് നോക്കുന്നു. പീറ്റർ അയാളെ മിന്നായം പോലെ ഒന്ന് കണ്ടു.

ലിണ്ടയ്ക് ആ ബുക്ക് കിട്ടുന്നു ലിണ്ട ബുക്ക് തുറന്നു നോക്കുന്നു വേഗത്തിൽ തന്നെ പേജുകൾ തുറന്നു നോക്കുന്നു. അങ്ങനെ താക്കോൽ വെക്കുന്ന പേജ് കിട്ടി അതിൽ താക്കോൽ കാണുന്നില്ല.

ലിണ്ട ഒരു സെക്കന്റ് ഷോക്ക് ആയി പോയി. ലിണ്ട ബുക്ക് അടച്ചുവെച്ചിട്ട് ജനലിന്റെ അടുത്ത് നിൽക്കുന്ന പീറ്റർനെ നോക്കുന്നു.

(പീറ്ററിനെ കാണിക്കുന്നു)

പീറ്റർ ജനലിന്റെ അവിടെ നിന്നും ലിണ്ടയെ നോക്കുന്നു.

(ലിണ്ടയെ കാണിക്കുന്നു)

ലിണ്ട പീറ്ററിനോട്.

ലിണ്ട: ഞാൻ പേടിച്ച പോലെ തന്നെ സംഭവിച്ചു പീറ്റർ.

(പീറ്ററിന്റെ മുഖത്ത് കൺഫ്യൂഷൻ ആയിട്ടുള്ള മുഖഭാവം)

(പീറ്ററിന്റെ മുഖത്തേക്ക് ലിണ്ട നോക്കികൊണ്ട് തന്നെ ഇരിക്കുന്നു)

ലിണ്ട പീറ്ററിനോട് ബാക്കി ആയി പറയുന്നു.

ലിണ്ട: വാതിലിൻറെ താക്കോൽ ഇവിടുന്നു ഓടി പോയ ആൾ എടുത്തു കൊണ്ടുപോയി. (ഇത് പറയുമ്പോൾ ലിണ്ടയുടെ മുഖത്ത് താക്കോൽ പോയതിൻറെ പേടിയോടെ കൂടിയുള്ള മുഖഭാവം കാണാം)

(പീറ്റർ ലിണ്ടയുടെ മുഖത്തേക്കു പേടിയോടുള്ള ഭാവത്തിൽ നോക്കുന്നു)

(പീറ്റർനെ കാണിക്കുന്നു)

പീറ്റർ നേരെ തിരിഞ്ഞു ജനലിൽകൂടി അയാൾ ഓടിയ വഴി നോക്കുന്നു. (ജനലിൻറെ വെളിയിൽ നിന്നും പീറ്റർ അയാൾ ഓടിയ വഴിയിൽ തന്നെ നോക്കികൊണ്ട് നിൽക്കുന്നു)

6

(ലിണ്ടയുടെ പപ്പയുടെ മുറിയിൽ നിന്നും താക്കോൽ മോഷ്ടിച്ചു കൊണ്ട് കാടിൻ്റെ അകത്തേക്കു പോകുന്ന കറുത്ത കോട്ട് ഇട്ട വെക്തി)

ലിണ്ടയുടെ പപ്പയുടെ കൈയിൽ നിന്നും താക്കോൽ മോഷ്ടിച്ച കറുത്ത കോട്ട് ഇട്ട ആൾ ചോള പാടത്തു നില്കുന്നു. (അദ്ദേഹത്തിൻ്റെ കൂടെ രണ്ട് പേര് കൂടി ഉണ്ടായിരുന്നു ഒന്ന് അദ്ദേഹത്തിന്റെ ഭാര്യയും രണ്ടു അദ്ദേഹത്തിൻ്റെ കൂടെ ജോലി ചെയുന്ന ആളായിരുന്നു. അദ്ദേഹത്തിൻ്റെ ഭാര്യയും അദ്ദേഹത്തിൻ്റെ കൂടെ ജോലി ചെയുന്ന ആളും അദ്ദേഹവും പോലീസ് ഉദ്യോഗസ്ഥർ ആയിരുന്നു) അവരെ ചോള പാടത്തു ഒളിച്ചിരിക്കുക ആയിരുന്നു) അദ്ദേഹം മുന്നോട്ട് നടന്നു അദ്ദേഹം ചോള പാടത്തിൻ്റെ ഇരു വശവും നോക്കി രണ്ടു പേരുകൾ വിളിക്കുന്നുണ്ടായിരുന്നു.

താക്കോൽ മോഷ്ടിച്ച ആളുടെ പേര് ഡാനിയൽ എന്നും അദ്ദേഹത്തിന്റെ ഭാര്യയുടെ പേര് മേരി എന്നും അദ്ദേഹത്തിന്റെ കൂടെ ജോലി ചെയുന്ന വെക്തിയുടെ പേര് വില്ല്യം എന്നും ആരുന്നു.

മേരിയും വില്യവും ഡാനിയലിൻ്റെ കൂട്ടു തന്നെ മറ്റുള്ളവരെ പോലെ തന്നെ അവരിൽ ഒരാൾ ആയി തോന്നാൻ വേണ്ടി കറുത്ത സ്ലീവ് ലെസ്സ് ആയിട്ടുള്ള കോട്ട് ഇട്ടിട്ടുണ്ട്.

താക്കോൽ മോഷ്ട്ടിച്ച ആൾ: വില്ലിയം. വില്ലിയം. (പതിഞ്ഞ ശബ്ദത്തിൽ). മേരി മേരി.

പേര് വിളിച്ചുകൊണ്ടു അവിടെയൊക്കെ ചോളത്തിന്റെ ഇടക് നോക്കുന്നു.

ചോളത്തിന്റെ ഇടക് മേരിയു വില്ലിയവും കൂടി ഒളിച്ചു ഇരിക്കുന്നു. പീറ്ററിന്റെ വിളി കേട്ട മേരി വില്ലിയ്ത്തിനോട് പതിഞ്ഞ സ്വരത്തിൽ പറയുന്നു.

മേരി: ഡാനിയേൽ ആണെന് തോന്നുന്നു.

മേരി മാറ്റി പിടിച്ചിരുന്ന രാന്തൽ എടുത്തു വില്ലിയത്തിന്റെ കൈയിൽ കൊടുക്കുന്നു വില്ലിയം അത് തറയിൽ ഇരുന്നുകൊണ്ട് തന്നെ ഉയർത്തി കാണിക്കുന്നു. ഡാനിയേൽ ആ രാന്തൽ വെളിച്ചം കണ്ടിട്ട് ചോള പാടത്തിന്റെ ഇടയിലൂടെ ചോളങ്ങളുടെ ഇല്ലകളെ തട്ടി മാറ്റി മുൻപോട്ട് പോകുന്നു. വെളിച്ചത്തിന്റെ അടുത്തേക് വന്നുകൊണ്ടിരുന്ന ഡാനിയലിനെ പതിഞ്ഞ ശബ്ദത്തിൽ വില്ല്യം വിളിക്കുന്നു.

വില്ലിയം: ഡാനിയൽ. ഡാനിയൽ ഇവിടെ.

ശബ്ദം കേട്ട ഡാനിയൽ അവർ തന്നെ എന്നു ഉറപ്പിച്ചു അങ്ങോട്ടേക്ക് തന്നെ പോകുന്നു.

അവരുടെ അടുത്ത് എത്തിയ ഡാനിയൽ അവരുടെ കൂടെ അവിടെ നിലത്തു ഇരിക്കുന്നു. വില്ലിയം കൈയിൽ ഇരുന്ന രാന്തൽ ഡാനിയലിന്റെ അടുത്തേക് വെക്കുന്നു റാന്തലിന്റെ വെളിച്ചത്തിൽ ഡാനിയലിന്റെ മുഖം കാണിക്കുന്നു. ഡാനിയൽ തന്റെ കൈയിൽ ഉള്ള മോഷ്ടിച്ചു എടുത്ത താക്കോൽ മേരിയെയും വില്ല്യത്തെയും കാണിക്കുന്നു.

(താക്കോലിന്റെ രൂപം കാണിക്കുന്നു)

വട്ടത്തിൽ (റൗണ്ടിൽ) ഉള്ള ഒരു ഷെയിപ്പിൽ ഉള്ള താക്കോൽ. നടുക്ക് മൂർച്ചയുള്ള വസ്തുവും കൊണ്ട് ആഴത്തിൽ വരച്ചത് പോലെ പെന്റാഗ്രാംന്റെ ഷെയപ്പും. ആ താക്കോലിനു ഒരു കൈ പത്തിയുടെ വലുപ്പം ഉണ്ട്.

(വില്യത്തിന്റെയും മേരിയുടെയും മുഖം റാന്തലിന്റെ വെളിച്ചത്തിൽ കാണിക്കുന്നു)

സന്തോഷം രണ്ടു പേരുടെയും മുഖത്ത് താക്കോൽ കിട്ടിയ ചെറിയ രീതിയിൽ കാണിക്കുന്നു.

(വില്ല്യം പീറ്ററിനോട്)

വില്ല്യം: ചന്ദ്ര ഗ്രഹണം കഴിയാൻ ഇനി അതിക സമയം ഇല്ല അതിനു മുൻപെ നമ്മുക്ക് വാതിൽ തുറക്കണം. നീ താക്കോൽ എടുക്കുന്ന ആരേലും കണ്ടോ?

ഡാനിയൽ: ഇല്ലെന്നു തോനുന്നു. താക്കോൽ എടുക്കുന്നതിൻ്റെ ഇടക് ഞാൻ അത് ശ്രദ്ധിച്ചില്ല.

വില്ല്യം: നിന്നെ ആരേലും കണ്ടിട്ടുണ്ടെങ്കിൽ ഇപ്പോൾ എല്ലാരും അറിഞ്ഞിട്ടുണ്ടാവും നമ്മൾ താക്കോലും കോണ്ട് പോയ കാര്യം.

മേരി: ഇവിടെ മൊത്തവും അവരുടെ ആളുകൾ കാണും. ഇ രാത്രിയിൽ അവർ എവിടെ ഒക്കെ നിൽപ്പുണ്ട് എന്നോ എങ്ങനെ ആക്രമിക്കും എന്നോ പറയാൻ പറ്റില്ല. വാതിലിൻ്റെ അടുത്ത് എത്തിയാലേ എത്തി എന്നു പറയാൻ പറ്റൂ.

(ഡാനിയലിനെ കാണിക്കുന്നു)

ഡാനിയൽ മേരിയോട്.

ഡാനിയൽ: എന്ത് സംഭവിച്ചാലും ഇന്നത്തോടെ എല്ലാം അവസാനിക്കണം.

(മേരി പറയുന്നത് കേട്ടിട്ട് ഡാനിയലും വില്യവും മേരിയുടെ മുഖത്തേക്ക് ഒരു നിമിഷം നോക്കുന്നു)

(കുതിരക്കളെ കെട്ടി ഇട്ടേക്കുന്ന സ്ഥലത്തേക്ക് പീറ്ററും ലിണ്ടയും കൂടെ ഓടി ചെല്ലുന്നു)

ലിണ്ടയും പീറ്ററും കൂടെ കുതിരക്കളെ കെട്ടി ഇട്ടേക്കുന്ന സ്ഥലത്ത് നില്ക്കുന്നു (ഹോർസ് ഷെൽട്ടർ). അവിടെ മൂന്ന്-നാല് ൹കുതിരകൾ കെട്ടി ഇട്ടിട്ടുണ്ട് കുതിരകൾക്കു കഴിക്കാൻ ചോളത്തിൻ്റെ ഇല്ലകൾ (പുല്ലു പോലെ ഉള്ളവ) കൂട്ടി ഇട്ടിട്ടുണ്ട്. കുടിക്കാൻ വൈൻ ബാരലിൽ വെള്ളം നിറച്ചു വെച്ചിട്ടുണ്ട്. ആ കുതിരകളിൽ ഒരു കുതിര ലിണ്ടയുടെ പ്രിയ പെട്ട കുതിര ആയിരുന്നു. വെളുത്ത നിറമുള്ള പെണ്ണ് കുതിര ആരുന്നു അത്. കുതിര വെള്ളം കുടിച്ചു കോണ്ട് ഇരിക്കുക ആയിരുന്നു. കുതിരയെ തലോടി കോണ്ട് ലിണ്ട.

ലിണ്ട: ലിദിയ. (വീണ്ടും സ്നേഹത്തോടെ തലോടുന്നു). കുതിര വിളി കേൾക്കുന്ന രീതിയിൽ ശബ്ദം ഉണ്ടാകുന്നു.

കുതിരയെ തലോടി കോണ്ട് തന്നെ പീറ്ററിനോട് പറയുന്നു.

ലിണ്ട: അമ്മയുടെ പേരാ ഇവൾക്ക് ഇട്ടേക്കുനെ. അമ്മ മരിച്ചതിനു ശേഷം സങ്കടം വന്നാലും സന്തോഷം വന്നാലും ഞാൻ ഇവളോട് മാത്രമേ പറയാറൊള്ളു.

പീറ്റർ കുതിരയുടെ അടുത്തേക്ക് വരുന്നു പീറ്ററും ലിണ്ട കുതിരയെ തലോടുന്ന കണ്ടിട്ട് കുതിരയെ ചെറുതായി പീറ്ററും തലോടുന്നു.

കുതിരയുടെ മുഖത്ത് നിന്നും കണ്ണ് എടുക്കാതെ ലിണ്ട കുതിരയോട് പറയുന്നു.

ലിണ്ട: നമ്മുക്ക് കുറച്ചു പണിയുണ്ട്. പോയല്ലോ?

കുതിര തിരിച്ചു ശബ്ദം ഉണ്ടാകുന്നു.

ലിണ്ട കുതിരയുടെ കെട്ട് അഴിച്ചു വിടുന്നു. ലിണ്ട കുതിരയുടെ മുകളിൽ ചാടി കേറുന്നു. എന്നിട്ട് പീറ്ററിനു കേരാൻ വേണ്ടി ലിണ്ട തന്റെ കൈ പീറ്റർനു നേർക്കു കാണിച്ചു കൊടുക്കുന്നു. പീറ്റർ ഒന്ന് നോക്കി അവിടെ ഇരുന്ന ഒരു നീളം കൂടിയ ഷോവൽ എടുത്തു എന്നിട്ട് മറ്റേ കൈയും കൊണ്ട് അവിടെ കത്തിച്ചു തൂകി ഇട്ടേക്കുന്ന രാന്തൽ എടുത്തു ലിണ്ടയുടെ കയ്യിലും കൊടുത്തു. ലിണ്ട ലിണ്ടയുടെ വെറുതെ കിടക്കുന്ന മറ്റേ കൈ പീറ്റർനു പിടിച്ചു കേറാൻ ഇട്ടു കൊടുത്തു. പീറ്ററിൻറെ ഒരു കൈയിൽ ഷോവൽ ഉള്ളതുകൊണ്ട് ലിണ്ടയുടെ കൈ പിടിച്ചു കുതിര പുറത്ത് വലിഞ്ഞു കയറുന്നു. കുതിരിയയുടെ മുകളിൽ ഇരുന്ന പീറ്ററിനോട് ലിണ്ട.

ലിണ്ട: എന്നെ പിടിച്ചു ഇരുന്നോ.

പീറ്റർ ലിണ്ടയെ പിടിച്ചു ഇരിക്കുന്നു. ഒരു കൈയിൽ രാന്തൽ പിടിച്ചു കോണ്ട് മറ്റേ കൈയും കൊണ്ട് കുതിരയെ ഓടിച്ചു കൊണ്ട് ലിണ്ടയു ഒരു കൈയിൽ ഷോവൽ മറ്റേ കൈകൊണ്ട് ലിണ്ടയെ മുറുകി പിടിച്ചുകൊണ്ടു അവർ രണ്ടു പേരും താക്കോൽ കോണ്ട് പോയ ആളെ കണ്ടു പിടിക്കാൻ വേണ്ടി ചോള പാടത്തേക് പോകുന്നു.

ചോള പാടത്തിന്റെറെ കുറച്ചും കൂടി മുന്നോട്ട് പോയപ്പോൾ കുരിശിന്റെ രൂപത്തിൽ രണ്ടു വട്ടത്തിൽ (റൗണ്ട്) ഷേപ്പിൽ ഉള്ള മരത്തടി കഷ്ണം മണ്ണിൽ കുത്തി നിർത്തിയിട്ടുണ്ട് അതിൻറെ മുകളിൽ മത്തങ്ങാ (പംകിൻ) വെച്ചിട്ട് അതിനു കണ്ണും മൂക്കും വെച്ചിട്ടുണ്ട് അതിൽ ഒരു കറുത്ത കോട്ട് ഇട്ടിരിക്കുന്ന കോലം പോലെ തോന്നികുന്ന രീതിയിൽ. പീറ്റർ കുതിരയുടെ മുകളിൽ നിന്നും ചാടി ഇറങ്ങി ആ കോട്ട് ഇട്ടു കൊണ്ട് തിരിച്ചു കുതിരയുടെ മുകളിൽ കയറുന്നു.

(ഡാനിയലിനെയും കൂടെ ഉള്ളവരെയും ചോളപാടത്ത് കാണിക്കുന്നു)

ഡാനിയേൽ റാന്തൽ പിടിച്ചു മുന്നിൽ നടക്കുന്നു. പുറകിൽ മേരിയും അതിൻറെ പുറകിൽ വില്യവും ഉണ്ട്. മൂന്ന് പേരും വളരെ

സൂക്ഷിച് ആണ് നടക്കുന്നത്. അവർ നടന് കോണ്ട് ഇരിക്കുമ്പോൾ ചോള പാടത്തിന്റെ ഇടയിൽ നിന്നും കേൾക്കുന്ന ശബത്തിന് വരെ അവർ ഭയന്ന് നോക്കുന്നു. പക്ഷെ ഡാനിയൽ അതൊന്നും ശ്രദ്ധിക്കാതെ രാന്തൽ കോണ്ട് മുന്പോട്ട് പോകുന്നു. ഡാനിയലിന്റെ മുഖത്തും കയ്യിലും ചോര ആയിട്ടുണ്ട്. (അവരെ ആക്രമിക്കാൻ വന്ന ആരെയോ ഡാനിയൽ കൊന്നത് ആണ്). ഡാനിയേൽ രാന്തലും പിടിച്ചു മുന്നോട്ട് നടക്കുമ്പോഴും തന്റെ കൊല്ലപ്പെട്ട കുഞ്ഞു മകളുടെ ഓർമയാണ് തന്റെ മനസിൽ മുഴുവനും. അങ്ങനെ അവർ നടന് കോണ്ട് ഇരിക്കുമ്പോൾ പെട്ടന് ചോളങ്ങളുടെ ഇടയിൽ നിന്നും നിന്നും കറുത്ത coat ഇട്ട ഒരാൾ കത്തിയും ആയി മുന്നിൽ ചാടി ഡാനിയലിനു നേർക്കു കത്തി എടുത്തു വീശി. പക്ഷെ അത് ഡാനിയൽ കൈയിൽ ഉള്ള റാന്തൽ കോണ്ട് തടഞ്ഞു. പക്ഷെ ഡാനിയലിന്റെ കൈയിൽ നിന്നും റാന്തൽ തെറിച്ചു പോകുന്നു.

(റാന്തൽ തെറിച്ചു ചോള പാടത്തേക് വീഴുനത് കാണിക്കുന്നു)

റാന്തൽ കൈയിൽ നിന്നും തെറിച്ചു പോയി ചോള പാടത്തിന്റെ അകത്തു വീണു റാന്തൽ പൊട്ടി അതിൽ നിന്നും മെഴുകു തിരി വെളിയിൽ വന്നു ചോളം നല്ല പോലെ വിളവ് എടുക്കാൻ ആയി നിൽക്കുന്ന പരുവം ആയതുകൊണ്ട് തന്നെ ഇല്ലകൾ എല്ലാം ഉണ്ണങ്ങി (ഹാർവെസ്റ്റ്) നിന്ന ചോള പാടം ആയതുകൊണ്ട് അതിൽ തീ പിടിച്ചു. തീ പയ്യെ പയ്യെ കത്താൻ തുടങി. പക്ഷെ അടിക്കിടെ ആരും ശ്രദ്ധിച്ചില്ല.

(ഡാനിയലും കൂടെ ഉള്ളവരെയും കാണിക്കുന്നു)

ഡാനിയൽ അയാളെ ഒറ്റക് ആണ് നേരിടുന്നത് ഡാനിയലിനു ഒറ്റക് നേരിടാൻ ഉള്ളതെ ഒള്ളു അയാൾ . ഡാനിയൽ അയാളെ അടിച്ചു അയാളുടെ കൈയിൽ ഉള്ള കത്തി തെറിച്ചു പോകുന്നു. എന്നിട്ട് ഡാനിയലിന്റെ കൈയിൽ ഉള്ള ചോര പുരണ്ട കത്തി കോണ്ട് അയാളെ കഴിത്തിനു കുത്തി വീഴ്ത്തി എന്നിട്ട് ഡാനിയൽ മുന്നോട്ട് നടന്.

(ഡാനിയലിൻറെ പുറകിൽ നിൽക്കുന്ന മേരിയെയും വില്യത്തെയും കാണിക്കുന്നു)

മേരിയും വില്യവും പരസ്പരം മുഖത്തേക്ക് നോക്കി എന്നിട്ട് ഡാനിയലിന്റെ പുറകിൽ നടന് വരുന്നു.

(ചോളപാടത്തിന്റെ ഇടയിലൂടെ പീറ്ററും ലിണ്ടയും കുതിര പുറത്ത് ഇരുന്നു കൊണ്ട് പോകുന്നു)

പീറ്ററും ലിണ്ടയും കുതിര പുറത്ത് ചോള പാടങ്ങളുടെ ഇടയിലൂടെ പൊയികൊണ്ട് ഇരിക്കുന്നു.

പെട്ടന് കുതിര നിന്നു റാന്തൽ ഉണ്ടെങ്കിലും അതിന്റെ മങ്ങിയ വെളിച്ചത്തിൽ അതികം ഒന്നും കാണാൻ പറ്റില്ല. കുതിര നിന്നപ്പോൾ ഒന്നുടെ കുതിരയെ മുന്നോട്ട് പോകാൻ വേണ്ടി ലിണ്ട് നിർബന്ധിച്ചു. കുതിര വീണ്ടും ശബ്ദം ഉണ്ടാക്കി പുറകിലോട്ട് മാറി.

(കുതിര പുറത്ത് ഇരിക്കുന്ന ലിണ്ടയെയും പീറ്റർനെയും കാണിക്കുന്നു)

ലിണ്ട തന്റെ കൈയിൽ ഇരുന്ന റാന്തൽ കോണ്ട് കുതിര പുറത്ത് നിന്നും താഴെ ഇറങ്ങുന്നു. എന്നിട്ട് പയ്യെ റാന്തൽ മുന്പോട്ട് പിടിക്കുന്നു. അവിടെ ഒരു ശവ ശരീരം ചോര വാർന്ന രീതിയിൽ കിടക്കുന്നു.

(ലിണ്ട അയാളുടെ അടുത്തേക് ചെല്ലുന്നു)

ലിണ്ട അയാളുടെ അടുത്തേക് പോയിട്ട് റാന്തൽ കുറച്ചു അടുത്തായി പിടിച്ചു. കറുത്ത കോട്ട് ഇട്ട അവരുടെ കൂട്ടത്തിൽ ഉള്ള ഒരാൾ ആണെന് മനസിലാക്കിയ ലിണ്ട തിരിച്ചു കുതിര പുറത്തു കേറാൻ വേണ്ടി റാന്തലും കോണ്ട് തിരിഞ്ഞതും ചോള പാടത്തിന്റെ ഇടയിൽ നിന്നും ഒരാൾ ചാടി വീണു കൈയിൽ ഉള്ള കത്തിയും കോണ്ട് ലിണ്ടയെ ആക്രമിക്കാൻ വരുന്നു ആക്രമിക്കാൻ വന്നതും കൈയിൽ ഉണ്ടായിരുന്ന ഷോവൽ കൊണ്ട് പീറ്റർ അയാളെ അടിച്ചു തറയിൽ ഇട്ടു.

(പീറ്റർ കുതിര പുറത്തു നിന്നും ഇറങ്ങി ലിണ്ടയുടെ അടുത്ത് നിൽപുണ്ടായിരുന്നു ലിണ്ട അതൊന്നും ശ്രദ്ധിച്ചില്ല)

വീണ്ടും പീറ്റർ അയാളുടെ അടുത്തേക് ചെന്നിട്ടു ഷോവൽ കോണ്ട് രണ്ട് അടിയും കൂടെ അയാളുടെ തലയ്ക്ക് ഇട്ടു കൊടുക്കുന്നു.

(ആദിയം തറയിൽ മരിച്ചു കിടന്നത് ഡാനിയൽ മുൻപേ കൊന്ന ആളായിരുന്നു).

റാന്തൽ ഉയർത്തി പിടിച്ചു ലിണ്ട പീറ്ററിനോട്.

ലിണ്ട: പീറ്റർ. ഇത് അവരാ.

(ആ ഒരു വിളിയിൽ ലിണ്ട എന്താ ഉദ്ദേശിച്ചതെന്നു പീറ്ററിനു മനസിലായി)

(പീറ്ററെ കാണിക്കുന്നു)

(റാന്തൽ വെളിച്ചം പീറ്ററിന്റെ മുഖത്ത് അടിക്കുന്നു).

പീറ്റർ ലിണ്ടയോട് പറയുന്നു.

പീറ്റർ: അവർ ഇ വഴി ആണ് പോയിട്ടുള്ളത് നമ്മുക്ക് ചിലപ്പോൾ അവരെ പിടിക്കാൻ പറ്റിയെക്കും ."

അവർ രണ്ടു പേരും അത് പറഞ്ഞു കോണ്ട് അവരെ പിടിക്കാൻ വേണ്ടി കുതിര പുറത്ത് കയറുന്നു.

കുതിര പുറത്ത് ഇരുന്നു കോണ്ട് ലിണ്ട കുറച്ചു ദൂരെ ആയി ചോള പാടത്തു പുഹ ഉയരുന്നതായിട്ട് കണ്ടു.

(ഡാനിയലിന്റെ കൈയിൽ നിന്നും വീണ റാന്തലിൽ നിന്നും തീ പിടിച്ച പുഹ ആണ് അത്)

(ലിണ്ടയുടെയും പീറ്ററിന്റെയും മുഖം റാന്തൽ വെളിച്ചത്തിൽ കാണിക്കുന്നു)

ലിണ്ടയും പീറ്ററും പുഹ ഉയരുന്ന സ്ഥലത്തേക്ക് നോക്കി നിൽക്കുന്നു.

ലിണ്ട പീറ്ററെ തിരിഞ്ഞു നോക്കാതെ പുഹ വരുന്ന സ്ഥലത്തേക്ക് നോക്കി തന്നെ ഇയിരിക്കുന്നു പീറ്ററും അവിടെ തന്നെ നോക്കികൊണ്ട് ലിണ്ടയോട് പറയുന്നു.

പീറ്റർ: എല്ലാവരുടെയും ശ്രദ്ധ തിരിച്ചു രക്ഷപെടാൻ വേണ്ടി അവർ ചെയ്തത് അരികും. അവർ നമ്മളെ കാട്ടിൽ ഒരുപാട് മുന്നിൽ ആണ്.

ലിണ്ട കുതിരയെ മുന്നോട്ട് എടുക്കാൻ വേണ്ടി കുതിരയോട് സംസാരിക്കുന്നു.

ലിണ്ട: പോവാം. (കൈ കോണ്ട് കുതിരയെ മെലെ തട്ടുന്നു)

കുതിര മുൻപോട്ട് പോകുന്നു.

(കറുത്ത കുർബ്ബാന നടക്കുന്ന പള്ളി കാണിക്കുന്നു)

(പള്ളിയുടെ ഹാൾ കാണിക്കുന്നു)

പള്ളിയിൽ അവരുടെ ദൈവത്തെ ഷെണിക്കാൻ വേണ്ടി ഉള്ള കറുത്ത കുർബാന ചടങ്ങിന്റെ അവസാന ഭാഗം തീരാൻ പോകുന്നു.

അവിടെ പന്നി കുട്ടിയെ കുരുതി കൊടുത്തതിന്റെ ചോരയും തലയും ഉടലും ഒകെ ചിതറി കിടപ്പുണ്ട്. അതിന്റെ പുറകിൽ ആയിട്ട് ദൈവത്തിന്റെ ആൾരൂപം എന്നു കരുതുന്ന ലിണ്ടയുടെ പപ്പ നിൽപ്പുണ്ട്. അദ്ദേഹം കണ്ണ് തുറന്നു ആണ് നില്കുന്നത്. പള്ളിയിൽ

കൂടിയിരിക്കുന്ന ഓരോരുത്തർ വരി വേരി ആയിട്ട് കൈയിൽ ഉള്ള തണ്ടിന് നീളം കൂടിയ ഇല്ലകൾ ഉള്ള വെളുത്ത റോസാപൂവ് കൈയിൽ പിടിച്ചു കോണ്ട് പന്നിയെ കുരുതി കൊടുത്ത ടേബിളിന്റെ മുകളിൽ കിടന്ന ചോരയിൽ മുക്കി എടുത്തു ഓരോരുത്തരായി ദൈവത്തിന്റെ പ്രേതിരൂപം ആയ ആൾക്ക് കൊടുക്കുന്നു. "അയാൾ ആ റോസാപൂവ് ഓരോരുത്തരുടെയും കൈയിൽ നിന്നും ഏറ്റു വാങ്ങുന്നു.

കുർബാനക്കു നേതൃത്വം കൊടുത്ത അച്ഛൻ ആയ ഐസക്ക് ചടങ്ങിന്റെ അവസാനത്തെ ഭാഗത്തെ പ്രസംഗം പറയുന്നു.

ഐസക് : അല്പ സമയം കൂടി കഴിഞ്ഞാൽ ചന്ദ്ര ഗ്രഹണം അവസാനിക്കും. അത് കഴിഞ്ഞാൽ പ്രധാനപെട്ട ഒരു ചടങ്ങ് കൂടി ബാക്കി ഉണ്ട്. നമ്മുടെ ധാന്യ വിളവുകളുടെ ഉത്പാധനം കൂടാനും. ജോലികളിലും സംരംഭങ്ങളിലും സാമ്പത്തിക ലാഭം നേടാനും. നമ്മുടെ എല്ലാ പ്രശ്നങ്ങളും മാറാനും നമ്മൾ ആഗ്രഹിച്ച കാര്യങ്ങൾ നടക്കാനും വേണ്ടി നമ്മൾ കാലകാലങ്ങളായി നടത്തുന്ന ചടങ്ങാ ഇത്. (ഒരു സെക്കൻഡ് ഗ്യാപ് ഇട്ട ശേഷം) "നമ്മൾ എല്ലാം ഒരേ ചോര ആണ്. നമ്മൾക്കു കിട്ടേണ്ടത് എന്ത് അത് നമ്മൾ അർഹിക്കുന്നു"

ഇത്രെയും പറഞ്ഞു കോണ്ട് ഐസക് തന്റെ കൈയിൽ ഉണ്ടായിരുന്ന ബൈബിൾ അടച്ചു വെച്ചു.

(അപ്പോൾ ആ ബൈബിളിന്റെ പേര് കാണിക്കുന്നു).

മാൽവെസ്റ്റ് ബുക്ക് ഓഫ് കവനെന്റ് (ഉടമ്പടി).

ചടങ്ങ് മൊത്തവും കഴിഞ്ഞു.

(ദൈവത്തിന്റെ ആൾ രൂപം ആയ ആളെ കാണിക്കുന്നു)

ദൈവത്തിന്റെ ആൾ രൂപം ആയ ആൾ തന്റെ കൈയിൽ ഇരുന്ന അൻപത് ഓളം വരുന്ന റോസാപൂക്കൾ കുരുതി കൊടുത്ത ചോര ആയിട്ടുള്ള പന്നിയുടെ ശരീര ഭാഗം ചിതറി കിടക്കുന്ന ടേബിളിന്റെ മുകളിലേക്കു വെക്കുന്നു.

(റോസാപൂവ് ടേബിളിന്റെ മുകളിൽ വെക്കുമ്പോൾ അതിലോട്ടു നോക്കി നിൽക്കുന്ന ഐസക്കിനെ കാണിക്കുന്നു)

എന്നിട്ട് അവിടെ നിന്നും അവിടെ കൂടി ഇരിക്കുന്ന ആൾക്കാരുടെ മുനിലൂടെ നടന് തന്റെ വീട്ടിലേക്കു പോകുന്നു.

(ഐസക്കിന് കാണിക്കുന്നു)

ഐസക് പതിയെ തൻ്റെ കൈയിൽ ഉള്ള ബൈബിളും പിടിച്ചു കോണ്ട് പള്ളിയിൽ നിന്നും വെളിയിൽ ഇറങ്ങാൻ നോക്കുന്നു.

പെട്ടന് പള്ളിയിൽ ഒരാൾ ഓടി കേറി വരുന്നു. എല്ലാരുടെയും ശ്രെദ്ധ പെട്ടന് അങ്ങോട്ട് ആയി. അയാൾ ഉറക്കെ ഐസകിനോട് കെദച്ചു കോണ്ട് പറയുന്നു.

പള്ളിയിലേക്കു ഓടി കയറിയ ആൾ: ചോള പാടത്തിനു തീ പിടിച്ചു. തീ ബാക്കി ഉള്ളടത്തു പടരുന്നതിനു മുൻപേ തീ കെടുത്തണം.

(പള്ളിയിൽ നിന്നും വെളിയിലോട്ട് ഇറങ്ങിയ ദൈവത്തിന്റെ പ്രതി രൂപം ആയിട്ടുള്ള വെക്തി (ലിണ്ടയുടെ അച്ഛരൻ) കാണിക്കുന്നു)

പള്ളിയിൽ ഓടി വന്ന ആൾ പറയുന്നത് മൊത്തവും ലിണ്ടയുടെ അച്ഛരൻ കേട്ടു. അദ്ദേഹം തിരിഞ്ഞു പള്ളിയുടെ അകത്തു കയറി. ഐസക്ക് ഉൾപ്പടെ പള്ളിയിൽ നിന്ന എല്ലാരും അദ്ദേഹത്തെ നോക്കി.

ലിണ്ടയുടെ അച്ഛരൻ അവിടെ നിന്നും ഉറക്കെ (ഗാഭിര്യം കൂടിയ ശബ്ദദതതിൽ) ഐസകിനോട്.

ലിണ്ടയുടെ അച്ഛരൻ : കുർബാന കൂടാൻ വന്ന ഡാനിയലും ഭാര്യയും എന്തിയെ?"

(ലിണ്ടയുടെ അച്ഛരൻ റോസാ പൂക്കൾ ഓരോരുത്തരുടെയും കൈയിൽ നിന്നും വാങ്ങുന്ന നേരം ഡാനിയലിനെയും ഭാര്യയും കൂടെ ഉള്ള ഡാനിയലിൻറെ കൂട്ടു കാരനെയും കണ്ടില്ല. ആ സംശയം ഉള്ളതുകൊണ്ട് ആണ് അവർ ഇവിടെ എന്നു ഐസക്നോട് ചോദിക്കുന്നെ)

(ഐസക്കിനെ കാണിക്കുന്നു)

(ഐസക്സ്ന്റെ മുഖത്ത് സംശയം നിറഞ്ഞ മുഖ ഭാവം വരുന്നു) ഐസക്ക് പെട്ടന് നിശബ്ദനായി പോയി.

ചോള പാടം തീ കത്തി കോണ്ട് ഇരിക്കുന്നു. അവിടെ കാവൽ ആയി നിന്ന അവരുടെ ആൾകാർ വരുകയും കൈയിൽ ഉള്ള കമ്പും തടി കക്ഷണവും ഉപയോഗിച്ചും തീ കെടുത്താനും ബാക്കി ഉള്ളടത്തോട്ട് പടരാതെയും നോക്കുന്നു.

പള്ളിയുടെ അകത്തു നിന്നും എല്ലാവരും പള്ളി മുറ്റത്തു കൂടി ഓടി ചോള പാടത്തേക് തീ കെടുത്താൻ വേണ്ടി പോകുന്നു. കുറെ പേര്

അവിടുത്തെ കിണറിൽ നിന്നും വെള്ളം എടുത്ത് വൈൻ ബാരെലിൽ നിറച്ചു കോണ്ട് തീ കെടുത്താൻ വേണ്ടി പോകുന്നു.

(ഐസക്കിന് കാണിക്കുന്നു)

ഐസക്ക് പള്ളി മുറ്റത്തു നിന്നും തീ കെടുത്തുന്നത് നോക്കി കാണുന്നു.

ഐസക്കിന്റെ മനസ് മുഴുവനും ഡാനിയൽ എന്തിനാരിക്കും. എങ്ങോട്ടുരിക്കും പോയെ അവൻ ചോള പാടത്തു എന്തിനാരിക്കും തീ ഇട്ടത് അതുകൊണ്ട് അവൻ എന്താണ് ഉദ്ദേശിക്കുന്നത് എന്ന് ഒക്കെയാണ് ഐസക്കിൻറെ മനസ്സിൽ, മനസിന് സമാധാനം ഇല്ലാതെ ലിണ്ടയുടെ അച്ചരനെ കാണാൻ വേണ്ടി പോകുന്നു.

(ഐസക്ക് അവിടെ നിന്നും തിരിഞ്ഞു നടക്കുന്നു)

നടന്നു പോകുമ്പോൾ ലിണ്ടയെയും പീറ്റർനെയും കെട്ടി ഇട്ട ചെറിയ വീട് ഐസക്കിൻറെ ശ്രെദ്ധയിൽ പെടുന്നു. അവര് എന്തിയെ എന്നു നോക്കാൻ വേണ്ടി വീടിൻറെ അടുത്തേക് ചെല്ലുന്നു.

ഐസക് ജനലിൻറെ അടുത്തേക് നടന് വരുന്നു. ഐസക് ജനലിൻറെ അടുത്ത് എത്തി നോക്കിയപ്പോൾ ആരെയും കാണുന്നില്ല.

(ജനലിന്റെ അകത്തു നിന്നും മുറിയുടെ അക വശം കാണിക്കുന്നു)

മുറിയുടെ അകത്തു അവർ രണ്ടു പേരും ഇല്ല അവരെ കെട്ടി ഇട്ട കയറുകൾ മാത്രമേ ഒള്ളു.

(ഐസക്കിന്റെ മുഖം കാണിക്കുന്നു)

(അവരെ അകത്തു കാണാത്തതിന്റെ ഭയം ഐസക്കിന്റെ മുഖത്ത് കാണുന്നു)

സ്വന്തം കണ്ണുകളെ വിശ്വസിക്കാൻ പറ്റാത്ത രീതിയിൽ ഐസക് ജനലിൻറെ അടുത്ത് നിന്നും വെപ്രാളത്തിൽ ഓടി വീടിന്റെ വാതിൽ തുറക്കുന്നു. ഐസക് മുറിയുടെ അകത്തു കയറുന്നു.

(മുറിയുടെ അകം കാണിക്കുന്നു)

മുറിയുടെ അകത്തു അവരെ കെട്ടി ഇട്ട കയറും പിന്നെ അവർ കയറു മുറിക്കാൻ ഉപയോഗിച്ച തടി കഷ്ണവും കിടപ്പുണ്ട്.

ഐസക് പേടിച്ചപോലെ തന്നെ അവർ രണ്ടും ആ മുറിയിൽ നിന്നും രക്ഷപെട്ടിരിക്കുന്നു.

(ഐസക്കിന് കാണിക്കുന്നു)

(ഐസക്കിന്റെ മുഖത്ത് അവർ രക്ഷപെട്ടു എന്ന മുഖഭാവം കാണിക്കുന്നു)

(ദൈവത്തിന്റെ പ്രതി രൂപ ആയ വെക്തി (ലിണ്ടയുടെ അച്ഛൻ) ഉള്ള മുറി കാണിക്കുന്നു)

ലിണ്ടയുടെ അച്ഛൻ കുർബ്ബാനയ്ക് ധരിച്ചിരുന്ന കാക്കയുടെ രൂപം ഉള്ള വേഷം ധരിച്ചു കോണ്ട് കയ്യിലും ദേഹത്തും ചോര പാടുകളും ആയി. (പന്നിയെ കുരുതി കൊടുത്തപ്പോൾ ദേഹത്തു ആയതും പിന്നെ റോസാ പൂവ് പിടിച്ചപ്പോൾ ആയതും ആയ ചോര പാടുകൾ) താൻ അടച്ചു വെച്ചിട്ട് പോയ് മാന്ത്രിക ബുക്ക് ആരോ തുറന്നു വെച്ചേക്കുന്നത് കണ്ടു അടുത്തേക് ചെന്നു നോക്കുമ്പോൾ മാന്ത്രിക താക്കോൽ വെച്ച ബുക്കിന്റെ പേജ് ആരോ എടുത്തു വെച്ചേക്കുന്നു. അതിൽ മാന്ത്രിക താക്കോൽ കാണാൻ ഇല്ല.

(ലിണ്ടയുടെ അച്ഛനെ കാണിക്കുന്നു)

ലിണ്ടയുടെ അച്ഛൻ താക്കോൽ ഇരുന്ന പേജിൽ പയ്യെ തന്റെ ചോര പാടുകൾ നിറഞ്ഞ് കൈ കോണ്ട് തലോടുന്നു.

(ഐസക് ലിണ്ടയുടെ അച്ഛന്റെ മുറിയിലേക് വരുന്നു)

ഐസക് പയ്യെ ലിണ്ടയുടെ അച്ഛന്റെ അടുത്തേക് നടന് വരുന്നു.

ഐസക് വളരെ സീരിയസ് ആയിട്ട് ലിണ്ടയുടെ അച്ഛരനോട് പറയുന്നു.

ഐസക്: ഡാനിയൽ മാത്രം അല്ല ലിണ്ടയും പിന്നെ പീറ്ററും രക്ഷപെട്ടിരിക്കുന്നു. ഡാനിയലാ അവരെ രക്ഷപ്പെടുത്തിയത് എന്നു തോന്നുന്നു. ഡാനിയൽ എന്തിനാ അത് ചെയ്തേ." ഡാനിയലിന്റെ ഉദ്ദേശം എന്താണെന്നു മനസിലാകുന്നില്ല.

പറഞ്ഞു തീരുന്നതിനു മുന്നേ ലിണ്ടയുടെ അച്ഛൻ തിരിഞ്ഞു തന്റെ ഇടതു കൈ കോണ്ട് ഐസക്കിന്റെ കഴുത്തിൽ പിടിച്ചു പൊക്കി ദേഷ്യത്തോടെ പറയുന്നു.

ലിണ്ടയുടെ അച്ഛൻ : ഇ പള്ളിയിൽ അച്ഛരൻ സ്ഥാനം ഒഴിഞ്ഞു നമ്മൾ ചെയുന്നത് തെറ്റ് ആണ് അത് നിർത്തണം എന്നു ഉപദേശിച്ചു ബാക്കി ഉള്ള നമ്മുടെ ആൾക്കാരെ പിൻതിരിപ്പിക്കാൻ നോക്കിയപ്പോളെ ഞാൻ നിന്നോട് പറഞ്ഞതാ അവനെ ഇ ലോകത്ത് വെച്ച് തന്നെ

ഇല്ലാതാകാൻ. അവൻ്റെ അച്ഛൻ സ്ഥാനം ഒഴിഞ്ഞു നിനക്ക് തന്നപ്പോൾ നിനക്ക് അവനോടുള്ള സ്നേഹത്തിൻ്റെയും കടപ്പാടിൻ്റെയും പേരിൽ നിനക്ക് അവനോട് ഉള്ള സിംപതിയുട പുറത്ത് നീ അത് ചെയ്തില്ല.

കഴിത്തിനു മുറുകെ പിടിച്ചോണ്ട് തന്നെ ഐസക്കിൻ്റെ കണ്ണിൽ നിന്നും വെള്ളം വരുകയും അതുപോലെ തന്നെ ഐസക് ചുമയ്ക്കുകയും ചെയുന്നുണ്ട്.

ലിണ്ടയുടെ അച്ഛൻ കഴിത്തിനു പിടിച്ചു കോണ്ട് തന്നെ ഐസക്കിന് തറയിലേക് എറിയുന്നു.

(ഐസക്കിന് കാണിക്കുന്നു)

ഐസക് അവിടെ കിടന്നു തൻ്റെ കഴുത്തിൽ പിടിച്ചു കോണ്ട് ചുമക്കുന്നു.

(ലിണ്ടയുടെ അച്ഛരനെ കാണിക്കുന്നു)

(ലിണ്ടയുടെ അച്ഛൻ ഐസക്കിനോട് ബാക്കി ആയി പറയുന്നു)

ലിണ്ടയുടെ അച്ഛൻ : അവർ വെറുതെ അല്ല പോയത് മാന്ത്രിക താക്കോൽ കൊണ്ടാ പോയേകുനെ. (ഒരു സെക്കൻ്റ് ഗ്യാപ് ഇട്ട ശേഷം). ചന്ദ്ര ഗ്രഹണം തിരുന്നതിനു മുൻപേ എന്നിക് താക്കോലും ലിണ്ടയെയും വേണം. ചന്ദ്ര ഗ്രെഹണം ആയതു കോണ്ട് എൻ്റെ മാന്ത്രിക ശക്തിയോ മാന്ത്രിക ബുക്കിലെ ശക്തിയോ എന്നിക് ഉപയോഗിക്കാൻ കഴിയില്ല. പള്ളിയിൽ അച്ഛൻ്റെ ശക്തിക് പരിധി ഉണ്ടെന്നു അറിയാം പ്രേത്യേകിച്ചു ചന്ദ്ര ഗ്രഹണ സമയത്ത്. എങ്ങനെ ആയാലും നീ ലിണ്ടയെയും താക്കോലും ഇവിടെ കൊണ്ട് വരണം. ഇല്ലെങ്കിൽ നീ ആരിക്കും ലിണ്ടയ്ക്കു പകരം ഞാൻ കുരുതി കൊടുക്കാൻ പോകുന്നേ. (ഒരു നിമിഷം ആലോചിച്ചിട്ട് അദ്ദേഹം ഐസക്കിനോട് പറഞ്ഞു)

ബാക്കി ഉള്ളവരെ കൊന്നേക്.

ഇത്രെയും പറഞ്ഞു കോണ്ട് അവിടെ ഇരിക്കുന്ന ചാരു കസേരയിൽ പോയി ഇരിക്കുന്നു.

തറയിൽ വീണു കിടക്കുന ഐസക്കിനെ കാണിക്കുന്നു. (ഐസക്കിൻ്റെ മുഖത്ത് വുഡ് ബർണർ നിന്നും വെളിച്ചം അടിച്ചുകൊണ്ടിരിക്കുനത് കാണിക്കുന്നു)

(പള്ളിയുടെ മുറ്റം കാണിക്കുന്നു)

ലിണ്ടയുടെ അച്ഛരന്റെറ മുറിയിൽ നിന്നും ഇറങ്ങി ഐസക് നേരെ പള്ളി മുറ്റത്തേക് പോകുന്നു.

ഐസക് പള്ളി മുറ്റത്തു നിന്നും ആകാശത്തേക് നോക്കുന്നു.

(ചന്ദ്ര ഗ്രെഹണവും ആകാശത്തെയും വൈഡ് ആയി കാണിക്കുന്നു)

ഐസക് ആകാശത്തേക് നോക്കി തന്റെ വലതു കൈ മേൽപോട്ട് ഉയർത്തി ഐസക് കൈ തുറന്നു ഉറക്കെ മന്ത്രം ചൊല്ലുന്നു. ആകാശത്തു പെട്ടന് ഒരു പച്ച നിറത്തിൽ ഉള്ള മിന്നൽ അടിക്കുന്നു അതിന്റെ കൂടെ ഇടിയുടെ ശബ്ദം കേൾക്കുന്നു.

(ഐസക്കിനെയും ലിണ്ടയെയും കാണിക്കുന്നു)

അവർ കുതിര പുറത്തു നിന്നും ഇറങ്ങി കുതിരയുടെ കൂടെ നടന്നുകൊണ്ട് ഇരിക്കുക ആണ്. മിന്നലും ശബ്ദവും കെട്ട് പീറ്ററും ലിണ്ടയും കൂടി ആകാശത്തേക് നോക്കുന്നു. ലിണ്ടയുടെയും പീറ്ററിന്റെയും മുഖത്ത് പച്ച വെളിച്ചം പ്രീതിഫലിക്കുന്നതായി ചെയുന്നതായി കാണിക്കുന്നു.

ആകാശത്തു നോക്കികൊണ്ട് ലിണ്ട പീറ്ററിനോട് പറയുന്നു.

ലിണ്ട: നമ്മൾ രക്ഷപെട്ട കാര്യം അവർ അറിഞ്ഞു.

(പീറ്ററിനെ കാണിക്കുന്നു)

പീറ്റർ ഒന്നും മനസിലാകാത്ത രീതിയിൽ ലിണ്ടയോട് ചോദിക്കുന്നു.

പീറ്റർ: എങ്ങനെ?

ലിണ്ട നേരെ ഉള്ള നടത്തം നിർതിയിട്ട് തിരിഞ്ഞു പീറ്ററിനോട് പറയുന്നു.

ലിണ്ട: ഐസക് മന്ത്ര ശക്തി ഉപയോഗിച്ച് കോണ്ട് നമ്മളെ കണ്ടു പിടിക്കാൻ വേണ്ടി കാക്ക കൂട്ടത്തിന്റെ സഹായം തേടി കാണും.

(ലിണ്ട അവിടെ നിന്നു കൊണ്ട് ആകാശത്തേക് നോക്കുന്നു)

ലിണ്ട പീറ്ററിനോട് ബാക്കി ആയി പറയുന്നു.

ലിണ്ട: മന്ത്ര ശക്തി ഉപയോഗിക്കുമ്പോൾ മാത്രം ആണ് ഇതുപോലെ ഇവിടെ മിന്നൽ അടിക്കാർ ഒള്ളു.

(പീറ്ററിന്റെ മുഖം കാണിക്കുന്നു)

(ചോള പാടത്തിന്റെ മറ്റൊരു വശത്തു ഡാനിയലും മേരിയും വില്യത്തെയും കാണിക്കുന്നു)

റാന്തലും പിടിച്ചു കോണ്ട് ഡാനിയലും സൈഡിലായിട്ട് മേരിയും വില്ല്യവും മിന്നലും ഇടിയുടെ ശബ്ദവും കേട്ടതുകൊണ്ട് ആകാശത്തേക്കു നോക്കി നില്ക്കുന്നു.

ഡാനിയൽ ആകാശത്തുനിന്നും നേരെ നോക്കി മറ്റു രണ്ടു പേരോടും പറയുന്നു.

ഡാനിയൽ: അവർ നമ്മുടെ പുറകെ തന്നെ ഉണ്ട്.

(മറ്റു രണ്ടു പേരെയും നോക്കി കോണ്ട് ഡാനിയൽ പറയുന്നു)

ഡാനിയൽ: അവർ വരുന്നതിനു മുന്നേ തന്നെ നമ്മുക്ക് വാതിൽ തുറക്കണം.

(ഐസക്കിനെ കാണിക്കുന്നു)

ഐസക്കിന്റെ കണ്ണുകൾ ചുമന്ന് ഇരിക്കുന്നു. കഴുത്തിലെ ഞരമ്പുകൾ തെളിഞ്ഞു കാണാം . കൈകൾ ആകാശത്തു തന്നെ ഉയർത്തി തുറന്നു പിടിച്ചിട്ടുണ്ട്.

(ഐസക്കിന്റെ പുറകിൽ നിന്നും ഐസക്നെയും ആകാശത്തെയും കാണിക്കുന്നു)

ആകാശത്തു പച്ച നിറം ഉള്ള വട്ടത്തിൽ കറങ്ങി കോണ്ട് ഇരിക്കുന്ന മേഘം കാണിക്കുന്നു. അതിൽ നിന്നും പച്ച നിറം ഉള്ള മിന്നലും വരുന്നുണ്ട്.

മേഘത്തിന്റ അകത്തു നിന്നും എണ്ണാൻ പറ്റാത്ത രീതിയിൽ ഉള്ള കാക്ക കൂട്ടം മേഘത്തിൽ നിന്നും വെളിയിലേക് വരുന്നു. കാക്കകളുടെ കണ്ണുകൾ ചുമന്ന നിറത്തിലും ചുണ്ടുകൾ നീളം കൂടിയതും ആയിരുന്നു.

കാക്കകൾ മേഘത്തിൽ നിന്നും ഇറങ്ങിയപ്പോൾ തന്നെ കൂട്ടത്തോടെ പറന്നു ചോള പാടത്തേക് ലിണ്ടയെയും പീറ്റർനെയും ഡാനിയലിനെയും കണ്ടു പിടിക്കാൻ പോകുന്നു.

(ഐസക്കിനെ കാണിക്കുന്നു)

ഐസക് പഴയതു പോലെ ആയി.

ആകാശത്തു നിന്നും കൈ താഴ്ത്തി കാക്കകൾ പറന്നു പോകുന്ന ദിഷയിലേക് നോക്കുന്നു.

(ചോളപാടത്തെ തീ കേത്തിയ സ്ഥലം കാണിക്കുന്നു)

ചോള പാടത്തെ തീ കുറെ ഒകെ കെട്ടുപോയി എങ്കിലും പടർന്നു പിടിച്ചു മറ്റു ചോളങ്ങളിലേക്കു കത്തികൊണ്ട് ഇരിക്കുന്ന. അവിടെ

ഉള്ളവർ വെള്ളം കോരി ഒഴിച്ചു കെടുത്താൻ നോക്കുന്നുണ്ട്.

തീ കെടുത്താൻ നേതൃത്വം വഹിക്കുന്നത് ഐസക്കിന്റെ അസിസ്റ്റന്റുകൾ ആയ പള്ളിയിലെ കാര്യങ്ങൾ നോക്കി നടത്തുന്ന മൂന്ന് പേര് ആണ്. മൂന്നു പേരും തീ കത്തുന്ന സ്ഥലങ്ങളിൽ ആണ് നില്കുന്നത്.

(ഐസക് അവരുടെ അടുത്തേക് പോകുന്നു)

ഐസക് വരുന്നത് കണ്ടിട്ട് പല സ്ഥലത്തായി നിൽക്കുന്ന മൂന്ന് പേരും കൂടി ഐസക്കിൻറെ അടുത്തേക് പോകുന്നു. അവർ ഐസക്കിൻറെ അടുത്ത് ചെന്നു.

(ഐസക്കിനെ കാണിക്കുന്നു)

ഐസക് അവർ മൂന്ന് പേരോടും കൂടെ ആയി പറയുന്നു.

ഐസക്: നിങ്ങൾ ആരേലും ഡാനിയൽ പള്ളി വിട്ടു വെളിയിൽ പോകുന്നത് ശ്രദ്ധിച്ചായിരുന്നോ?

അവർ മൂന്ന് പേരും പരസ്പരം നോക്കികൊണ്ട് നടക്കുന്നു നിന്ന ആൾ ഐസക്കിനോട് പറയുന്നു.

അസിസ്റ്റന്റ് : ഇല്ല. പള്ളിയിലെ കുർബ്ബാനയ്ക് വേണ്ടി ഉള്ള ഒരുകങ്ങൾക് ഇടയിൽ ഞങ്ങൾ ശ്രദ്ധിച്ചില്ല.

ഐസക് വീണ്ടും അവരോട് സംസാരിക്കുന്നു.

ഐസക്: ഡാനിയൽ മാത്രം അല്ല കൂടെ മേരിയും വില്യവും ഉണ്ടായിരുന്ന. അവർ പോയപ്പോൾ വെറും കൈ ഓടെ അല്ല പോയത് മാന്ത്രിക വാതിലിൻറെ മാന്ത്രിക താക്കോലും പിന്നെ ലിണ്ടയെയും പീറ്റർനെയും കൊണ്ട പോയത്. താക്കോൽ ഉൾപ്പടെ അവർ അഞ്ച് പേരെയും എന്നിക് വേണം.

(ഐസക് ഒന്ന് തിരിഞ്ഞു നിന്നിട്ടു പറയുന്നു)

ഐസക്: അതിൽ ലിണ്ട മാത്രം ജീവനോടെ മനസ്സിലായോ.

തിരിഞ്ഞു നിന്ന ഐസക് ഇത് പറഞ്ഞു കൊണ്ട് അവരെ നേരെ നോക്കുന്നു.

അവർ മൂന്ന് പേരും മനസിലായി എന്ന ഭാവത്തിൽ തല ആട്ടി കൊണ്ട് മൂന്ന് പേരും മൂന്ന് ദിഷയിലേക് പോകുന്നു.

കാക്ക കൂട്ടം രണ്ടായി തിരിഞ്ഞു. അതിൽ ഒരു വിഭാഗം കാക്ക കൂട്ടം ലിണ്ടയെയും പീറ്റർനെയും ആക്രമിക്കുന്നു. മറ്റേ വിഭാഗം ഡാനിയലിനെയും കൂടെ ഉള്ളവരെയും ആക്രമിക്കാൻ പോകുന്നു.

(ഡാനിയലിനെയും കൂടെ ഉള്ളവരെയും കാണിക്കുന്നു)

ഡാനിയലും കൂടെ ഉള്ളവരെയും കാക്ക കൂട്ടം ആക്രമിക്കാൻ വേണ്ടി പുറകെ പോകുന്നു.

ഡാനിയൽ കത്തിയും പിടിച്ചു കോണ്ട് മുന്നിൽ ഓടുന്നു കൂടെ മേരിയും വില്യവും ഉണ്ട്. കാക്ക കൂട്ടം അവരെ വിടാതെ പിൻ തുടർന്നു കൊത്തുന്നു.

ഡാനിയൽ കൈയിൽ ഉള്ള കത്തി ഉപയോഗിച്ചു കാക്കകളെ കുത്തിയും കൈ കൊണ്ട് അടിച്ചു വീഴ്ത്താൻ നോക്കുന്നു. അതിൽ കുറച്ചു കാക്കകൾ ചത്തു വീഴുന്നു.

(വില്യത്തെയും മേരിയെയും കാണിക്കുന്നു)

വില്യത്തിനും മേരിക്കും കാക്കയുടെ കൊത്ത് നല്ല പോലെ കിട്ടുന്നുണ്ട്. വില്യം തൻ്റെ കറുത്ത കോട്ട് ഊരി തറയിൽ വെച്ചിട്ട് അതിൽ അവിടെ കിടന്ന കല്ലും മണ്ണും ഇട്ടു നിറച്ചു കോട്ട് കൈയും കോണ്ട് കറക്കി അതൊരു ആയുധം ആയി കാക്കളുടെ നേർക്കു പ്രേയോഗിക്കുന്നു.

അവർ മൂന്ന് പേരും കാക്കകളുടെ മുന്നിൽ പിടിച്ചു നിൽക്കാൻ പറ്റാതെ ഡാനിയൽ ഉറക്കെ വിളിച്ചു പറയുന്നു ഞാൻ ഓടുമ്പോൾ എൻ്റെ പുറകിൽ ആയിട്ട് ഓടിക്കോണം. ഇത് പറഞ്ഞു കൊണ്ട് ഡാനിയൽ ഓടാൻ തുടങ്ങുന്നു.

പുറകിൽ മേരിയും വില്യവും ഓടുന്നു.

ഓട്ടം തുടരുന്നു അവരുടെ പുറകിൽ കാക്കകൾ കരഞ്ഞു കോണ്ട് പുറകെ വരുന്നുണ്ട്. ഓടി ഓടി പല വഴികൂടെയും പോയി അവർ കാക്കകളെ പിന്നിലാക്കി എങ്കിലും കാക്കകൾ അവരെ പിന്തുടർന്ന് വരുന്നുണ്ട്. ഡാനിയൽ അങ്ങനെ അവരെ കോണ്ട് ഓടി ഡാനിയൽ ഉദ്ദേശിച്ച സ്ഥലത്ത് എത്തി.

ആറ് അടി നീളവും. ആറ് അടി വീതിയും ഉള്ള ഒരു വലിയ കല്ല്. ആ കലിൻ്റെ മുകളിൽ ആറ് അടി നീളം ഉള്ള കറുത്ത ഹാറ്റ് ഉള്ള. കറുത്ത പാൻ്റ്സ് ഉള്ള. കറുത്ത സ്ലീവ് ലെസ്സ് ആയിട്ടുള്ള കോട്ട് ഉള്ള അ ഞ്ച് കോലങ്ങൾ അടിപ്പിച്ചു നെരന്നു നില്കുന്നു. കല്ലിൽ മാൽവെസ്റ്റ് വുഡ്സ് എന്നു മൂർച്ചയുള്ള വസ്തു കൊണ്ട് വരച്ചു വെച്ചിട്ടുണ്ട്.

(ഡാനിയലിനെയും കൂടെ ഉള്ളവരെയും കാണിക്കുന്നു)

ഡാനിയലും കൂടെ ഉള്ളവരും തല ഉയർത്തി കോലങ്ങളെ നോക്കി നില്കുന്നു.

പെട്ടന് കാക്കകളുടെ കരയുന്ന ശബ്ദം പുറകിൽ നിന്നും കേൾക്കുന്നു.

ഡാനിയലും മേരിയും വില്യവും പുറമോട്ട് തിരിഞ്ഞു നോക്കുന്നു.

(പീറ്റർനെയു ലിണ്ടയെയും കാണിക്കുന്നു)

പീറ്റർനും ലിണ്ടയ്ക്കും കാക്കളുടെ ആക്രമണം ഏൽക്കുന്നു.

പീറ്റർ തന്റെ കൈയിൽ ഉള്ള ഷോവൽ കോണ്ട് കാക്കകളെ അടിച്ചു ഒരുപാട് കാക്കകൾ ഉള്ളതുകൊണ്ട് പീറ്റർനു ഒറ്റക് പിടിച്ചു നിൽക്കാൻ കഴിയുന്നില്ല.

കാക്കകളുടെ ആക്രമണത്തിൽ പിടിച്ചു നിൽക്കാൻ പറ്റാതെ കുതിര ഓടി പോയി.

കുതിര ഓടി പോകുന്നത് കണ്ടിട്ട് ലിണ്ട ഓടുന്ന കുതിരയെ നോക്കി.

ലിണ്ട: ലിതിയ, ലിതിയാ.

കുതിര കാക്കകളുടെ കൊത്ത് കൊണ്ടിട്ടു ഓടി പോകുന്നു.

(ലിണ്ടയെ കാണിക്കുന്നു)

ലിണ്ട പീറ്റർനു തൊട്ടു പുറകിൽ ആയിട്ട് കാക്കയുടെ ആക്രമണം ഏറ്റു തറയിൽ വീണു കിടപ്പുണ്ട്. വീണു കിടക്കുന്ന ലിണ്ടയെ കാക്കകൾ കൊത്തുന്നുണ്ട്. ലിണ്ട തന്റെ കൈ ഉപയോഗിച്ച് തന്റെ നേർക്കു വരുന്ന കാക്കകളെ നേരിടുന്നുണ്ട്.

(പീറ്റർനെ കാണിക്കുന്നു)

പീറ്റർ ഷോവൽ കോണ്ട് കാക്കകളെ അടിച്ചു കൊല്ലുന്നതിനോട് ഒപ്പം ലിണ്ടയുടെ അടുത്തേക് കാക്കകൾ വരാതെ പീറ്റർ നോക്കുന്നുണ്ട്.

ലിണ്ടയുടെ മുഖത്തും നെറ്റിയിലും കാക്കകൾ കൊത്തി മുറിവ് ആയിട്ടുണ്ട് അതിൽ നിന്നും ചോര വരുന്നുണ്ട്.

ലിണ്ടയ്ക് തന്റെ കൈയും കോണ്ട് കാക്കകളെ പ്രതിരോധിക്കുന്നതിനു പരിധി ഉണ്ട്. ലിണ്ടയുടെ കൈയിൽ നിന്നും ചോര വരാൻ തുടങി.

കാക്കളെ അടിച്ചു ഓടിക്കുന്നതിനു ഇടയിൽ പീറ്റർ ഒന്ന് തിരിഞ്ഞു ലിണ്ടയെ നോക്കി.

തറയിൽ വീണു കിടക്കുന്ന ലിണ്ടയുടെ മുഖത്തു നിന്നും ചോര വരുന്നത് കണ്ടിട്ട് പീറ്റർ രണ്ടും കൽപ്പിച്ച് കൈയിൽ ഇരുന്ന ഷോവൽ താഴെ ഇട്ടു എന്നിട്ട് ലിണ്ടയെ പിടിച്ചു എഴുന്നേപിക്കുന്നു. പീറ്ററിന്റെ ദേഹത്തു കിടന്ന് കോട്ട് എടുത്തു ലിണ്ടയുടെ മുഖത്തും കഴുത്തിന്റെ ഭാഗത്തായും ആയിട്ട് മൂടുന്നു ചെയ്തു ഇട്ടു.

പീറ്റർ താഴെ കിടന്ന ഷോവൽ വീണ്ടും എടുത്ത് എന്നിട്ട് ലിണ്ടയോട് പീറ്റർ

പീറ്റർ: പോ. മുന്നോട്ട് ഓടിക്കോ. ഞാൻ വരാം. പോ.

(പീറ്റർ കാക്കകളെ ഷോവൽ കോണ്ട് നേരിട്ട് കോണ്ട് ആണ് ഇ പറയുന്നത്)

ലിണ്ട പീറ്ററെ തന്നെ നോക്കി നില്കുന്നു. (നോക്കി നിൽകുമ്പോളും ദേഹത്തും മുഖത്തും പീറ്ററിന്റെ ഷോവലിൽ നിന്നും രക്ഷപെട്ട കാക്കകൾ ലിണ്ടയെ കോത്തുന്നുണ്ട്)

പീറ്റർ വീണ്ടും കാക്കകളെ നേരിടുമ്പോൾ തന്നെ തിരിഞ്ഞു ലിണ്ടയെ നോക്കി വീണ്ടും പറയുന്നു.

പീറ്റർ: ലിണ്ട പറയുന്നത് കേൾക്. പോ. ഞാൻ വന്നേക്കാം.

ലിണ്ട മുന്നോട്ട് ഓടുന്നു.

ലിണ്ട മുന്നോട്ട് ഓടി എന്നു മനസിലാക്കിയ പീറ്റർ കുറച്ചു കാകകളെയും ഷോവൽ കോണ്ട് അടിച്ചു കൊന്നിട്ട് ലിണ്ട പോയ വഴിയെ ഓടുന്നു. കാക്കകൾ പിന്നാലെയും.

ചോള പാടത്തു ആറ് അടി നീളവും ആറ് അടി വീതിയും ഉള്ള വലിയകല്ല് അതിന്റെ മുകളിൽ അടിപ്പിച്ചു ആറ് അടിയോളം നീളവും വലിപ്പവും വരുന്ന അഞ്ച് വല്യ കോലം അടിപ്പിച്ചു നിരന്നു നില്കുന്നത് കാണിക്കുന്നു.

അഞ്ച് കോലങ്ങൾക്കും തലയിൽ കറുത്ത ഹാറ്റ് പിന്നെ കറുത്ത സ്ലീവ് ലെസ്സ് കോട്ട് (അതിൽ മൂന്ന് കോലത്തിന്റെയും കണ്ണുകൾ ചലിക്കുന്നത് കാണിക്കുന്നു)

ആ മൂന്ന് കോലത്തിലും ഡാനിയൽ. മേരി. വില്യം എന്നിവർ ആയിരുന്നു

(അവർ മൂന്ന് പേരും കാക്കയെ അവരുടെ മുന്നിൽ ആയി നിൽക്കുന്ന കാക്കകളെ കാണുന്നു)

(പീറ്ററെയും ലിണ്ടയെയും കാണിക്കുന്നു)

ലിണ്ട ഇടക് ഇടക് തിരിഞ്ഞു നോക്കികൊണ്ട് കാണുന്ന വഴികളിൽ എല്ലാം കയറി ഓടുന്നു. പുറകിൽ ആയിട്ട് പീറ്ററും ഓടുന്നുണ്ട്.

ലിണ്ട ഓടി ഓടി എത്തിയത് അഞ്ച് വലിയ കൊലങ്ങളുടെ മുന്നിൽ.

ലിണ്ട അവിടെ നിന്നിട്ടു കോലങ്ങളെ അത്ഭുതത്തോടെ തല ഉയർത്തി നോക്കി കാണുന്നു. (ലിണ്ടയുടെ മുഖത്തെ അത്ഭുതം കാണിക്കുന്നു)

(ഓടി വരുന്ന പീറ്ററിനെ കാണിക്കുന്നു)

പീറ്റർ ലിണ്ടയുടെ അടുത്തേക് ഓടി വരുന്നു പീറ്റർ നോക്കുമ്പോൾ ലിണ്ട അവിടെ നിന്നുകൊണ്ട് മേൽപോട്ട് നോക്കി നില്കുന്നു.

ലിണ്ട നോക്കി നില്കുന്നത് കണ്ടിട്ട് പീറ്റർ അത് കണ്ടിട്ട് ഓടികൊണ്ട് ഇരിക്കുമ്പോൾ തന്നെ മേൽപോട്ട് നോക്കുന്നു.

പീറ്ററും ഒന്ന് അത്ഭുതപെട്ടു പോയി.

(പീറ്റർന്റെ മുഖത്ത് അത്ഭുത്തത്തിന്റെ മുഖഭാവം)

പീറ്റർ ഓട്ടം തുടരുന്നു.

ഓട്ടത്തിന്റെ ശബ്ദം അടുത്ത് വരുന്നതായി ലിണ്ട കേൾക്കുന്നു

(ലിണ്ടയെ കാണിക്കുന്നു)

ലിണ്ട പെട്ടന് തിരിഞ്ഞു നോക്കുന്നു. പീറ്റർ ദൂരെ നിന്നും വരുന്നത് ലിണ്ട കാണുന്നു.

ലിണ്ട പീറ്ററിനെ നോക്കി നില്കുന്നു. പീറ്റർ അടുത്ത് ഏതാരായപ്പോൾ ലിണ്ട ഓടി പോയി കൊലങ്ങളുടെ പുറകിൽ ഒളിച്ചിരിക്കുന്നു. തൊട്ടു പുറകെ പീറ്ററും ഒളിച്ചിരിക്കുന്നു.

ഇതെല്ലാം കണ്ടുകൊണ്ട് കൊലങ്ങളുടെ അകത്തിരിക്കുന്ന മൂന്ന് പേരും പരസ്പരം കണ്ണുകൾ കോണ്ട് നോക്കുന്നു.

7

കുതിരയെ കെട്ടി ഇട്ടേക്കുന്ന സ്ഥലം. (ഹോഴ്സ് ഷെൽട്ടർ) അവിടെ ലിണ്ടയുടെ കുതിര ഒഴിച്ചുള്ള ബാക്കി മൂന്ന് വെള്ള കുതിരകൾ നിൽപ്പുണ്ട്.

(ഐസക്കിനെ കാണിക്കുന്നു)

ഐസക് നടന് കുതിരകളുടെ അടുത്ത് എത്തുന്നു അതിൽ ഒരു കുതിരയുടെ അടുത്ത് ചെന്നിട്ട് ഐസക് അതിന്റെ കെട്ട് അഴിക്കുന്നു. എന്നിട്ട് കുതിരയുടെ മുകളിൽ ഐസക് കയറി ഇരിക്കുന്നു.

അവിടെ നിന്നും ഐസക് കുതിരയെ കുറച്ചു മുൻപോട്ടു നടത്തിക്കുന്നു. പള്ളി മുറ്റവും കഴിഞ്ഞു ചോള പാടത്തിന്റെ അടുത്തേക് പോകുന്നു.

കുതിര പുറത്ത് ഇരുന്നു കോണ്ട് ഐസക് ചോള പാടത്തിന്റെ കുറച്ചു ഏറെ ദൂരത്തു ആയിട്ട് ഒരു കാഴ്ച കാണുന്നു.

(കുറച്ചു അകലെ ആകാശം കാണിക്കുന്നു)

പല ദിശകളിൽ പോയ കാക്കകൾ ഒരുമിച്ചു ഒരു സ്ഥലത്തു വട്ടം ഇട്ടു പറക്കുന്നതിയിട്ട് ഐസക് കാണുന്നു.

(കുതിര പുറത്ത് ഇരിക്കുന്ന ഐസക്കിനെ കാണിക്കുന്നു)

ഐസക്കിനു അവർ ഉള്ള സ്ഥലം മനസിലാകുന്നു.

(ഐസക്കിന്റെ മുഖത്ത് അവർ ഉള്ള സ്ഥലം ഇവിടെ ആണെന് അറിഞ്ഞ സന്തോഷം മുഖത്ത് കാണിക്കുന്നു)

ഐസക് കുതിരയെ ഓടിച്ചു ചോള പാടത്തിന്റെ അകത്തേക്കു പോകുന്നു.

ചോള പാടത്തെ ആ അഞ്ച് വലിയ കോലങ്ങളുട പുറകിൽ പീറ്ററും ലിണ്ടയും ഇരിക്കുന്ന.

പീറ്ററിന്റെ മുഖത്ത് കാക്ക കൊത്തിയ മുറിവുകൾ കാണാം. അതിൽ നിന്നും ചോരയും വരുന്നുണ്ട്. ലിണ്ടയുടെ മുഖത്തും മുറിവുകളും അതിൽ നിന്നും ചോര വരുന്നുണ്ട്.

പീറ്റർ ഒന്ന് എഴുന്നേറ്റു നിന്നു. (ആറ് അടി നീളം ഉള്ള കല്ല് ആയതുകൊണ്ട് തന്നെ എഴുന്നേറ്റു നിന്നാലെ കാണാൻ പറ്റു) എന്നിട്ട് കോലങ്ങളുടെ ഇടയിലൂടെ കാക്ക കൂട്ടത്തെ നോക്കുന്നു.

(കോലങ്ങളുടെ ഇടയിലൂടെ കാക്ക കൂട്ടത്തെ കാണിക്കുന്ന)

പീറ്റർ തിരിച്ചു തറയിൽ ഇരിക്കുന്നു എന്നിട്ട് ലിണ്ടയെ നോക്കി പറയുന്നു.

പീറ്റർ: കാക്കകൾക്കു നമ്മൾ എവിടെ ആണെന്ന് കണ്ടില്ല. അവർ അവിടെ തന്നെ നിൽപ്പുണ്ട്. കണ്ടായിരുന്നു എങ്കിൽ ഇതെലാം പൊളിച്ചോണ്ട് ഇപ്പോൾ വന്നേനേം.

(ലിണ്ടയെ കാണിക്കുന്നു)

ലിണ്ട തന്റെ മുഖത്തെയും കയ്യിലെയും ചോര പീറ്റർ കൊടുത്ത കോട്ട് കോണ്ട് തുടയിക്കുന്നു. ഇത് കണ്ട പീറ്റർ ലിണ്ടയോട് ചോദിക്കുന്നു.

പീറ്റർ: തന്റെ മുഖത്തും കൈയിലും ഒക്കെ ഒരു പാട് മുറിഞ്ഞിട്ടുണ്ടല്ലോ.

ലിണ്ട പീറ്ററിന്റെ മുഖത്ത് നോക്കാതെ നേരെ നോക്കി കോണ്ട് വളരെ അവശത നിറഞ്ഞ ശബ്ദത്തോടെ കെദച്ചുകോണ്ട് പീറ്ററിനോട് പറയുന്നു.

ലിണ്ട: സാരമില്ല.

ലിണ്ടയുടെ അവശത കണ്ടിട്ട് പീറ്റർ ലിണ്ടയോട്.

പീറ്റർ: ഇവിടെ അടുത്ത് എവിടേലും വെള്ളം കിട്ടുമോ എന്നു തനിക് അറിയാമോ. ഞാൻ അവരുടെ കണ്ണ് വെട്ടിച്ചു എങ്ങനെ എങ്കിലും വെള്ളം കൊണ്ട് വരാം.

ലിണ്ട പീറ്ററിനെ നോക്കിയിട്ട് പറയുന്നു.

ലിണ്ട: വേണ്ട പീറ്റർ. അവരുടെ അടുത്ത് നിന്നും പീറ്ററിനു രക്ഷപെടാൻ ആകില്ല. ഇപ്പോൾ തന്നെ നമ്മുടെ അവസ്ഥ കണ്ടിലെ.

ലിണ്ട ചുമച്ചു കൊണ്ട് പീറ്ററിനോട് ബാക്കി ആയി പറയുന്നു

ലിണ്ട: അമ്മ പറയുന്നത് കേട്ടിട്ടുണ്ട് മാന്ത്രിക വാതിലിന്റെ അടുത്ത് എത്താറാകുമ്പോൾ ഇതുപോലെ നിരന്നു നിൽക്കുന്ന അഞ്ച് വലിയ

കോലങ്ങൾ കാണാമെന്നു. അങ്ങനെ ആണെങ്കിൽ ഇപ്പോൾ അവർ താക്കോൽ ഉപയോഗിച്ച് വാതിൽ തുറന്നു അവർ ഇവിടെ നിന്നും പോയി കാണും.

പീറ്ററെ ദേയനീയമായ ഭാവത്തിൽ നോക്കികൊണ്ട് ലിണ്ട ബാക്കി ആയി പറയുന്നു.

ലിണ്ട: നമ്മുക്ക് ഇവിടുന്നു രക്ഷപെടാൻ ആകിലെ പീറ്റർ.

പീറ്റർ ലിണ്ടയെ നോക്കി മറുപടി പറയാനാകാതെ ഒന്നും മിണ്ടാതെ ഇരിക്കുന്നു.

(കാക്കകെളുട കരച്ചിൽ കേൾക്കുന്നു)

അഞ്ച് കോലങ്ങളും അടിപ്പിച്ചു നെരന്നു നില്കുന്നത് കാണിക്കുന്നു

(ഡാനിയലിനെ കാണിക്കുന്നു)

ഡാനിയൽ ആകാശത്തു ചന്ദ്ര ഗ്രഹണം നോക്കുന്നു.

ഡാനിയൽ മേരിക്കും വില്യത്തിനും കേൾക്കുന്ന രീതിയിൽ സംസാരിക്കുന്നു.

(ഡാനിയൽ തൻ്റെ കണ്ണ് മേരിയുടെയും വില്യത്തിൻ്റെയും നേർക്കു ചലിപ്പിക്കുന്നു)

ഡാനിയൽ: എത്ര നേരം എന്നു വെച്ചിട്ട നമ്മൾ ഇവിടെ ഇങ്ങനെ നിൽക്കുനെ. നമ്മുക്ക് പോയി വാതിൽ തുറക്കണ്ട. ഇവിടുന്നു വലത്തേോട്ട് തിരിഞ്ഞു കുറച്ചും കൂടി മുന്നോട്ട് പോയാൽ മാന്ത്രിക വാതിൽ കാണാം ഞാൻ അവരുടെ ശ്രദ്ധ തിരികാം ആ സമയം നോക്കി നിങ്ങൾ ഇവിടുന്നു ഓടണം. വാതിലിൻ്റെ അടുത്ത് എത്തിയിട്ട് പത്തു മിനിറ്റ് എന്നെ നിങ്ങൾ നോക്കി നിൽക്കണം എന്നെ കണ്ടില്ലെങ്കിൽ നിങ്ങൾ വാതിൽ തുറന്നു പൊയ്ക്കോണം.

(മേരിയെ കാണിക്കുന്നു)

മേരി ഇത് കേട്ടിട്ടു നേരെ കാക്ക കൂട്ടത്തെ നോക്കുന്നു.

(കാക്ക കൂട്ടത്തെ മേരിയുടെ കണ്ണിലൂടെ കാണിക്കുന്നു)

(മേരിയെ കാണിക്കുന്നു)

മേരി തന്റെ കണ്ണുകൾ അടയ്ക്കുന്നു.

മേരി തന്റെ കണ്ണുകൾ അടച്ചുകൊണ്ട് തൻ്റെ കുഞ്ഞു മകളെ കുരുതി കൊടുക്കാൻ വേണ്ടി ഉറക്കത്തിൽ മകളെ എടുത്തോണ്ട് പോകുന്നത് മനസ്സിൽ കാണുന്നു.

(മേരി മനസ്സിൽ കാണുന്നതു കാണിക്കുന്നു)

(ബെഡ് റൂം കാണിക്കുന്നു)

കട്ടിലിൽ കിടന്നു ഉറങ്ങുന്ന തന്റെ മകളെ മേരി എടുത്തു തോളത്തു ഇട്ടിട്ടു "ബെഡ് റൂമിൽ നിന്നും വീടിന്റെ ഹാളിലേക്കു നടന് വരുന്നു വരുന്നു.

(ഹാളിന്റെ നടുകയായി ഒരു കസേരയിൽ ഇരിക്കുന്നു ഡാനിയലിനെ കാണിക്കുന്നു)

ഡാനിയലിന്റെ മുന്നിൽ ആയി ഒരു ടേബിലും ആ ടേബിളിന്റെ മുകളിൽ ഒരു മദ്യ കുപ്പിയും അതിൽ നിന്നും മദ്യം ഒരു ഗ്ലാസ്സിലേക് ഒഴിച്ചു കുടിക്കുന്നു.

ഡാനിയലിന്റെ മുഖത്ത് സ്വന്തം മകളെ കുരുതി കൊടുക്കാൻ കൊണ്ടുപോകുന്നതിന്റെ വിഷമം മുഖത്ത് കാണാൻ പറ്റും. (ഡാനിയലിന്റെ മുഖത്ത് സങ്കടം താങ്ങാൻ പറ്റാത്ത രീതിയിൽ ഉള്ള മുഖഭാവം) സങ്കടം സഹിക്കാൻ ആകാതെ ആണ് ഡാനിയൽ മദ്യപിക്കുന്നത്.

കസേരയിൽ ഇരുന്നു കോണ്ട് തന്നെ മുഖം തിരിച്ചു മേരിയെ നോക്കുന്നു.

(മേരിയെ കാണിക്കുന്നു)

മേരി മകളെയും തോളിൽ ഇട്ടു കോണ്ട് കണ്ണുനീർ ഒഴിക്കി കോണ്ട് ഡാനിയലിനെ നോക്കി നിൽക്കുന്നു.

(മേരിയെ പഴയതു പോലെ കോലം ആയി ഡാനിയലിന്റെയും വില്യത്തിന്റെയും നടുക്ക് നില്കുന്നത് കാണിക്കുന്നു)

(മേരിയെ കാണിക്കുന്നു)

മേരി പെട്ടന് കണ്ണ് തുറക്കുന്നു.

മേരിയുടെ കണ്ണിൽ നിന്നും കണ്ണ്നീര് ഒഴുകി വരുന്നു.

ഡാനിയലും വില്യവും പരസ്പരം അവരുടെ അഭിപ്രായങ്ങൾ സംസാരിച്ചു കോണ്ട് ഇരിക്കുക ആണ്.

(വില്യം ഡാനിയലിനോട്)

വില്യം: പത്തല്ല നീ എത്ര നേരം കഴിഞായാലും വന്നിട്ടെ ഞങ്ങൾ മാന്ത്രിക വാതിൽ തുറക്കത്തൊള്ളൂ.

(ഡാനിയൽ തിരിച്ചു വില്യത്തിനോട്)

ഡാനിയൽ: എന്നെ നോക്കി നിന്നാൽ നിങ്ങൾക് ചിലപ്പോൾ ഇവിടുന്നു പോകാൻ പറ്റിയന് വരില്ല. നമ്മൾ മനസ്സിൽ ഉറപ്പിച്ച കാര്യം

നടത്തേണ്ട വില്യം.

വില്യം തിരിച്ചു ഡാനിയലിനോട്:

നമ്മൾ ഒരുമിച്ച് തീരുമാനിച്ചത് അല്ലെ എന്ത് വന്നാലും നമ്മുക്ക് ഒരുമിച്ച് നേരിടാം. നീ വരാതെ ഞങ്ങൾ വാതിൽ തുറക്കില്ല.

ഡാനിയൽ തിരിച്ചു വില്യത്തിനോട് കെഞ്ചി പറയുന്ന പോലെ

ഡാനിയൽ: വില്യം ഞാൻ പറയുന്ന ഒന്ന് മനസിലാക്ക്.

പറഞ്ഞു മുഴുവൻ ആകുന്നതിനു മുന്നേ തന്നെ കുറ്റബോധം ആയിട്ടുള്ള അവസ്ഥയിൽ നിന്ന മേരി കോലത്തിന്റെ രൂപത്തിൽ നിന്നു തന്നെ കലിൻറെ മുകളിൽ നിന്നും അലറി കോണ്ട് ചാടി ഇറങ്ങുന്നു. ചാടി ആറ് അടി കലിൻറെ ഉയരത്തിൽ നിന്നും താഴെ വീഴുന്നു. താഴെ വീണതോടെ കാലിനു സാരമായ പരിക്ക് ഏൽക്കുന്നു. ആ കാലും വെച്ചു കോണ്ട് മേരി അലറിക്കൊണ്ട് ഓടുന്നു. പിന്നാലെ കാക്കകളും കരഞ്ഞു കോണ്ട് മേരിയുടെ പുറകെ പോകുന്നു.

(പീറ്റർനെയും ലിണ്ടയെയും കാണിക്കുന്നു)

അലർച്ച കേട്ട പീറ്ററും ലിണ്ടയും കലിൻറെ പുറകിൽ നിന്നും എഴുനേറ്റു ശബ്ദം കേട്ടടത്തേക്കു നോക്കുന്നു.

(ശബ്ദം കേട്ടു ഞെട്ടിയ മുഖ ഭാവം ആയി നിൽക്കുന്ന ലിണ്ടയുടെയും പീറ്ററും)

(കോലത്തിന്റെ വേഷത്തിൽ നിൽക്കുന്ന ഡാനിയലിനെ കാണിക്കുന്നു)

ഡാനിയൽ മേരി പോകുന്ന കണ്ടിട്ട്.

കോലത്തിന്റെ വേഷത്തിൽ നിന്നും മാറി. ഡാനിയൽ അലറി വിളിച്ചുകൊണ്ടു പറയുന്നു.

ഡാനിയൽ: മേരി. മേരി. മേരി.

ദൂരെ മേരി ഓടുന്നതായിട്ടും കാക്ക കൂട്ടങ്ങൾ പുറകെ പോകുന്നതായും ഡാനിയൽ കാണുന്നു.

(ഡാനിയലിനെ കാണിക്കുന്നു)

ഡാനിയൽ വേദനയോടെ കൂടി മരവിച്ച അവസ്ഥയിൽ ഇ കാഴ്ച കലിന്റെ പുറത്ത് നിന്നും കണ്ടുകൊണ്ട് നിൽക്കുന്നു.

ഡാനിയൽ ഉടനെ തന്നെ താഴോട്ട് എടുത്തു ചാടുന്നു. മേരിയെ രക്ഷിക്കാൻ വേണ്ടി മേരി ഓടിയ വഴിയിലൂടെ ചോള പാടത്തു കൂടി ഓടുന്നു.

(വില്യത്തെ കാണിക്കുന്നു)

വില്യം കോലത്തിൻ്റെ രൂപത്തിൽ നിന്നും വെളിയിൽ വരുന്നു

വില്യത്തിന് നടന്നത് ഒന്നും വിശ്വസിക്കാൻ ആകാതെ കലിൻ്റെ മുകളിൽ നിൽക്കുന്ന.

(പീറ്റർനെയും ലിണ്ടയെയും കാണിക്കുന്നു)

പീറ്റർനും ലിണ്ടയ്ക്കും ഒന്നും മനസിലാവാത്ത രീതിയിൽ ഇതെല്ലാം കലിൻ്റെ പുറകിൽ നിന്നും നോക്കി കാണുന്നു.

(വില്യത്തെ കാണിക്കുന്നു)

വല്യം കലിൻ്റെ മുകളിൽ നിന്നും ചാടി താഴോട്ട് ഇറങ്ങിയിട്ട് മേരിയും ഡാനിയലും പോയ ദിശയിലേക്ക് സങ്കടം നിറഞ്ഞ മുഖ ഭാവം ആയി നോക്കി നിൽക്കുന്നു.

(ലിണ്ടയെയും പീറ്റർനെയും കാണിക്കുന്നു)

പീറ്റർ പയ്യെ കലിൻ്റെ പുറകിൽ നിന്നും മൂന്നോട്ട് വില്യത്തിൻ്റെ അടുത്തേക് വന്നു. പീറ്ററിൻ്റെ പുറകിൽ ആയിട്ട് ലിണ്ടയും ഉണ്ട്.

പീറ്റർ വില്യത്തിൻ്റെ അടുത്ത് വന്നു.

(വില്യത്തെ കാണിക്കുന്നു)

പീറ്റർ അടുത്തേക് വരുന്ന കണ്ടിട്ട് വില്യം പീറ്റർനെ തിരിഞ്ഞു നോക്കി.

(പീറ്റർനെ കാണിക്കുന്നു)

(പീറ്ററിന്റെ മുഖത്ത് അത്ഭുതവും വിശ്വസിക്കാൻ പറ്റാത്ത രീതിയിൽ ഉള്ള മുഖഭാവം വരുന്നു)

പീറ്റർ തന്റെ ചുണ്ട് അനക്കി കോണ്ട് ചെറിയ ശബ്ദത്തിൽ തനിക് മാത്രം കേൾക്കാവുന്ന രീതിയിൽ പറയുന്നു.

പീറ്റർ: വില്യം അങ്കിൾ.

(വില്യത്തെ കാണിക്കുന്നു)

പീറ്റർനെയും ലിണ്ടയെയും കണ്ട വില്യം കോട്ടിൽ ഒളിപ്പിച്ചു വെച്ച കത്തി എടുത്തു എന്നിട്ട് ലിണ്ടയോട് ചോദിക്കുന്നു.

വില്യം: നിന്നെയും കോണ്ട് ഞങ്ങളെ തടയാൻ പറ്റും എന്നു കരുതി ആണോ ഐസക് നിന്നെ അയച്ചത്.

പീറ്ററും ലിണ്ടയും പേടിച്ചു ഒന്ന് പുറമോട്ട് മാറി.

പീറ്റർ ലിണ്ടയെ സംരക്ഷിക്കാൻ എന്ന രീതിയിൽ പീറ്ററിന്റെ പുറകിൽ ആയി ലിണ്ടയെ നിർത്തുന്നു.

(വില്യം ബാക്കി ആയി പറയുന്നു)

വില്യം: നിന്നെ പറഞ്ഞു ഇങ്ങോട്ട് അയക്കണെമെങ്കിൽ ഐസക് നിന്റെ പുറകിൽ തന്നെ കാണും.

ഇത്രയും പറഞ്ഞു കോണ്ട് വില്യം ലിണ്ടയുടെ അടുത്തേക് പോകുന്നു.

പീറ്റർ വില്യത്തെ തടയാൻ ശ്രമിക്കുന്നു.

വില്യം പീറ്റർനെ തള്ളി മാറ്റി ലിണ്ടയുടെ അടുത്ത് ചെന്ന് ലിണ്ടയെ മുറുകി പിടിച്ചു കൈയിൽ ഉണ്ടായിരുന്നു കത്തി ലിണ്ടയുടെ കഴുത്തിൽ വെക്കുന്നു എന്നിട്ട് ലിണ്ടയോട് സംസാരിക്കുന്നു.

വില്യം: എന്തൊക്കെ പറഞ്ഞാലും നിന്റെ കഴുത്തിൽ കത്തി ഇരിക്കുന്നത് കാണുമ്പോൾ അവൻ ഒന്ന് പതറും. ചന്ദ്ര ഗ്രെഹണം കഴിയുമ്പോൾ കുരുതി കൊടുക്കാൻ നിന്നെ അവനു വേണം. അവനു എതിരായി ഉള്ള ശെരിയായ ആയുധം നീ ആണ്.

(ലിണ്ട തിരിച്ചു വില്യത്തിനോട്)

ലിണ്ട: അല്ലാ ഞാൻ രക്ഷപെടാൻ വേണ്ടി വന്നതാണ്. നിങ്ങൾ വിചാരിക്കുന്നത് പോലെ സ്വയം കുരുതി കൊടുത്ത് അവരുടെ രക്ഷക ആകാൻ നിന്നവൾ അല്ല ഞാൻ . ജീവിക്കാൻ ഉള്ള കൊതികൊണ്ട് ഇ നശിച്ച ലോകത്തു നിന്നും പോകാൻ വേണ്ടി ഇറങ്ങി തിരിച്ചവൾ ആ ഞാൻ. എന്നെ നിങ്ങളുടെ പുറകിൽ വിട്ടത് ആയിരുന്നു എങ്കിൽ പിന്നെ എന്നെ എന്തിനു ഐസക് വിട്ട കാക്കൾ എന്നെ ആക്രമിക്കണം? എന്നെ എന്തിനു ഇ സ്ഥിതിയിൽ ആകണം?.

ഇത്രയും പറഞ്ഞതും വില്യം ലിണ്ടയുടെ കഴുത്തിൽ നിന്നും കത്തി മാറ്റി. മുറുകി പിടിച്ചിരുന്ന ലിണ്ടയെ വെറുതെ വിട്ടു.

വില്യം ഒന്നും മിണ്ടാതെ ലിണ്ടയുടെ അടുത്ത നിന്നും കുറച്ചു മുൻപോട്ട് മാറി നടന്.

വില്യം തന്റെ കോട്ട് ഇന്റെ ഉള്ളിൽ നിന്നും മാന്ത്രിക താക്കോൽ കൈയിൽ എടുത്തിട്ട് കൈയിൽ വെച്ചു തന്നെ അതിനെ നോക്കുന്നു.

കൈയിൽ മാന്ത്രിക താക്കോലും പിടിച്ചു നിൽക്കുന്ന വില്യത്തിനോട് ലിണ്ട പറയുന്നു.

ലിണ്ട: ഇ ഒരു മാന്ത്രിക താക്കോൽ അനുവേശിച്ച ഞങ്ങളും നടന്നത്. നമ്മുക്ക് ഒരുമിച്ച് എല്ലാവർക്കും ഒരുമിച്ചു ഇവിടുന്നു രക്ഷപെടാം.

(വില്യത്തെ കാണിക്കുന്നു)

വില്യത്തെ തൻറെ കൈയിൽ ഉള്ള മാന്ത്രിക താക്കോൽ ഒന്നുകൂടെ നോക്കി. എന്നിട്ട് ലിണ്ടയുടെ അടുത്തേക് വന്നിട്ട് ലിണ്ടയുടെ വലതു കൈ പിടിച്ചിട്ട് കൈ വെള്ളയിൽ മാന്ത്രിക താക്കോൽ വെച്ചു കൊടുക്കുന്നു.

(ലിണ്ടയെ കാണിക്കുന്നു)

ലിണ്ട താക്കോലിൽ ഒന്ന് നോക്കിയിട്ട് വില്യത്തെ മുഖത്തേക്ക് നോക്കുന്നു.

(വില്യത്തെ കാണിക്കുന്നു)

വില്യം ലിണ്ടയെ നോക്കി പറയുന്നു.

ലിണ്ട എന്നിക് ഇനി രക്ഷപെടാൻ കഴിയുമോ എന്ന് തോനുന്നില്ല. അവർ ഇല്ലാതെ എന്നിക് വരാൻ പറ്റില്ല. ഇവിടുന്നു രക്ഷ പെടാൻ പറ്റി ഇല്ലെങ്കിലും ഞങ്ങൾ ഉദ്ദേശിച്ച കാര്യം നടന്നാൽ മതി. അതിനു നിങ്ങൾ ആയാലും മതി. നിങ്ങൾ ആരിക്കണം ഇവിടുന്നു നിന്നും രക്ഷപെടുന്ന അവസാനത്തെ ആൾകാർ. ഇവിടുന്നു വേറെ ഒരാൾക്ക് വേണ്ടിയും ഇ വാതിൽ ഇനി തുറക്കാൻ പാടില്ല. അവർ എല്ലാവരും ഇ ലോകത്ത് തന്നെ കിടന്നു അവസാനിക്കണം. ഇനി മനുഷ്യരുടെ ലോകത്ത് ഇവരുടെ വിശ്വാസങ്ങളും ആചാരങ്ങളും പിൻ തുടർന്നുകൊണ്ട് ഒരു തലമുറ ഇനി വേണ്ട. ഇ ഇരുട്ടിൻറെ ലോകം ഇനി മനുഷ്യരുടെ ലോകത്ത് ആരും കാണാൻ പാടില്ല.

(ലിണ്ടയ്ക്കും പീറ്ററിനും മനസിലായി അവരു രക്ഷപെടാൻ വേണ്ടി മാത്രം അല്ല താക്കോൽ മോഷ്ടിച്ചത്. അവർക് വാതിൽ എന്നന്നേക്കും ആയി അടുപ്പിച്ചു അവരെ എല്ലാം ഇ ലോകത്ത് തന്നെ എന്നന്നേക്കും ആയി അകപ്പെടുതാൻ ചെയ്യാൻ വേണ്ടി ആണെന്)

(ലിണ്ടയെ കാണിക്കുന്നു)

ലിണ്ട: നിങ്ങള്ടെ കൂടെ ഉണ്ടായിരുന്ന ആ രണ്ടു പേര് അവർ ആരൊക്കെയാ?

(വില്യത്തിനെ കാണിക്കുന്നു)

വില്യം ലിണ്ടയോട് പറയുന്നു.

വില്യം: നിങ്ങൾ വേറെ ആരുടേലും കണ്ണിൽ പെടുന്നതിനു മുൻപ് രക്ഷപെടാൻ നോക്ക്.

ഇത്രെയും പറഞ്ഞു കോണ്ട് മേരിയെയും ഐസക്കിനെയും കണ്ടുപിടിക്കാൻ അവർ ഓടി പോയ വഴിയിലൂടെ പോകാൻ തുടങ്ങുന്ന വില്യം

(പീറ്ററിനെ കാണിക്കുന്നു)

നടന് പോകാൻ തുടങ്ങുന്ന വില്യത്തോട് പീറ്റർ.

പീറ്റർ : അങ്കിൾ .

(വില്യത്തെ കാണിക്കുന്നു)

നടന് തുടങിയ വില്യം പീറ്ററിന്റെ വിളി കേട്ടു പീറ്ററിനെ നോക്കുന്നു

(പീറ്ററിനെ കാണിക്കുന്നു)

വില്യത്തോട് പീറ്റർ പറയുന്നു.

പീറ്റർ പയ്യെ വില്യത്തിന്റെ അടുത്തേക് ചെല്ലുന്നു.

പീറ്റർ: പറഞ്ഞാൽ അങ്കിൾ വിശ്വസിക്കുവോ എന്നു അറിയില്ല. ഞാൻ പീറ്റർ ആണ് അങ്കിൾ . ഡാനിയലിന്റെ മകൻ.

ഇത്രയും കേട്ടതും വില്യം തന്റെ ഒരു കൈയും കോണ്ട് പീറ്ററിന്റെ കഴുത്തിനു പിടിച്ചു എന്നിട്ട് മറ്റേ കൈയിൽ ഇരുന്ന കത്തിയും കോണ്ട് പീറ്ററിന്റെ കഴുത്തിൽ വെച്ച് ദേഷ്യത്തോട് കൂടി വില്യം ചോദിക്കുന്നു.

വില്യം: ഞാൻ മുൻപേ സംശയിച്ചത് ശെരി ആയിരുന്നു.. നിങ്ങൾ രക്ഷപെടാൻ വേണ്ടി വന്നവർ അല്ല. ഐസക് പറഞ്ഞിട്ട് വന്നവരാ. എനിക്കും ഡാനിയലിനും മേരിക്കും അല്ലാതെ ഇ ലോകത്ത് വേറെ ആർക്കും ഡാനിയലിനു ഒരു മകൻ ഉണ്ടെന്നു അറിയില്ല. നിനക്ക് അവനെ എങനെ അറിയാം. അവന്റെ പേര് ആരാ നിന്നോട് പറഞ്ഞ പറാ ഐസക് ആണോ. ഐസക് എങനെ അറിഞ്ഞു പീറ്ററിനെ കുറിച്ച്. അവൻ ഐസക്കിന്റെ കസ്റ്റഡിയിൽ ആണോ പറാ.

(പീറ്ററിനെ കാണിക്കുന്നു)

പീറ്റർ കഴുത്തിൽ നിന്നും വില്യത്തിന്റെ കൈ എടുക്കാൻ ശ്രമിക്കുന്നുണ്ട്. വില്യത്തിന് പീറ്ററിനെ കാട്ടിൽ ആരോഗ്യം ഉള്ളതുകൊണ്ട് നടക്കുന്നില്ല.

(ലിണ്ടയെ കാണിക്കുന്നു)

ലിണ്ട വില്യത്തിന്റെ അടുത്ത് ചെന്നു വില്യത്തിന്റെ കത്തി ഇരിക്കുന്ന കൈ പിടിച്ചു മാറ്റി പീറ്ററിനെ രക്ഷിക്കാൻ നോക്കുന്നുണ്ട്. വില്യത്തിന് ആരോഗ്യം ഉള്ളതുകൊണ്ട് ലിണ്ടയ്ക് അത് പറ്റുന്നില്ല.

പെട്ടന് വില്യത്തിന് എവിടെ നിനോ തലയ്ക് വെടി ഏൽക്കുന്നു.

(മേരിയെ കാണിക്കുന്നു)

മേരി ഓടുന്നു തൊട്ടു പുറകിൽ കാക്കകൾ ഇണ്ട്. കാക്കൾ മേരിയെ പറന്നു കൊതികൊണ്ട് ഇരിക്കുന്നു. മേരിയുടെ മുഖത്ത് മുറുവുകളും അതിൽ നിന്നും ചോരയും വന്നു കോണ്ട് ഇരിക്കുന്നു. മേരി എങ്കിലും ഓട്ടം നിർത്തിയില്ല.

8

(ഡാനിയലിനെ കാണിക്കുന്നു)

ഡാനിയൽ ചോള പാടത്തിൻ്റെ നടിവിലൂടെ ഓടുന്നു.

ഡാനിയലിനു കാക്ക കൂട്ടങ്ങൾ മേരിയുടെ പുറകെ പോകുന്നത് കണമെങ്കിലും മേരി ഒരുപാട് ദൂരെ പോയിരുന്നു. ഡാനിയൽ മേരീടെ പുറകെ പറ്റാവുന്ന വേഗത്തിൽ ഓടുന്നുണ്ടെങ്കിലും മേരി ഒരുപാട് ദൂരെ ആയതുകൊണ്ട് ഡാനിയലിനു മേരിയുടെ അടുത്ത് എത്താൻ കഴിയുനില്ല.

(മേരിയെയും കാക്ക കൂട്ടതെയും കാണിക്കുന്നു)

മേരി കാക്ക കൂട്ടങ്ങളുടെ കൊത്ത് കോണ്ട് ചോര ഒലിപ്പിച്ചു കോണ്ട് ഓടുന്നു.

മേരി ഓടി ഓടി ചെന്നു പെട്ടത് ഐസക്കിൻ്റെ മൂന്ന് അസിസ്റ്റാൻ്റിൻ്റെ മാരിൽ മെയിൻ ആയിട്ടുള്ള അസിസ്റ്റാൻ്റിൻ്റെ മുന്നിൽ.

മേരി അയാളെ കണ്ടതോടു കൂടി അവിടെ സ്ഥമ്പിച്ചു അനങ്ങാതെ അയാളുടെ മുഖത്ത് നോക്കി നിൽക്കുന്നു.

മേരിയുടെ പുറകെ വന്ന കാക്കകൾ അയാളെ കണ്ടതോട് കൂടി മേരിയെ ആക്രമിക്കാതെ അവിടെ നിന്നും കാക്ക കൂട്ടങ്ങൾ പല ദിശയിലേക്കും പറന്നു പോകുന്നു.

(ഐസക്കിൻ്റെ മെയിൻ അസിസ്റ്റൻ്റനെ കാണിക്കുന്നു)

അയാൾ മേരിയെ ഒന്ന് നോക്കുന്നു അയാൾ കോട്ടിൽ നിന്നും കത്തി എടുത്തിട്ട് മേരിയുടെ വയറ്റിൽ തന്നെ കുത്തുന്നു. വീണ്ടും അയാൾ കത്തി വലിച്ചു ഊരി മേരിയെ കുത്തുന്നു.

(മേരിയെ കാണിക്കുന്നു)

മേരി വയറ്റിൽ കൈ പിടിച്ചു കോണ്ട് തറയിൽ വീണു മരിക്കുന്നു.

(ഡാനിയലിനെ കാണിക്കുന്നു)

ഡാനിയൽ മേരി തറയിൽ വീണു കിടക്കുന്നതും തൊട്ടു മുൻപിൽ കറുത്ത കോട്ട് ഇട്ടു ഒരാൾ നിൽക്കുന്നതായിട്ടും കാണാം.

ഡാനിയൽ മേരി തറയിൽ വീണു കിടക്കുന്നത് കണ്ടിട്ട് ഓട്ടത്തിന്റ വേഗത കൂട്ടി.

ഡാനിയലിന്റെ കണ്ണിൽ നിന്നും കണ്ണ് നീര് വരാൻ തുടങി.

ഡാനിയൽ കുറച്ചും കൂടി അടുത്ത് എത്താറായപ്പോൾ ആണ് അത് ഐസക്കിൻ്റെ മെയിൻ അസിസ്റ്റൻ്റ് ആണെന്നും അവന്റെ കൈയിൽ ഒരു കത്തി ഉണ്ടെന്നും അറിഞ്ഞത്.

അവന്റെ കൈയിലെ കത്തി കണ്ട ഡാനിയൽ ഓടികൊണ്ട് ഇരിക്കുമ്പോൾ തന്നെ കോട്ടിന്റെ അകത്തു നിന്നും കത്തി എടുക്കുന്നു.

(ഐസക്കിന്റെ മെയിൻ അസിസ്റ്റാൻ്റിനെ കാണിക്കുന്നു)

ഡാനിയൽ കത്തി കൈയിൽ പിടിച്ചുകൊണ്ടു അയാൾക്കു നേരെ ഓടി വരുന്നത് അയാൾ കണ്ടു. മേരിയെ കൊന്നത് പോലെ ഡാനിയലിനെയും കൊല്ലാം എന്നു കരുതി അയാൾ ഡാനിയൽ അടുത്ത് വരട്ടെ എന്ന് നോക്കി നീൽക്കുന്നു.

(ഡാനിയലിനെ കാണിക്കുന്നു)

ഡാനിയൽ ഓടി വന്നു അയാളെ കത്തിയും കോണ്ട് ആക്രമിക്കാൻ നോക്കുന്നു അയാൾ അതിൽ നിന്നും ഒഴിഞ്ഞു മാറുന്നു. അയാൾ ഡാനിയലിനെ കുത്താൻ നോക്കുന്നു ഡാനിയൽ അത് തടഞ്ഞു അയാളെ ഇടിച്ചു വീഴ്ത്തുന്നു.

(ഡാനിയലും ഐസക്കിന്റെ മെയിൻ അസിസ്റ്റൻ്റും തമ്മിൽ അടി കൂടുന്നു)

ഡാനിയൽ അയാളെ കുത്തി കൊല്ലുന്നു.

(നിലത്തു മരിച്ചു കിടക്കുന്ന മേരിയെ കാണിക്കുന്നു)

മേരിയുടെ മുഖത്ത് കാക്കകൾ കൊത്തി ഉണ്ടാക്കിയ മുറുവുകളും ചോരയും.

മേരിയുടെ വയറ്റിൽ കത്തിയും കോണ്ട് കുത്തിയപ്പോൾ ഉണ്ടായ മുറിവുകളും കാണിക്കുന്നു.

(ഡാനിയലിനെ കാണിക്കുന്നു)

ഉള്ളിൽ സങ്കടം മൊത്തവും ഒതുക്കി മേരിയുടെ അടുത്ത് പോയി ഇരിക്കുന്നു.

ഡാനിയലിന്റെ കണ്ണിൽ നിന്നും കണ്ണുനീർ വരാൻ തുടങി.

(പെട്ടന് ഒരു കുതിരയുടെ ശബ്ദം കേൾക്കുന്നു)

(ഡാനിയലിനെ കാണിക്കുന്നു)

കുതിരയുടെ ശബ്ദം കേട്ട് ഡാനിയൽ തിരിഞ്ഞു നോക്കുന്നു.

(ഐസക്കിനെ കാണിക്കുന്നു)

ഐസക്ക് കുതിര പുറത്ത് നിന്നും ഇറങ്ങി കൈയിൽ ഡബിൾ ബാരെൽ ഗൺ പിടിച്ചു കോണ്ട് ലിണ്ടയുടെയും പീറ്റർന്റെയും അടുത്തേക് വരുന്നു.

(പീറ്റർനെയും ലിണ്ടയെയും കാണിക്കുന്നു)

പീറ്റർ ലിണ്ടയുടെ കൈ പിടിച്ചു പുറമോട്ട് പയ്യെ നടന് നീങ്ങാൻ ശ്രമിക്കുന്നു.

(ഐസക്കിനെ കാണിക്കുന്നു)

ഐസക്ക് തൻ്റെ കൈയിൽ ഇരിക്കുന്ന ഡബിൾ ബാരൽ തോക് പീറ്ററിൻ്റെ നേർക്കു ചൂണ്ടി പീറ്ററിനോട് ഐസക് പറയുന്നു.

ഐസക് : നിനക്ക് കുറച്ചു സമയം കൂടി ആയുസ് നീട്ടി തന്നതാണ് ഞാൻ ചെയ്ത തെറ്റ്. തെറ്റ് തിരുത്താൻ സമയം ആയിരിക്കുന്നു.

(ലിണ്ടയെ കാണിക്കുന്നു)

ലിണ്ട പീറ്റർനു വെടി ഏൽക്കാതെ ഇരിക്കാൻ വേണ്ടി പീറ്ററിൻ്റെ മുന്നിൽ കേറി നിൽക്കുന്നു.

(ഐസക്കിനെ കാണിക്കുന്നു)

ഐസക് തൻ്റെ കൈയിൽ ഉള്ള ഡബിൾ ബാരൽ തോക് മാറ്റി ലിണ്ടയെ നോക്കുന്നു എന്നിട്ട് ലിണ്ടയുടെ അടുത്തേക് പയ്യെ നടന്നുകൊണ്ട് ലിണ്ടയോട് സംസാരിക്കുന്നു.

ഐസക്: ലിണ്ട നീ വീണ്ടും വീണ്ടും തെറ്റ് ആവർത്തിക്കുകയാണെലോ.

(ലിണ്ടയെ കാണിക്കുന്നു)

ലിണ്ട ഉറക്കെ തൻ്റെ ഉള്ളിൽ ഉള്ള ദേഷ്യവും വിഷമവും വെളിയിൽ വന്നു. ലിണ്ട ഐസക്കിനെ നോക്കി പറയുന്നു.

ലിണ്ട: സ്വന്തം മകനെയും ഭാര്യയും സംരക്ഷിക്കണ്ടത് നീ ആരുന്നു ഐസക്. ആ നീയും എൻ്റെ അച്ഛനെ പോലെ എന്നെ ചതിക്കുക

അല്ലായിരുന്നോ?

ലിണ്ട പറഞ്ഞു തീരുന്നതിനു മുൻപെ ഐസക് ലിണ്ടയോട് ഉറക്കെ പറയുന്നു.

ഐസക് : ചതിച്ചത് നീ അല്ലെ ലിണ്ട. എന്നെ നീ ചതിച്ചിലെ നിന്റെ അച്ഛരനെ നീ ചതിച്ചിലെ. "ഇ ലോകത്തെയും ഇവിടെ ഉള്ള ആൾകാരേയും നീ ചതിച്ചിലെ. സ്വയം കുരുതി കൊടുത്തു ഇ ലോകത്തിന്റെയും ഞങ്ങടെയും രക്ഷക ആകണ്ട നീ ഞങ്ങളെ അല്ലെ ചതിച്ചേ. നിന്റെ തെറ്റ് തിരുത്താൻ ഇനിയും സമയം ഉണ്ട്.

ഇത്രെയും പറഞ്ഞു കൊണ്ട് ലിണ്ടയെ പീറ്ററിന്റെ അടുത്ത് നിന്നും തള്ളി മാറ്റുന്നു.

ഐസക്ക് തന്റെറ കൈയിൽ ഇരുന്ന ഡബിൾ ബാരൽ തോക്കിന്റെ പിടി കോണ്ട് പീറ്റൻറെ മുഖത്ത് അടിച്ചു തറയിൽ ഇടുന്നു.

(പീറ്റർനെ കാണിക്കുന്നു)

പീറ്റർ അടി കോണ്ട് മുഖം പൊത്തി നിലത്തു കിടക്കുന്നു.

(ഐസക്കിനെ കാണിക്കുന്നു)

ഐസക് തന്റെ ഡബിൾ ബാരൽ തോക് കൊണ്ട് തറയിൽ കിടക്കുന്ന പീറ്ററെ വെടി വെക്കാൻ ഒരുങ്ങുന്നു.

(ലിണ്ടയെ കാണിക്കുന്നു)

പീറ്റൂർനെ വെടി വെക്കാൻ പോകുവാ എന്നു മനസിലാക്കിയ ലിണ്ട തൊട്ട് അടുത്ത് മരിച്ചു കിടന്ന വില്യത്തിന്റെ കൈയിൽ നിന്നും കത്തി എടുത്തിട്ട് സ്വന്തം കഴുത്തിൽ വെച്ച് നിന്നു കൊണ്ട് ഐസക്കിനോട് പറയുന്നു.

ലിണ്ട: ഐസക്.

(ഐസക്കിനെ കാണിക്കുന്നു)

ഐസക് ലിണ്ടയുടെ വിളി കേട്ട് തിരിഞ്ഞു
നോക്കുന്നു.

(ലിണ്ടയെ കാണിക്കുന്നു)

ലിണ്ട ഐസക്കിനോട്.

ലിണ്ട: എന്നെ കുരുതി കൊടുത്താൽ അല്ലെ എല്ലാരുടെയും പ്രശനം തീരു. ഞാൻ ഇവിടെ നിൻറെ മുന്നിൽ വെച്ച് കഴുത്ത് അറത്തു മരിക്കും. പിന്നെ നീ എല്ലാവരെയും എങ്ങനെ രക്ഷിക്കും.

(ഐസക്കിനെ കാണിക്കുന്നു)

ഐസക് ലിണ്ടയോട് സമാധാനത്തിൽ പറയുന്നു.

ഐസക്: ലിണ്ട നീ വീണ്ടും കാര്യങ്ങൾ മനസിലാകാതെ ആണ് ഇതൊക്കെ ചെയ്യുന്നെ.

(ലിണ്ട ഐസക്കിനോട്)

ലിണ്ട: ജീവിക്കാൻ വേണ്ടിയാ ഞാൻ ഇ ലോകത്തു നിന്നും പോകാൻ തുടങ്ങിയെ. പക്ഷെ എന്നെ രക്ഷക ആക്കി കുരുതി കൊടുത്ത് നിങ്ങളുടെ ഒരു പ്രെശ്നവും തീരണ്ട. നിങ്ങൾ ആരും രക്ഷപെടുകയും വേണ്ട.

(ഇത് പറയുമ്പോൾ ലിണ്ട പയ്യെ പുറമോട്ട് നടക്കുന്നുണ്ട്. കൂടെ ഐസക്കും അത് അനുസരിച്ചു മുന്നോട്ട് നടക്കുണ്ട്)

(ഐസക്കിനെ കാണിക്കുന്നു)

ഐസക് ലിണ്ടയോട്.

ഐസക്: ലിണ്ട് വേണ്ട.

(ലിണ്ടയെ കാണിക്കുന്നു)

ലിണ്ട തിരിച്ചു ഐസക്കിനോട് ഉറച്ച തീരുമാനത്തോട് കൂടി ഉള്ള സ്വരത്തിൽ പറയുന്നു.

ലിണ്ട: നീ ഇനി എന്ത് പറഞ്ഞാലും ഐസക് എന്റെ തീരുമാനത്തിന് മാറ്റം ഇല്ല.

ഇത്രെയും പറഞ്ഞു കൊണ്ട് ലിണ്ട തന്റെ സ്വന്തം കഴുത്തിൽ കത്തി കൊണ്ട് മുറിക്കാൻ തുടങ്ങുന്നു.

(ഐസക്കിനെ കാണിക്കുന്നു)

ഐസക് തുറന് അടിച്ചു ലിണ്ടയോട് പറയുന്നു.

ഐസക്: എന്ന നിൻ്റെ മകളെയും ഞാൻ കൊല്ലും.

(ലിണ്ടയെ കാണിക്കുന്നു)

ലിണ്ട ഒന്ന് പതറി നിൽക്കുന്നു.

(ഐസക്കിനെ കാണിക്കുന്നു)

ഐസക് ലിണ്ടയോട് ബാക്കി ആയി പറയുന്നു.

ഐസക്: നീ ചാവാതിരിക്കാൻ വേണ്ടി പറഞ്ഞതല്ല. നീ കരുതുന്ന പോലെ നിൻ്റെ ഇരട്ട കുട്ടികളിൽ ഒരണം പ്രെസവത്തോടെ മരിച്ചിട്ടില്ല. നിന്റെറെ പപ്പ പറഞ്ഞിട്ട് ഞാൻ അവളെ എടുത്തു മാറ്റിയതാണ്. നിൻ്റെ പപ്പ എന്തിനാ കുഞ്ഞിനെ എടുത്തു മാറ്റാൻ

പറഞ്ഞത് എന്നു എന്നിക് അറിയില്ല. ഞാൻ ചോദിച്ചിട്ടും അദ്ദേഹം ഒന്നും എന്നോട് പറഞ്ഞില്ല.

(ലിണ്ടയെ കാണിക്കുന്നു)

ലിണ്ട ഇതൊക്കെ കേട്ട് വിശ്വസിക്കാൻ ആകാതെ കഴുത്തിൽ വെച്ചിരുന്ന കത്തി മാറ്റുന്നു. ലിണ്ട് ഐസക്കിനെ നോക്കി നിൽക്കുന്നു.

(ഐസക്കിനെ കാണിക്കുന്നു)

ഐസക് പയ്യെ ലിണ്ടയുടെ അടുത്തേക് വരുന്നു.

ഐസക് ലിണ്ടയോട് ബാക്കി ആയി സംസാരിക്കുന്നു.

ഐസക്: അവളെ ഞാൻ സുരക്ഷിതമായി മനുഷ്യരുടെ ലോകത്ത് ഞാൻ വെച്ചിട്ടുണ്ട്.

(ലിണ്ടയെ കാണിക്കുന്നു)

ലിണ്ടയ്ക് ഐസക് പറയുന്നത് മുഴുവനും വിശ്വാസം ആയി .

(ലിണ്ടയ്ക് ഐസക് പറയുന്നത് മുഴുവനും വിശ്വാസം ആയതുപോലെ ഉള്ള മുഖഭാവം ലിണ്ടയുടെ മുഖത്ത് കാണിക്കുന്നു)

ലിണ്ട ഐസക്കിനോട് ചോദിക്കുന്നു.

ലിണ്ട: എന്റെ മകളെ ഒന്ന് എന്നിക് കാണാൻ പറ്റുമോ?. പകരം എന്നെ നിങ്ങൾ കുരിതിക്കു കൊടുത്തോ.

(ഐസക്കിനെ കാണിക്കുന്നു)

ഐസക്: ഇല്ല.

(ലിണ്ടയെ കാണിക്കുന്നു)

ലിണ്ട ഐസക്കിനോട് തിരിച്ചു പറയുന്നു.

ലിണ്ട: എന്നോട് ഇത്രയും ക്രൂരത കാണിച്ചിട്ട്. എന്റെ മോളെ എന്റെ അടുത്ത് നിന്നും എടുത്തു മാറ്റിയിട്ടു ഞാൻ മരിക്കുന്നതിന് മുൻപ് എങ്കിലും എന്റെ മോളെ എന്നിക് ഒന്ന് കാണിച്ചു തന്നുടെ.

(ഐസക്കിനെ കാണിക്കുന്നു)

ഐസക് ലിണ്ടയോട് തിരിച്ചു പറയുന്നു.

ഐസക്: നിന്റെ സങ്കടം എന്നിക് മനസിലാകും ലിണ്ട. പക്ഷെ നീ ഇവിടുന്നു രക്ഷപെട്ടുകൊണ്ട് എല്ലാവരെയും ചതിക്കാൻ ശ്രമിച്ചവളാ. പക്ഷെ ഞാൻ നിനക്ക് ഒരു വാക്ക് തരാം നിന്റെ മകളെ ഇനി ഞാൻ കുരുതിക് വേണ്ടി വിട്ടു കൊടുക്കില്ല. അത് ഇനി ആര് വിചാരിച്ചാലും നടക്കില്ല. അത്രേ അവുധാര്യമേ എന്നിക് നിന്നോട് ചെയ്യാൻ പറ്റൂ.

(ലിണ്ടയെ കാണിക്കുന്നു)

ലിണ്ട ഒന്നും പറയാതെ സ്വന്തം മകളെ രക്ഷിക്കണം എന്നുള്ള രീതിയിൽ അത് സമ്മതിച്ച ഭാവത്തിൽ നിൽക്കുന്നു.

അദ്ധ്യായം 9

(പള്ളിയുടെ അകം കാണിക്കുന്നു)

(ആകാശം കാണിക്കുന്നു)

ആകാശത്തു ചന്ദ്ര ഗ്രഹണം കാണിക്കുന്നു.

(ലിണ്ടയെ കാണിക്കുന്നു)

ലിണ്ട പള്ളിയുടെ അകത്തേക്കു പള്ളിയിൽ കൂടി ഇരിക്കുന്ന ആൾക്കാരുടെ ഇടയിലൂടെ ക്രിസ്ത്യൻ കല്യാണത്തിന് പെൺകുട്ടി ഇടുന്ന വെള്ള നിറമുള്ള വസ്ത്രം ഇട്ടുകൊണ്ട് സ്വയം കുരുതി കൊടുക്കാൻ നടന് പള്ളിയിലേക്കു വരുന്നു.

ലിണ്ട പള്ളിയിലെ ആൾക്കാരുടെ ഇടയിലൂടെ നടക്കുമ്പോൾ. ലിണ്ട വരുന്നത് ആൾകാർ ശ്രെദ്ധിക്കുന്നുണ്ട്.

ലിണ്ട വേറെ എങ്ങോട്ടും നോക്കാതെ വേറെ ഒന്നും ശ്രദ്ധിക്കാതെ നേരെ തന്നെ നോക്കി മുൻപോട്ട് പോകുന്നു.

(പള്ളിയുടെ അകത്തെ കറുത്ത കുർബ്ബാന നടത്തുന്ന സ്ഥലം കാണിക്കുന്നു)

അവിടെ ദൈവത്തിൻ്റെ ആൾ രൂപം ആയ വെക്തി (ലിണ്ടയുടെ അച്ഛരൻ) കാക്കയെ സൂചിപ്പിക്കുന്ന രീതിയിൽ ഉള്ള വസ്ത്രം ഇട്ടുകൊണ്ട് ലിണ്ട വരുന്നതും നോക്കി നിൽക്കുന്നു. തൊട്ട് അപുറത്തു അവരുടെ ബൈബിളും പിടിച്ചു കൊണ്ട് ഐസക്കും ലിണ്ടയെ നോക്കി നിൽക്കുന്നു.

ഐസക്കിൻ്റെ ബാക്കി രണ്ടു അസിസ്റ്റൻ്റ്മാർ കുരുതിക് വേണ്ടി ഉള്ള കാര്യങ്ങൾ ഒരുകുന്നു. (കുരുതിക് വേണ്ടി ഉള്ള ടേബിൾ പിടിച്ചു നല്ല നീളവും വീതിയും ഉള്ള മെഴുകു തിരികൾ പള്ളിയിൽ കൂടി ഇരിക്കുന്ന ആളുകളുടെ കൈയിൽ കൊണ്ട് കൊടുക്കുന്നു)

(ലിണ്ടയെ കാണിക്കുന്നു)

ലിണ്ട നടന് കറുത്ത കുർബ്ബാന നടത്തുന്ന സ്ഥലത്തു ചെല്ലുന്നു

അവിടെ നടുക്ക് അവരുടെ ദൈവത്തിൻ്റെ ആൾരൂപം ആയി നിൽക്കുന്ന ലിണ്ടയുടെ പപ്പയെ കാണാം. അതിൻ്റെ മുന്നിൽ ആയി ലിണ്ട വന്നു നിൽക്കുന്നു.

ലിണ്ട വന്നു നിന്നിട്ടു നേരെ തല ഉയർത്തി നോക്കുന്നു.

(പള്ളിയിൽ കൂടി ഇരിക്കുന്ന എല്ലാവരെയും കാണിക്കുന്നു)

പള്ളിയിൽ കൂടി ഇരിക്കുന്ന എല്ലാവരും കൈയിൽ കത്തിച്ചിരിക്കുന്ന മെഴുകു തിരി പിടിച്ചുകൊണ്ടു ലിണ്ടയെ നോക്കുന്നു.

(ഐസക്കിനെ കാണിക്കുന്നു)

ഐസക് ലിണ്ടയുടെ അടുത്തേക് വന്നിട്ട് ഐസക്കിന്റെ ഒരു കൈയിൽ ഇരുന്ന തണ്ടിന് നീളം ഉള്ള വെള്ളുത്ത നിറമുള്ള റോസാപൂവ് ഐസക് ലിണ്ടയുടെ അടുത്തേക് നീട്ടുന്നു. ഐസക്കിന്റെ മറ്റേ കൈയിൽ അവരുടെ ബൈബിളും ഇരിപ്പുണ്ട്.

(ലിണ്ടയെ കാണിക്കുന്നു)

ലിണ്ട ഐസക്കിനെ നോക്കികൊണ്ട് ആ റോസ്സ്പൂവ് ഐസക്കിന്റെ കൈയിൽ നിന്നും വാങ്ങുന്നു.

(ഐസക്കിനെ കാണിക്കുന്നു)

ഐസക് കൈയിലെ റോസാപൂവ് ലിണ്ടയ്ക് കൊടുത്തിട്ട് ലിണ്ടയെ നോക്കിയിട്ട് തിരിച്ചു നടക്കുന്നു.

(പീറ്റർനെ കാണിക്കുന്നു)

പീറ്റർനെയും ലിണ്ടയെയും നേരത്തെ കെട്ടി ഇട്ട വീട്ടിലെ മുറിയിൽ തന്നെ ആണ് ഇപോഴും കെട്ടി ഇട്ടേക്കുനെ.

പീറ്റർനു ചലിക്കാൻ ആവാത്ത രീതിയിൽ പീറ്റർനെ നിർത്തികൊണ്ട് രണ്ടു കൈയും രണ്ടു വശത്തേക് കയറുകൊണ്ട് വലിച്ചു കെട്ടിയേക്കുന്നു. പീറ്ററിന്റെ രണ്ടു കാലും കെട്ടിയിട്ടിട്ടുണ്ട്.

ആരേലും വെളിയിൽ നിന്നു നോക്കിയാൽ പീറ്റർനെ ആ വീടിന്റെ ജനലിൽ കൂടി കാണുന്ന രീതിയിൽ ആണ് പീറ്ററിനെ കെട്ടി ഇട്ടേക്കുനെ.

(പീറ്ററിന്റെ പുറകിൽ നിന്നും ജനലിൽ കൂടി പള്ളിയെ കാണിക്കുന്നു)

(പള്ളിയിൽ മണി അടിക്കുന്നു ശബ്ദം)

(പീറ്റർനെ കാണിക്കുന്നു)

പള്ളി മണി കേട്ട് പീറ്റർനു ബോധം വരുന്നു.

കൈയിലും കാലിലും കെട്ടിയേക്കുന്ന കയറു പീറ്റർ ശ്രെദ്ധിക്കുന്നു

(പള്ളി മണി അടിച്ചു നിർത്തുന്നു)

പീറ്റർ ജനലിൽ കൂടി പള്ളിയിലേക്ക് നോക്കുന്നു.

(പള്ളിയുടെ അകം കാണിക്കുന്നു)

ഐസക്കിന്റെ രണ്ടു അസിസ്റ്റൻറുകൾ ലിണ്ടയെ കുരുതി കൊടുക്കാൻ ഉള്ള വല്യ ടേബിൾ കൊണ്ട് വരുന്നു.

ടേബിലെ കൊണ്ട് വന്നു ലിണ്ടയുടെ മുന്നിൽ ആയി വെക്കുന്നു.

(ലിണ്ടയെ കാണിക്കുന്നു)

ലിണ്ട ടേബിളിലോട്ട് നോക്കുന്നു.

(ഐസക്കിനെ കാണിക്കുന്നു)

ഐസക് തന്റെ കൈയിൽ ഇരിക്കുന്ന ബൈബിൾ തുറക്കുന്നു.

ഐസക് ബൈബിൾ തുറക്കുന്നു. ഐസക് ബൈബിളിൽ നോക്കുന്നു എന്നിട്ട് പള്ളിയിൽ കൂടി ഇരിക്കുന്നവരെ നേരെ നോക്കികൊണ്ട് ഐസക് പറയുന്നു.

ഐസക്: നമ്മുടെ ശക്തിയെ നയിക്കുന്ന നമ്മുടെ നാഥൻ ഇ വേളയിൽ വിശുദ്ധമായ നമ്മുടെ ഇ കുർബ്ബാനയിൽ പങ്കെടുക്കാൻ നമ്മളെ അനുഗ്രഹിക്കാൻ വരുന്നതാണ്. സർവ്വ ശക്തൻ ആയ നാഥൻ പട്ടിണിയിലും. ദാരിദ്ര്യത്തിലും. ക്ഷേമത്തിലും. മഹാ മാരിയിൽ നിന്നും നമ്മളെ രക്ഷിച്ചു നമ്മുക്ക് വെളിച്ചം ആയി നിന്നു.

ഒരു സെക്കന്റ് ഗ്യാപ് ഇട്ടു മിണ്ടായിരിന്നുന്നിട്ട് ലിണ്ടയെയും നോക്കി അവിടെ കൂടി ഇരുന്ന ആൾക്കാരെ എല്ലാവരും നോക്കികൊണ്ട് ഐസക് ബാക്കി ആയി പറയുന്നു.

ഐസക്: അതിജീവനം എന്നാൽ നിങ്ങൾക്കു നൽകുകയും അങ്ങനെ ഞങ്ങൾ പുനർജനികുകയും ചെയുന്നു. സർവ്വ ശക്തനായ നാഥാ നിങ്ങൾക് വേണ്ടി ഞങ്ങൾ അധ്വാനിക്കുന്നു ഞങ്ങൾ നിങ്ങളെ എപ്പോഴു അനുഗമിക്കുന്നു.

ഐസക് ബൈബിളിൽ ഒന്ന് കൂടി നോക്കുന്നു എന്നിട്ട് വീണ്ടും മുഖം ഉയർത്തി അവിടെ കൂടി ഇരിക്കുന്നവരെ നോക്കികൊണ്ട് ഐസക് ബാക്കി ആയി പറയുന്നു.

ഐസക്: മാൽവെസ്റ്റ് : 3:12: വിശന്നു തുടങ്ങിയപ്പോൾ ചോള പാടത്തെ ചോളം ചീഞ്ഞു തുടങ്ങി. ഞങ്ങൾ രക്തം ചൊരിഞ്ഞു അതിനാൽ ദൈവം വന്നു അനുഗ്രഹിച്ചു വിളകളെ രക്ഷിച്ചു.

(അവിടെ കൂടി ഇരിക്കുന്നവരെ കാണിക്കുന്നു എന്നിട്ട് ഐസക്കിനെ കാണിക്കുന്നു)

(ഡാനിയലിനെ കാണിക്കുന്നു)

കുതിരപ്പുറത് ഡാനിയൽ ചോള പാടം വഴി കുതിരയെ കെട്ടി ഇടുന്ന സ്ഥലത്ത് എത്തി (ഹോർസ് ഷെൽട്ടർ) ലിണ്ടയുടെ കുതിരയെ അവിടെ വിട്ടിട്ടു ഡാനിയൽ പയ്യെ പള്ളിയുടെ അടുത്തേക് പോകുന്നു. പള്ളിയിൽ കറുത്ത കുർബാന നടക്കുകയാണ് എന്നു ഡാനിയലിനു മനസിലായി.

ഡാനിയൽ ആരും കാണാതെ അവിടുന്നു പയ്യെ മുൻപോട്ട് നടന് ലിണ്ടയുടെയുടെ പപ്പയുടെ വീട്ടിലേക്ക് പോകുന്നു. വീടിന്റെ അകത്തു ഭിത്തിയിൽ തൂകി ഇട്ടിരുന്ന ഡബിൾ ബാരൽ തോക് എടുത്തു കൊണ്ട് ആരും കാണാതെ വീടിന്റെ വെളിയിൽ ഇറങ്ങുന്നു.

ഡാനിയൽ തന്നെ ആരേലും ശ്രദ്ധിക്കുണ്ടോ എന്നു നോക്കികൊണ്ട് പള്ളിയുടെ അകത്തു രണ്ടും കൽപ്പിച്ചു കയറി . ലിണ്ടയുടെ പപ്പയെയും ഐസക്കിനെയും കൊല്ലണം എന്നുള്ള ചിന്തയിൽ മുൻപോട്ട് പോകുന്നു.

(പീറ്ററെ കാണിക്കുന്നു)

ചുറ്റും നിശബ്ദത ആയതു കൊണ്ട് പള്ളിയിൽ ഐസക് പ്രെസങ്ങിക്കുന്നത് പീറ്റർനു ചെറുതായി കേൾക്കാമായിരുന്നു.

ലിണ്ടയെ എങ്ങനെ എങ്കിലും കുരുതി കൊടുക്കുന്നതിൽ നിന്നും രക്ഷിക്കണം എന്നു കരുതി പീറ്റർ തന്റെ കൈകളിലെയും കാലുകളിലെയും കെട്ടിയേക്കുന്ന കയറു പൊട്ടിക്കണം എന്ന ചിന്തയോടെ രണ്ടു കൈകളും കാലുകളും മാക്സിമം വലിച്ചു കയറുകൾ പൊട്ടിക്കാൻ നോക്കുന്നു.

(ഡാനിയലിനെ കാണിക്കുന്നു)

ഐസക് കൈയിൽ ഉള്ള ഡബിൾ ബാരൽ തോക്കും ആയി ആരുടെയും ശ്രദ്ധയിൽ പെടാത്ത രീതിയിൽ മുൻപോട്ട് പോകുന്നു.

ഡാനിയൽ തന്നെ ആരേലും ശ്രദ്ധിക്കുണ്ടോ എന്നു അറിയാൻ വേണ്ടി എല്ലാ വശങ്ങളിക്കയും നോക്കി ആണ് പോകുന്നത്. പെട്ടന് ഡാനിയൽ ഒരു കാഴ്ച കണ്ടു നിൽക്കുന്നു.

(പീറ്ററെ കെട്ടി ഇട്ടേക്കുന്ന വീട് കാണിക്കുന്നു)

പീറ്ററെ കെട്ടി ഇട്ടേക്കുന്ന വീടിന്റെ ജനലിൽ കൂടെ റാന്തൽ വെളിച്ചത്തിൽ ഒരു കയറും അതിന്റെ അറ്റതായി ഒരു കൈയും ഡാനിയലിനു കാണാം.

(ഡാനിയലിനെ കാണിക്കുന്നു)

ഡാനിയൽ കൈയിലെ ഡബിൾ ബാരൽ തോക്കും ആയി പീറ്ററിനെ കെട്ടി ഇട്ടേക്കുന്ന മുറിയുടെ ജനലിൻ്റെ അടുത്തേക് ആരേലും തന്നെ കാണുന്നുണ്ടോ എന്നു നോക്കി പയ്യെ നടക്കുന്നു.

ഡാനിയൽ ജനലിൻ്റെ അടുത്തേക് വരും തോറും അവിടെ ഒരാളെ കെട്ടി ഇട്ടേക്കുന്നത് ഡാനിയലിനു കാണാൻ പറ്റും.

ഡാനിയൽ പയ്യെ നടന് ജനലിന്റെ അടുത്ത് എത്തുന്നു.

ഡാനിയൽ ജനലിൽ കൂടെ അകത്തോട്ടു നോക്കുന്നു.

(മുറിയുടെ അകം കാണിക്കുന്നു)

പീറ്റർ തന്റെ കൈയിലെയും കാലിലെയും കയറുകൾ വലിച്ചു പൊട്ടിക്കാൻ നോക്കുന്നു.

പീറ്റർ കയറുകൾ വലിച്ചു പൊട്ടിക്കുന്നതിനു ഇടയിൽ ആരോ ജനലിന്റെ മുന്നിൽ തന്നെ നോക്കി നില്കുന്നത് കാണുന്നു.

പീറ്റർ കയറുകൾ വലിച്ചു പൊട്ടിക്കാൻ ഉള്ള ശ്രെമം നിർതിയിട്ട് അയാളെ തന്നെ നോക്കി നിൽക്കുന്നു.

(പീറ്റർ ഡാനിയലിനെ നോക്കുമ്പോൾ പുറകിലെ പള്ളി കാണാവുന്ന രീതിയിൽ)

(ഡാനിയലിനെ കാണിക്കുന്നു)

ഡാനിയൽ ജനലിൽ കൂടെ ചാടി മുറിയുടെ അകത്തു കയറി.

ഡാനിയൽ കൈയിലെ ഡബിൾ ബാരൽ തോക് തറയിൽ വെച്ച് എന്നിട്ട് പീറ്ററിൻ്റെ കൈയിലെ കെട്ട് ആദിയം അഴിക്കുന്നു അതു കഴിഞ്ഞു കാലിലെ കെട്ട് അഴിക്കുന്നു.

കെട്ട് അഴിചോണ്ട് ഇരിക്കുമ്പോൾ തന്നെ ഡാനിയൽ പീറ്ററിനോട് ചോദിക്കുന്നു.

ഡാനിയൽ: നിന്റെ പേര് എന്താ?

(പീറ്ററിനെ കാണിക്കുന്നു)

പീറ്റർ ഡാനിയലിനോട് പറയുന്നു.

പീറ്റർ: പീറ്റർ.

(ഡാനിയലിനെ കാണിക്കുന്നു)

ഒരു കാലിലെ കെട്ട് അഴിച്ചു മറ്റേ കാലിലെ കെട്ട് അഴിചോണ്ട് ഇരിക്കുന്നു.

ഡാനിയൽ പീറ്ററിനോട് ബാക്കി ആയി ചോദിക്കുന്നു.

ഡാനിയൽ: കാക്ക കൂട്ടം നിങ്ങളെ ഓടിക്കുന്നത് കണ്ടാലോ ലിണ്ടയും നീയും രക്ഷപെടാൻ നോക്കിയതാണോ?

(പീറ്ററിനെ കാണിക്കുന്നു) പീറ്റർ തിരിച്ചു ഡാനിയലിനോട്.

പീറ്റർ: അതെ.

(ഡാനിയലിനെ കാണിക്കുന്നു)

കാലിലെ കെട്ടും ഡാനിയൽ അഴിച്ച് മാറ്റി.

തറയിൽ വെച്ച ഡബിൾ ബാരൽ തോക് എടുത്തു കൈയിൽ വെച്ചിട്ട് പീറ്ററോട് ബാക്കി സംസാരിക്കുന്നു.

ഡാനിയൽ: പിന്നെ എന്ത് പറ്റി രക്ഷപെടാൻ പറ്റാഞ്ഞത്. മാന്ത്രിക താക്കോൽ കിട്ടിയിലെ.

(പീറ്ററിനെ കാണിക്കുന്നു)

ഒന്നും മിണ്ടാതെ ഡാനിയലിന്റെ മുഖത്ത് തന്നെ നോക്കി നിൽക്കുന്നു.

(ഡാനിയലിനെ കാണിക്കുന്നു)

ഡാനിയൽ ബാക്കി ആയി പീറ്ററിനോട് പറയുന്നു.

ഡാനിയൽ: അതുകൊണ്ട് ആണോ നീ അവിടെ നിന്ന വില്യത്തെ കൊന്നിട്ട് താക്കോൽ എടുത്തത്.

(പീറ്ററിനെ കാണിക്കുന്നു)

പീറ്റർ ഡാനിയലിനോട് തിരിച്ചു പറയുന്നു.

പീറ്റർ: ഞങ്ങൾ അല്ല കൊന്നത് ഐസക്കാണ്. നിങ്ങൾ ഇല്ലാതെ ഇവിടുന്നു ഒറ്റക് ഞാൻ രക്ഷപെടില്ല എന്നു പറഞ്ഞിട്ട് ഞങ്ങളോട് രക്ഷപെടാൻ പറഞ്ഞു കൊണ്ട് താക്കോൽ ഞങ്ങളുടെ കൈയിൽ തന്നതാ.

(ഡാനിയലിനെ കാണിക്കുന്നു)

ഡാനിയൽ പീറ്ററിനോട് പറയുന്നു.

ഡാനിയൽ: എന്നിക് അറിയാം ഐസക്കാണ് വില്യത്തെ കൊന്നതെന്നു. ഇ തോക്കും കൊണ്ട അവൻ വെടി വെച്ചു കൊന്നത്. നിങ്ങൾക് അതിൽ എന്തേലും പങ്ക് ഉണ്ടോ എന്നു അറിയാൻ വേണ്ടി ഞാൻ നിന്നോട് ചോദിച്ചതാ.

ഇത്രയും പറഞ്ഞു കൊണ്ട് ഡാനിയൽ ജനലു വഴി പള്ളിയിലേക്ക് നോക്കുന്നു.

(പള്ളി കാണിക്കുന്നു)

(പീറ്റർനെ കാണിക്കുന്നു)

പീറ്ററും ജനലു വഴി പള്ളിയിലേക്കു നോക്കുന്നു.

(ഡാനിയലും പീറ്ററും രണ്ടു പേരും ഒരുമിച്ചു പള്ളിയിലേക്ക് നോക്കുന്നു)

(പള്ളിയുടെ അകം കാണിക്കുന്നു)

(ഐസക്കിനെ കാണിക്കുന്നു)

ഐസക് അവിടെ കൂടി ഇരിക്കുന്ന ആൾക്കാരെ നോക്കികൊണ്ട് പറയുന്നു.

ഐസക്: ശക്തനായ നാഥാ ഞങ്ങൾക്കു അങ്ങയെ ആവിശ്യം ഉണ്ട്. ഞങ്ങൾ നിന്നെ സ്നേഹിക്കുന്നു. ഞങ്ങളുടെ തെറ്റുകൾ ഞങ്ങൾ ശ്രദ്ധിക്കുകയും അതിൽ നിന്നും പഠിക്കുകയയും ചെയ്യും. ശക്തനായ നാഥാ അങ്ങ് ഞങ്ങളെ ചേർത്ത് പിടിക്കുകയും ഞങ്ങളുടെ ആത്മാകളോട് കരുണ കാണിക്കണമേ.

ഐസക് പതിയെ ലിണ്ടയുട അടുത്തേക് നടന് വരുന്നു.

(ലിണ്ടയെ കാണിക്കുന്നു)

ലിണ്ട ഐസക്കിനെ നോക്കുന്നു.

(ഐസക്കിനെ കാണിക്കുന്നു)

ഐസക് ലിണ്ടയുടെ അടുത്ത് വന്നിട്ട് ലിണ്ടയോട് ഐസക് ചോദിക്കുന്നു.

ഐസക്: ലിണ്ട ഇ ലോകത്തിന്റെയും ഇ ഇരിക്കുന്നവരുടെയും രക്ഷക ആകാൻ സ്വയം കുരുതി കൊടുക്കാൻ നിനക്ക് സമ്മതം അല്ലെ.

(ലിണ്ടയെ കാണിക്കുന്നു)

ലിണ്ട ഐസക്കിൻ്റെ മുഖത്ത് നോക്കുന്നു.

(ഐസക്കിനെ കാണിക്കുന്നു)

ഐസക് ലിണ്ടയുടെ മുഖത്ത് നോക്കിയിട്ട് നേരെ പള്ളിയിൽ കൂടി ഇരിക്കുന്നവരെ നോക്കുന്നു.

(ലിണ്ടയെ കാണിക്കുന്നു)

ലിണ്ട ഐസക്കിൻ്റെ മുഖത്ത് നിന്നും കണ്ണെടുത്തു നേരെ അവിടെ കൂടി ഇരിക്കുന്നവരെ നോക്കി പറയുന്നു.

ലിണ്ട: സമ്മതം.

(ഐസക്കിനെ കാണിക്കുന്നു)

ഐസക് നേരെ നോക്കി എല്ലാവരോടും ആയി ഉറക്കെ പറയുന്നു

ഐസക്: അടുത്തത് ഇനി മെഴുകു തിരി കെടുത്തുന്ന ചടങ്ങ് ആണ്. (പള്ളിയിൽ കൂടി ഇരിക്കുന്നവരെ കാണിക്കുന്നു)

പള്ളിയിൽ കൂടി ഇരിക്കുന്നവരിൽ ഓരോരുത്തർ ആയിട്ട് ഇടതു കൈയിൽ മെഴുകു തിരി പിടിച്ചു കൊണ്ട് ലിണ്ടയുടെ അടുത്ത് വന്നിട്ട് വലതു കൈ കൊണ്ട് മെഴുകു തിരി കെടുത്തുന്നു എന്നിട്ട് തിരിച്ചു അവരവരുടെ സ്ഥാനത്തേക്കു പോകുന്നു.

(ഡാനിയലിനെയും പീറ്ററിനെയും കാണിക്കുന്നു)

ഡാനിയലും പീറ്ററും പള്ളിയുടെ ജനലിലൂടെ പള്ളിയുടെ അകത്തേക്ക് ഐസക് നിൽക്കുന്ന സ്ഥലത്തേക്ക് നോക്കുന്നു.

(പള്ളിയിൽ കത്തിച്ചു വെച്ചേക്കുന്ന രാന്തലിൽ നിന്നും വെളിച്ചം മുഖത്ത് അടിക്കുന്നുണ്ട്)

(പീറ്ററിനെ കാണിക്കുന്നു)

പീറ്റർ ലിണ്ടയെ നോക്കി നിൽക്കുന്നു.

(ലിണ്ടയെ കാണിക്കുന്നു)

പീറ്റർ ലിണ്ടയെ ദൂരെ നിന്നും കാണുന്നു

(ഡാനിയലിനെയും പീറ്ററിനെയും കാണിക്കുന്നു)

അവർ രണ്ടും ഐസക്കിനെ തന്നെ നോക്കി നിൽക്കുന്ന.

ഡാനിയലിനെ നോക്കി കൊണ്ട് പീറ്റർ പറയുന്നു.

പീറ്റർ: ലിണ്ടയെ എങ്ങനെ എങ്കിലും രക്ഷിക്കണം.

(ഡാനിയലിനെ കാണിക്കുന്നു)

ഐസക്കിന്റെ മുഖത്ത് നിന്നും കണ്ണ് എടുത്ത് പീറ്ററിനെ നോക്കികൊണ്ട് ഡാനിയൽ പറയുന്നു.

ഡാനിയൽ: എന്നിക് നിങ്ങളെ ഇവിടുന്നു രക്ഷപ്പെടുത്താൻ പറ്റുമോ എന്നു അറിയില്ല. പക്ഷെ ഞാൻ തീർച്ച ആയും രണ്ടു പേരെ കൊല്ലും എന്ന് അറിയാം.

(പള്ളിയുടെ അകം കാണിക്കുന്നു)

പള്ളിയിൽ കൂടി ഇരിക്കുന്നവരിൽ പകുതി ഓളം പേർ മെഴുകു തിരി അണച്ചു അവരവരുടെ സ്ഥലത്തേക്ക് തിരിച്ചു പോയി നിൽക്കുന്നു. വരി വരി ആയി ലിണ്ടയുടെ അടുത്ത് ചെന്നു മെഴുകു തിരി ഇടതു കൈ കൊണ്ട് പിടിച്ചു കൊണ്ട് വലതു കൈ കൊണ്ട് മെഴുകു തിരി കെടുത്തുന്നു

(ഡാനിയലിനെയും പീറ്ററിനെയും കാണിക്കുന്നു)

ഡാനിയലും പീറ്ററും പള്ളിയുടെ വെളിയിൽ നിന്നും ജനലിൽ കൂടി മെഴുകു തിരി കെടുത്തുന്ന ചടങ്ങ് കണ്ടു കൊണ്ട് നിൽക്കേ പകുതി പേരും മെഴുകു തിരി കെടുത്തി കഴിഞ്ഞു എന്നു മനസിലാകിയ ഡാനിയൽ തൻറെ കൈയിൽ ഇരുന്ന ഡബിൾ ബാരൽ തോക് കൊണ്ട് ജനലിന്റെ അടുത്ത് നിന്നും നടന് പള്ളിയുടെ മുൻവശത്തെ വാതിലിലേക്കു പോകുന്നു.

(പീറ്ററിനെ കാണിക്കുന്നു)

പീറ്റർ ഡാനിയലിൻറെ പിന്നാലെ പോകുന്നു.

പീറ്റർ ഡാനിയലിനെ പുറകിൽ നിന്നും വിളിക്കുന്നു.

പീറ്റർ: ഡാനിയൽ. ഡാനിയൽ

(ഡാനിയലിനെ കാണിക്കുന്നു)

ഡാനിയൽ പീറ്ററിൻറെ വിളി കേട്ടിട്ടും കേൾക്കാത്ത രീതിയിൽ പള്ളിയുടെ മുനിലത്തെ വാതിലിൻറെ അടുത്തേക് പോകുന്നു.

ഡാനിയൽ നടന്നുകൊണ്ട് തൻറെ കൈയിൽ ഇരുന്ന ഡബിൾ ബാരൽ തോക് കൊണ്ട് വെടി വെക്കാൻ റെഡി ആക്കി കൈയിൽ വെച്ചു കൊണ്ട് പള്ളിയുടെ മുൻവശത്തെ വാതിലിന്റെ അകത്തു കയറുന്നു.

(പീറ്ററിനെ കാണിക്കുന്നു)

പീറ്റർ ഡാനിയലിൻറെ തൊട്ടു പുറകിൽ ഉണ്ടായിരുന്നു.

(പള്ളിയുടെ അകം കാണിക്കുന്നു)

പള്ളിയുടെ അകത്തു മെഴുകു തിരികൾ കെടുത്തുന്ന ചടങ്ങ് ഏകദേശം അവസാനിക്കാർ ആയാരുന്നു. കുറച്ചു ആൾകാർ കൂടി മെഴുകു തിരി ലിണ്ടയുടെ അടുത്ത് ചെന്നു കെടുത്താൻ വരി വരി ആയി നിൽപുണ്ടായിരുന്നു.

(ഡാനിയലിനെ കാണിക്കുന്നു)

ഡാനിയൽ ഉറക്കെ എല്ലാവർക്കും കേൾക്കുന്ന രീതിയിൽ വിളിക്കുന്നു.

ഡാനിയൽ: ഐസക്.

പള്ളിയിൽ ഉള്ള എല്ലാവരും ഡാനിയലിനെ നോക്കുന്നു.

ഡാനിയൽ സമയം കളയാതെ പെട്ടന്നു കൈയിൽ ഇരുന്ന ഡബിൾ ബാരൽ തോക് എടുത്ത് ഐസ്കിൻറെ നേർക്കു വെടി വെക്കുന്നു.

ഐസക്കിന്റെ തോളിൽ ബുള്ളറ്റ് പോയി കൊള്ളുന്നു.

ഐസക് അപ്പോൾ തന്നെ തറയിൽ വീണു.

ഡാനിയൽ സമയം കളയാതെ ലിണ്ടയുടെ പുറകിൽ നിൽക്കുന്ന ലിണ്ടയുടെ അച്ഛനെ വെടി വെക്കുന്നു. ആ ബുള്ളറ്റ് ലിണ്ടയെ കൊണ്ടു കൊണ്ടില്ല എന്ന രീതിയിൽ ലിണ്ടയുടെ അടുത്തൂടെ പോയി ലിണ്ടയുടെ

പപ്പയുടെ നെഞ്ചത്ത് കൊണ്ട് (ലിണ്ടയുടെ പപ്പയെ കാണിക്കുന്ന)

ലിണ്ടയുടെ പപ്പ അവിടെ താഴെ വീണു തന്നെ മരിച്ചു.

(ഐസക്കിന്റെ രണ്ട് അസിസ്റ്റൻ്റുകളെ കാണിക്കുന്നു)

പള്ളിയുടെ രണ്ട് മൂലയ്ക്കു ആയി നിന്ന അവർ രണ്ടു പേരും അവിടെ കൂടി ഇരിക്കുന്ന ആൾക്കാരുടെ ഇടയിലൂടെ ഓടി ഡാനിയലിന്റെ അടുത്ത് വരുന്നു.

(ഡാനിയലിനെ കാണിക്കുന്നു)

തോക്കിലെ ബുള്ളറ്റ് തീർന്നത് കൊണ്ടും. ഡാനിയലിന്റെ കൈയിൽ ഇനി ബുള്ളറ്റ് ഇല്ലാത്തതു കൊണ്ടും ഡാനിയൽ തോക്കിന്റെ പിടി വെച്ച് അവരെ അടിക്കുന്നു.

(പീറ്ററിനെ കാണിക്കുന്നു)

പീറ്ററും ഡാനിയലിൻ്റെ കൂടെ കൂടി രണ്ട് അസിസ്റ്റൻ്റുമാരിൽ ഒരാളെ അടിക്കുന്നു.

(ഡാനിയലും ആ രണ്ടു അസിസ്റ്റൻ്റ് മാരും തമ്മിൽ അടിയിൽ ഏർപ്പെടുന്നു)

(പീറ്ററെ കാണിക്കുന്നു)

പീറ്റർ നല്ല അവശൻ ആയതുകൊണ്ട് ഒരുപാട് അടിക്കാൻ പറ്റുന്നില്ല. എങ്കിലും പീറ്റർ വിട്ടുകൊടുക്കാതെ അടിക്കുന്നുണ്ട്.

(ഡാനിയലിനെ കാണിക്കുന്നു)

ഡാനിയലും ആയിട്ട് അടി ഉണ്ടാക്കി കൊണ്ട് ഇരുന്ന അസിസ്റ്റാന്റിനെ ഡാനിയൽ അടിച്ചു തറയിൽ ഇട്ടു.

ഡാനിയൽ പീറ്ററിൻ്റെ അവസ്ഥ കണ്ടിട്ട് പീറ്ററെ സഹായിക്കാൻ വേണ്ടി പീറ്ററും ആയിട്ട് അടി ഉണ്ടാകുന്ന അസിസ്റ്റന്റും ആയിട്ട് ഡാനിയൽ അടി ഉണ്ടാകുന്നു.

ഡാനിയൽ തന്റെ കൈയിൽ ഇരുന്ന ഡബിൾ ബാരൽ തോക്കും കൊണ്ട് അയാളെ അടിച്ചു തറയിൽ ഇടുന്നു എന്നിട്ട് കോട്ടിന്റെ ഉള്ളിൽ

ഇരുന്ന കത്തി എടുത്തു ഡാനിയൽ തറയിൽ വീണു കിടക്കുന്ന അയാളെ കുത്തി കൊല്ലുന്നു.

(അവിടെ കൂടി ഇരിക്കുന്ന ആൾക്കാരെ കാണിക്കുന്നു)

അവർ എല്ലാവരും ഡാനിയൽ കുത്തുന്നത് കണ്ട് പേടിച്ചു പോകുന്നു

(ഡാനിയലിനെ കാണിക്കുന്നു)

ഡാനിയൽ അയാളെ കുത്തി കൊണ്ട് ഇരിക്കുമ്പോൾ തന്നെ പുറകിൽ നിന്നും ഡാനിയൽ അടിച്ചു വീഴ്ത്തിയ ആൾ തൻ്റെ കൈയിൽ ഇരിക്കുന്ന കത്തിയും കൊണ്ട് താഴെ നിന്നും എഴുനേറ്റു ഡാനിയലിൻ്റെ പുറകിൽ നിന്നും വരുന്നു.

ഡാനിയൽ അയാളെ കുത്തി കൊണ്ട് ഇരുന്ന കത്തി കൊണ്ട് പുറകിൽ നിന്നും തന്നെ കുത്താൻ വന്ന അസിസ്റ്റൻ്റിനെ ഡാനിയൽ ചാടി എഴുനേറ്റു കുത്തുന്നു.

(ലിണ്ടയെ കാണിക്കുന്നു)

ലിണ്ട ഇതൊക്കെ നോക്കികൊണ്ട് ഞെട്ടലോടെ നിൽക്കുന്നു.

(ഐസക്കിനെ കാണിക്കുന്നു)

ഐസക് നിലത്തു കിടന്നു മുൻപോട്ട് ഇഴഞ്ഞു കൊണ്ട് പീറ്ററിൻ്റെയും ഡാനിയലിൻ്റെയും നേർക്കു കൈയി ചൂണ്ടികൊണ്ട് ഉറക്കെ പറയുന്നു.

ഐസക്: അവരെ വെറുതെ വിടരുത്. നമ്മുടെ രക്ഷകയെ തട്ടി കൊണ്ട് പോകാനും നമ്മളെ ഇല്ലാതാക്കാനും വേണ്ടി വന്നവരാ. അവരെ ജീവനോടെ വിടരുത്.

(അവിടെ കൂടി ഇരിക്കുന്ന ആൾക്കാരെ കാണിക്കുന്നു)

ഐസക്കിന്റെ ഇ വാക്കുകൾ കെട്ട് അവിടെ കൂടി ഇരുന്ന ആൾകാർ മുഴുവനും ഡാനിയലിൻ്റെയും പീറ്ററിൻ്റെയും നേർക്കു തിരിഞ്ഞു.

(ഡാനിയലിനെയും പീറ്റർനെയും കാണിക്കുന്നു)

അവിടെ കൂടി ഇരുന്ന ആൾകാർ അവരെ വളഞ്ഞതോടു കൂടി ഡാനിയൽ നിലത്തു നിന്നും എഴുനേറ്റു കൈയിലെ കത്തി കൊണ്ട് എല്ലാരേയും നേരിടാൻ വേണ്ടി നിൽക്കുന്നു.

(പീറ്റർനെയും കാണിക്കുന്നു)

പീറ്റർ അവശൻ ആണെങ്കിലും എല്ലാരേയും നേരിടാൻ വേണ്ടി തയാർ ആയി നിൽക്കുന്നു.

(അവിടെ കൂടി ഇരിക്കുന്നവരെ കാണിക്കുന്നു)

അവർ പയ്യെ പയ്യെ ഡാനിയലിന്റെയും പീറ്ററിന്റെയും അടുത്തേക് വളഞ്ഞു കൊണ്ട് ഇരിക്കുന്നു.

(ഡാനിയലിനെയും പീറ്റർനെയും കാണിക്കുന്നു)

ഡാനിയൽ പീറ്റർനോട് പറയുന്നു.

ഡാനിയൽ: പീറ്റർ ഞാൻ ഇവരുടെ മുന്നിൽ എങ്ങനെ എങ്കിലും പിടിച്ചു നിന്നോളം. അവരുടെ രണ്ടു പേരുടെ ആരുടേലും കൈയിൽ താക്കോൽ കാണും. നീ അതും എടുത്തു ലിണ്ടയെ കൊണ്ട് ഇവിടുന്നു പൊയ്ക്കോ.

(പീറ്റർ ഡാനിയലിനോട്)

പീറ്റർ: നിങ്ങളെയും കൊണ്ട് ഇവരുടെ മുന്നിൽ ഒറ്റക് പിടിച്ചു നിൽക്കാൻ ആകില്ല. പോകുവാണെങ്കിൽ ലിണ്ടയെയും കൊണ്ട് ഒരുമിച്ചു നമ്മുക്ക് ഇവിടുന്നു പോകാം.

(ഡാനിയലിനെ കാണിക്കുന്നു)

ഡാനിയൽ പീറ്ററിനോട് തിരിച്ചു പറയുന്നു.

ഡാനിയൽ: നീ വെറുതെ മണ്ടത്തരം പറയാതെ. ഒന്നാമത്തെ നീ അവശന രണ്ടാമത് നമ്മുക്ക് ഇവരുടെ മുന്നിൽ അതിക നേരം പിടിച്ചു നിൽക്കാൻ ആകതില്ല. നീ പോയി താക്കോൽ എടുത്തിട്ട് ലിണ്ടയെ കൊണ്ട് പോകാൻ നോക്ക്. ഞാൻ നിങ്ങളുടെ പുറകെ വന്നോളാം.

(പീറ്റർനെ കാണിക്കുന്നു)

പീറ്റർ തന്റെ മുന്നിൽ ഉള്ള ആൾക്കാരെ അടിച്ചും തെളിയും മാറ്റാൻ ശ്രെമിക്കുന്നു. അവരുടെ കൈയിൽ നിന്നും പീറ്റർക്കും തിരിച്ചു അടി കിട്ടുന്നു.

(ഡാനിയലിനെ കാണിക്കുന്നു)

ഡാനിയൽ പീറ്റർനു വഴി ഒരുകി കൊടുക്കാൻ വേണ്ടി പീറ്ററിന്റെ കൂടെ കൂടി തന്റെ കൈയിൽ ഉള്ള കത്തിയും കൊണ്ട് ആൾക്കാരെ കുത്തിയും അടിച്ചും തെളിയും പീറ്ററിനു വഴി ഉണ്ടാക്കി കൊടുക്കുന്നു.

കിട്ടിയ അവസരത്തിൽ പീറ്റർ അവിടെ കൂടി ഇരിക്കുന്ന ആൾക്കാരുടെ ഇടയിൽ നിന്നും രക്ഷപെട്ടു മുൻപോട്ട് പോകുന്നു.

പീറ്റർ ഓടി പോയി ലിണ്ടയുടെ അടുത്തേക് ചെല്ലുന്നു.

(ലിണ്ടയെ കാണിക്കുന്നു)

ലിണ്ട പീറ്ററെ നോക്കുന്നു. ലിണ്ടയുടെ കണ്ണിൽ നിന്നും കണ്ണ് നീര് വന്നു കൊണ്ട് ഇരിക്കുന്നു.

(പീറ്ററെ കാണിക്കുന്നു)

പീറ്റർ തിരിച്ചു ലിണ്ടയെ നോക്കി നിൽക്കുന്നു.

(ഐസക്കിനെ കാണിക്കുന്നു)

ഐസക് പയ്യെ നിലത്തു നിന്നും എഴുന്നേക്കാൻ ശ്രമിക്കുന്നു.

ഇടതു കൈയുടെ തോളിൽ ആണ് ബുള്ളറ്റ് കയറിയത് കൊണ്ട് വലതു കൈ നിലത്തു കുത്തി കൊണ്ട് എഴുന്നേൽക്കാൻ ശ്രമിക്കുന്നു.

(പീറ്ററെയും ലിണ്ടയെയും കാണിക്കുന്നു)

ലിണ്ടയെ നോക്കി കൊണ്ട് ഇരുന്ന പീറ്റർ ഐസക് എഴുന്നേൽക്കുന്നതു കണ്ടിട്ട് ഐസക്കിൻെറ അടുത്തേക് പോയി ഐസക്കിനെ ചവുട്ടി നിലത്തു ഇടുന്നു.

(ലിണ്ടയുടെ അച്ഛനെ കാണിക്കുന്നു)

നിലത്തു നെഞ്ചത്ത് വെടി ഏറ്റു ലിണ്ടയുടെ പപ്പ മരിച്ചു കിടക്കുന്ന.

(പീറ്ററെ കാണിക്കുന്നു)

പീറ്റർ മരിച്ചു കിടക്കുന്ന ലിണ്ടയുടെ പപ്പയുടെ അടുത്ത് ചെന്നു മാന്ത്രിക താക്കോലിനു വേണ്ടി ലിണ്ടയുടെ പപ്പയുടെ ദേഹത്ത് മുഴുവനും തിരയുന്നു. പക്ഷെ താക്കോൽ കിട്ടുന്നില്ല.

(ഐസക്കിനെ കാണിക്കുന്നു)

ഐസക് നിലത്തു കിടന്നുകൊണ്ട് പീറ്റർ ചെയുന്നത് നോക്കികൊണ്ട് കിടക്കുണ്ടായിരുന്നു. ഐസക് തന്റെ കോട്ടിന്റെ അകത്തു വെച്ച താക്കോൽ തന്റെ രക്തം പുരണ്ട കൈകൾ കൊണ്ട് എടുത്തിട്ട് തൊട്ട് അടുത്ത് വെച്ചിട്ട് അതിൻെറ മുകളിൽ കേറി കിടക്കുന്നു.

(ലിണ്ടയെ കാണിക്കുന്നു)

ലിണ്ട തന്റെ പപ്പയുടെ ദേഹം പരിശോധിച്ച് താക്കോൽ എടുക്കാൻ നോക്കുന്നതും. ഐസക് താക്കോൽ ഒളിപ്പിക്കുന്നതും ലിണ്ട കണ്ടു കൊണ്ട് ഇരിക്കുകയാണ്.

(പീറ്ററെ കാണിക്കുന്നു)

പീറ്റർ ലിണ്ടയുടെ പപ്പയുടെ പരിശോധനയിൽ നിന്നും താക്കോൽ കിട്ടാത്തത് കൊണ്ട് അവിടെ നിന്നും ഐസക്കിന്റെ അടുത്തേക്

പോകുന്നു.

(ഐസക്കിനെ കാണിക്കുന്നു)

ഐസക് പീറ്ററിനെ നോക്കികൊണ്ട് തന്നെ കിടക്കുന്നു.

(പീറ്ററിനെ കാണിക്കുന്നു)

പീറ്റർ ഐസക്കിൻെറ ദേഹം പരിശോധിക്കാൻ തുടങ്ങുന്നു. ഐസക് തൻെറ വലതു കൈ ഉപയോഗിച്ച് പീറ്ററിൻെറ പരിശോധന തടയാനും പീറ്ററിനെ തള്ളി മാറ്റാനും ശ്രമിക്കുന്നു ശ്രമിക്കുന്നു.

പീറ്റർ ഐസക്കിൻെറ മുഖത്ത് ഇടിച്ചു കൊണ്ട് പരിശോധന തുടരുന്നുണ്ട്.

(ലിണ്ടയെ കാണിക്കുന്നു)

ലിണ്ട പീറ്ററിനോട് പറയുന്നു.

ലിണ്ട: പീറ്റർ

(പീറ്ററിനെ കാണിക്കുന്നു)

പീറ്റർ ലിണ്ടയുടെ വിളി കെട്ട് തിരിഞ്ഞു നോക്കുന്നു.

(ലിണ്ടയെ കാണിക്കുന്നു)

ലിണ്ട പീറ്ററിനോട് ബാക്കി ആയി പറയുന്നു.

ലിണ്ട: ഐസക് താക്കോലിൻെറ മുകളിൽ ആണ് കേറി കിടക്കുന്നത്.

(ഐസക്കിനെ കാണിക്കുന്നു)

ഐസക് ലിണ്ടയെ ദേഷ്യത്തോടെ കൂടി നോക്കുന്നു.

(പീറ്ററിനെ കാണിക്കുന്നു)

പീറ്റർ ഐസക്കിനെ വലിച്ചു നീക്കി ആ താക്കോൽ എടുക്കുന്നു.

ഐസക് പീറ്ററിനെ തൻെറ വലതു കൈയും കൊണ്ട് തടയാൻ നോക്കുണ്ടെങ്കിലും അതൊന്നും നടക്കുന്നില്ല.

പീറ്റർ താക്കോൽ എടുത്തു കൊണ്ട് ഐസക്കിൻെറ വയറ്റിൽ ചവുട്ടി കൊണ്ട് ലിണ്ടയുടെ അടുത്തേക് പോകുന്നു.

(ലിണ്ടയെയും പീറ്ററിനെയു കാണിക്കുന്നു)

പീറ്റർ താക്കോൽ ലിണ്ടയുടെ കൈയിൽ കൊടുക്കുന്നു.

(ലിണ്ടയെ കാണിക്കുന്നു)

പീറ്ററിൻെറ കൈയിൽ നിന്നും താക്കോൽ വാങ്ങിച്ചിട്ട് പീറ്ററിനെ നോക്കുന്നു.

(പീറ്ററിനെ കാണിക്കുന്നു)

ലിണ്ടയ്ക്കു താക്കോൽ കൊടുത്തിട്ട് പീറ്റർ ഡാനിയലിന്റെ അടുത്തോട്ടു പോകുന്നു.

(ഡാനിയലിനെ കാണിക്കുന്നു)

ഡാനിയൽ കുറെ പേരെ കുത്തി വീഴ്ത്തി. ബാക്കി ഉള്ളവരെ നേരിട്ടു കൊണ്ട് ഇരിക്കുന്നു.

(പീറ്ററിനെ കാണിക്കുന്നു)

പീറ്റർ അതിൽ കുറച്ചു പേരെ അടിച്ചു തറയിൽ ഇടുന്നു.

പീറ്റർ ഡാനിയലിനെ ഉറക്കെ വിളിക്കുന്നു.

പീറ്റർ : പപ്പാ. പപ്പാ.

(ഡാനിയലിനെ കാണിക്കുന്നു)

ഡാനിയൽ അവരെ നേരിട്ടുകൊണ്ട് തന്നെ പീറ്ററിന്റെ വിളി കെട്ട് തിരിഞ്ഞു നോക്കുന്നു.

(പീറ്ററിനെ നോക്കുമ്പോൾ ഡാനിയലിന്റെ മനസ്സിൽ തന്റെ മകൻ വിളിക്കുന്നതിയിട്ട് ഡാനിയലിനെ തോന്നുന്നു)

(പീറ്ററിനെ കാണിക്കുന്നു)

പീറ്റർ ബാക്കി ആയി പറയുന്നു.

പീറ്റർ: താക്കോൽ കിട്ടി നമ്മുക്ക് പോകാം.

(ഡാനിയലിനെ കാണിക്കുന്നു)

ഡാനിയൽ പീറ്ററിനോട് പറയുന്നു.

ഡാനിയൽ: നിങ്ങൾ പൊയ്ക്കോ ഞാൻ പുറകെ വന്നോളാം.

(പീറ്ററിനെ കാണിക്കുന്നു)

പീറ്റർ ഡാനിയലിനെ വിട്ടിട്ടു പോകാൻ കഴിയാത്തത് കൊണ്ട് ഡാനിയലിനെ നോക്കികൊണ്ട് തന്നെ നിൽക്കുന്നു.

(ഡാനിയലിനെ കാണിക്കുന്നു)

പീറ്റർ തന്നെ തന്നെ നോക്കികൊണ്ട് നിൽകുകയാണെന്നു മനസിലായ ഡാനിയൽ ഉറക്കെ പീറ്ററിനോട് അലറി പറയുന്നു.

ഡാനിയൽ: പോ.

(പീറ്ററിനെ കാണിക്കുന്നു)

ഇത് കേട്ടതോടു കൂടി പീറ്റർ ലിണ്ടയുടെ കൈ പിടിച്ചുകൊണ്ടു പള്ളിയിൽ നിന്നും അവിടുള്ള ജനലു വഴി വെളിയിലോട്ട് പോകുന്നു.

(ഡാനിയലിനെ കാണിക്കുന്നു)

അവർ രണ്ടും പള്ളിയുടെ വെളിയിൽ പോയി എന്നു മനസിലാക്കിയ ഡാനിയൽ അവരുടെ അടുത്തേക് എത്തണം എന്നുള്ള വിചാരത്തിൽ തൻറെ സർവ്വ ശക്തിയും എടുത്ത് അവരെ എല്ലാം കുത്തി കൊന്നും കുത്തി പരുക്ക് ഏൽപിച്ചും. അടിച്ചു തറയിൽ ഇട്ടും ഡാനിയൽ പീറ്ററും ലിണ്ടയും രക്ഷപെട്ട ജനലു വഴി ഡാനിയൽ പള്ളിയുടെ വെളിയിലേക്ക് ചാടുന്നു.

(ലിണ്ടയെയും പീറ്റർനെയും കാണിക്കുന്നു)

പീറ്ററും ലിണ്ടയും കൂടെ ഓടി കുതിരയെ കെട്ടി കെട്ടി ഇട്ടേക്കുന്ന സ്ഥലത്തേക്ക് (ഹോർസ് ഷെൽട്ടർ) ഓടുന്നു.

(കുതിരയെ കെട്ടി ഇട്ടേക്കുന്ന സ്ഥലം കാണിക്കുന്നു)

അവിടെ ലിണ്ടയുടെ കുതിരയെയും കൂട്ടി മൊത്തത്തിൽ നാല് വെള്ള നിറത്തിൽ ഉള്ള കുതിരകൾ ഉണ്ട്.

(ഡാനിയൽ ലിണ്ടയുടെ കുതിരയും ആയിട്ട് വന്നതുകൊണ്ട്)

ലിണ്ടയുടെ കുതിര മാത്രം അവിടെ കെട്ടിയിടത്തെ നിൽക്കുന്നു.

(പീറ്റർനെയും ലിണ്ടയെയും കാണിക്കുന്നു)

പീറ്ററും ലിണ്ടയും കുതിരയെ കെട്ടി ഇട്ടേക്കുന്ന സ്ഥലത്തേക്ക് വരുന്നു.

(ലിണ്ടയുടെ വെള്ള കുതിരയെ കാണിക്കുന്നു)

ലിണ്ടയുടെ വെള്ള കുതിര ലിണ്ടയെ കണ്ടതോടു കൂടി ലിണ്ടയുടെ അടുത്തേക് വരുന്നു.

(ലിണ്ടയെ കാണിക്കുന്നു)

ലിണ്ട തന്റെ കുതിരയെ കണ്ട സന്തോഷത്തിൽ കുതിരയുടെ അടുത്ത് പോയി അതിനെ തലോടി കൊണ്ട് ലിണ്ട ഉമ്മ വെയ്ക്കുന്നു.

(പീറ്റർനെ കാണിക്കുന്നു)

പീറ്റർ ലിണ്ടയുടെ അടുത്ത് നിന്നിരുന്ന ഒരു വെള്ള കുതിരയുടെ കെട്ട് അഴിച്ചു വിടുന്നു.

(ലിണ്ടയെ കാണിക്കുന്നു)

പീറ്റർ കുതിരയുടെ കെട്ട് അഴിച്ചു വിടുന്നത് ലിണ്ട നോക്കികൊണ്ട് നിൽക്കുന്നു.

(പീറ്റർനെ കാണിക്കുന്നു)

പീറ്റർ കുതിരയുടെ കെട്ട് അടിച്ചിട്ട് ലിണ്ടയുടെ അടുത്തേക് നടന് വരുന്നു.

(പീറ്റർനെയും ലിണ്ടയെയും കാണിക്കുന്നു)

പീറ്ററും ലിണ്ടയും ലിണ്ടയുടെ വെള്ള കുതിരയുടെ അടുത്ത് നിൽക്കുന്നു.

കുറച്ചു ദൂരെ നിന്നും ആരൊക്കെയോ ഓടുന്നതായിട്ടും ആരൊക്കെയോ ശബ്ദം ഉണ്ടാകുന്ന കെട്ട് കൊണ്ട് ലിണ്ടയും പീറ്ററും ശബ്ദം കേട്ട വശത്തേക്കു നോക്കുന്നു.

(ഡാനിയലിനെ കാണിക്കുന്നു)

ഡാനിയൽ പീറ്ററിന്റെയും ലിണ്ടയുടെയും അടുത്തേക് ഓടികൊണ്ട് ഇരിക്കുന്നു.

(ഐസക്കിനെ കാണിക്കുന്നു)

ഡാനിയലിന്റെ പുറകിൽ ഐസക്കും പിന്നെ അവിടെ കൂടിയിരുന്നു ആൾകാരിൽ കുറച്ചു പേരും ഉണ്ടായിരുന്നു.

(ഡാനിയലിനെ കാണിക്കുന്നു).

ഡാനിയൽ ലിണ്ടയുടെയും പീറ്ററിന്റെയും അടുത്ത എത്താറായി

(പീറ്റർനെ കാണിക്കുന്നു)

പീറ്റർ ലിണ്ടയെ നോക്കുന്നു.

(ലിണ്ടയെ കാണിക്കുന്നു)

ലിണ്ട കുതിരയുടെ മുകളിലേക്കു ചാടി കയറുന്നു.

(പീറ്ററിനെ കാണിക്കുന്നു)

പീറ്റർ ചാടി കയറി കുതിര പുറത്ത് ലിണ്ടയുടെ പുറകിൽ ആയിട്ട് ഇരിക്കുന്നു.

ലിണ്ടയും പീറ്ററും കൂടി കുതിര പുറത്ത് ഡാനിയൽ വരാൻ വേണ്ടി കാത്ത് ഇരിക്കുന്നു.

(ഡാനിയലിനെ കാണിക്കുന്നു)

ഡാനിയൽ ലിണ്ടയുടെയും പീറ്ററിന്റെയും അടുത്ത് ഓടി വരുന്നു.

പീറ്റർ കെട്ട് അഴിച്ചു വിട്ട കുതിരയുടെ മുകളിൽ ചാടി കയറി കുതിരയെ മുന്നോട്ട് ഓടിപ്പിക്കുന്നു.

(പീറ്ററിനെയും ലിണ്ടയെയും കാണിക്കുന്നു)

പീറ്ററും ലിണ്ടയും ഡാനിയലിന്റെ തൊട്ടു പുറകിൽ ആയി കുതിരയെ ഓടിപ്പിച്ചു കൊണ്ട് ചോള പാടത്തേക്കു പോകുന്നു.

(ഐസക്കിനെയും കൂടെ ഓടി വരുന്നവരെയും കാണിക്കുന്നു)

ഐസക് തോളിൽ നിന്നും ചോര ഒലിപ്പിച്ചു കൊണ്ട് കുതിരയെ കെട്ടി ഇട്ടേക്കുന്ന സ്ഥലത്തു അവിടേക്കു ഓടി എത്തുന്നു.

ഐസക്കിന്റെ കൂടെ ഓടി വന്നവർ ഐസക്കിന്റെ കൂടെ തന്നെ കുതിരയെ കെട്ടി ഇടുന്ന സ്ഥലത്തേക്ക് വരുന്നു.

അവിടെ ബാക്കി നിന്ന കുതിരയുടെ കെട്ടുകൾ പീറ്ററും കൂടെ ഉള്ളവരും കൂടെ ചേർന്നു അഴിക്കുന്നു.

(ഐസക്കിനെ കാണിക്കുന്നു)

ഐസക് തന്റെ ഇടതു കൈയിൽ ബുള്ളറ്റ് കൊണ്ടത് കാരണം വേദന ഉള്ളത് കൊണ്ട് വലതു കൈ കൊണ്ട് കുതിരയെ പിടിച്ചു കൊണ്ട് കുതിരയുടെ മുകളിൽ കയറുന്നു.

ഐസക് കുതിരയെ ഓടിച്ചുകൊണ്ട് ചോള പാടത്തേക്കു പോകുന്നു .

(ഐസക്കിന്റെ കൂടെ ഓടി വന്നവരെ കാണിക്കുന്നു)

അവിടെ ബാക്കി ഉണ്ടായിരുന്ന ഒരു വെള്ള കുതിരയുടെ മുകളിൽ രണ്ടു പേര് കയറി ഇരുന്നു ചോള പാടത്തേക് പോകുന്നു.

ബാക്കി ഉള്ളവർ അവരുടെ കൂട്ടത്തിൽ ഉള്ളവർ കയറി പോയ കുതിരയുടെ പുറകിലായി അവരെ പിന്തുടരുന്നു കൊണ്ട് ചോള പാടത്തേക്കു പോകുന്നു.

ചോള പാടത്തു കൂടി പീറ്ററും ലിണ്ടയും ഡാനിയലും കുതിരയെ ഓടിച്ചു കൊണ്ട് നല്ല വേഗത്തിൽ മാന്ത്രിക വാതിലിന്റെ അടുത്തേക് പോകുന്നു.

(ഐസക്കിനെ കാണിക്കുന്നു)

ഐസക് അവരുടെ പുറകിൽ തന്നെ ചോള പാടത്തൂടെ കുതിര പുറത്ത് പൊയികൊണ്ട് ഇരിക്കുന്നു. അവരുടെ പുറകെ പൊയികൊണ്ട് ഇരിക്കുമ്പോൾ തന്നെ ഐസക് ചോള പാടത്തിന്റെ ഇടയിലൂടെ മാന്ത്രിക വാതിലിൻറെ അടുത്ത് എത്താൻ വേണ്ടി ഷോർട്ട് കട്ട് എടുക്കുന്നു.

(ഐസക്കിന്റെ കൂടെ വന്നവരെ കാണിക്കുന്നു)

ഐസക്കിന്റെ കൂടെ വന്നവരിൽ രണ്ടു പേർ കുതിര പുറത്ത് ഒരുപാട് മുന്നിലും ബാക്കി ഉള്ളവർ പുറകിലും ആയി ഓടി വരുന്നു.

ഐസക്കിന്റെ കൂടെ വന്നവർക് ആരും ഡാനിയലും പീറ്ററും ലിണ്ടയും എങ്ങോട്ടാ പോകുന്നേ എന്നു അറിയാതെ നേരെ ഉള്ള വഴിയിൽ തന്നെ അവർ പോകുന്നു.

(ലിണ്ടയെയും പീറ്റർനെയും ഡാനിയലിനെയും കാണിക്കുന്നു)

അവർ മൂന്ന് പേരും രണ്ടു കുതിരകളിൽ ആയി വേഗത്തിൽ തന്നെ മാന്ത്രിക വാതിലിൻ്റെ അടുത്ത് എത്താൻ വേണ്ടി ഓടുന്നു.

(ആകാശം കാണിക്കുന്നു)

മേരിയുടെ അടുത്ത് നിന്നും ദിശ തിരിഞ്ഞു പോയ കാക്ക കൂട്ടങ്ങൾ എല്ലാ ദിശയിൽ നിന്നും വന്നു ഡാനിയലിൻ്റെയും പീറ്ററിൻ്റെയും ലിണ്ടയുടെയും നേർക്കു ഒരുമിച്ചു വന്നു നില്കുന്നത് കാണിക്കുന്നു.

(പീറ്റർനെയും ലിണ്ടയെയും ഡാനിയലിനെയും കാണിക്കുന്നു)

പീറ്ററും ലിണ്ടയും ഡാനിയലും നോക്കുമ്പോൾ ദൂരെ ആകാശത്തായിട്ട് കാക്ക കൂട്ടങ്ങൾ തങ്ങളുടെ നേർക്കു വരാൻ വേണ്ടി നിൽക്കുന്നതായിട്ട് കാണുന്നു.

പീറ്റർനും ലിണ്ടയ്ക്കും ഡാനിയലിനും മനസ്സിൽ പേടി വരുന്നു.

(ഡാനിയലിന്റെയും ലിണ്ടയുടെയും പീറ്ററിന്റെയും മുഖത്ത് പേടിയുടെ മുഖഭാവം)

(ആകാശത്തു കാക്ക കൂട്ടങ്ങളെ കാണിക്കുന്നു)

കാക്ക കൂട്ടങ്ങൾ പീറ്റർക്കും ലിണ്ടയ്ക്കും ഡാനിയലിനും നേരെ പാഞ്ഞു അടുക്കുന്നു.

(ഡാനിയലിനെയും പീറ്റർനെയും ലിണ്ടയെയും കാണിക്കുന്നു)

കാക്ക കൂട്ടങ്ങൾ അവരുടെ നേർക്കു വരുന്നത് കണ്ട് അവർ മൂന്ന് പേരും പേടിച്ചു ഇരിക്കുന്നു.

(അവർ മൂന്ന് പേരും പേടിച്ചു ഇരിക്കുന്ന മുഖഭാവം)

(കാക്ക കൂട്ടങ്ങളെ കാണിക്കുന്നു)

അവരെ മൂന്ന് പേരെയും ആക്രമിക്കാൻ വേണ്ടി അവരുടെ മൂന്ന് പേരുടെയും തൊട്ട് അടുത്ത് എത്തുന്നു.

(പീറ്റർനെ കാണിക്കുന്നു)

പീറ്റർ തല താഴ്ത്തി.

(ഡാനിയലിനെ കാണിക്കുന്നു)

ഡാനിയലും തല താഴ്ത്തി.

(ലിണ്ടയെ കാണിക്കുന്നു)

ലിണ്ട തന്റെ കൈയിൽ ഇരുന്ന മാന്ത്രിക താക്കോൽ ഉയർത്തി പിടിച്ചുകൊണ്ടു കാക്ക കൂട്ടങ്ങളുടെ നേർക്കു കാണിക്കുന്നു.

(കാക്ക കൂട്ടങ്ങളെ കാണിക്കുന്നു)

ലിണ്ടയുടെ കൈയിൽ ഇരുന്ന താക്കോൽ കണ്ടിട്ട് ആക്രമിക്കാൻ വേണ്ടി അവരുടെ നേർക്കു വന്ന കാക്കകൾ അവരെ ആക്രമിക്കാതെ വീണ്ടും ഉയരത്തിൽ പറന്നു പോകുന്നു.

(ഡാനിയലിനെയും പീറ്ററിനെയും കാണിക്കുന്നു)

ഡാനിയലും പീറ്ററും കാകൾ പോയ വഴിക്കു തിരിഞ്ഞു നോക്കുന്നു.

(ലിണ്ടയെ കാണിക്കുന്നു)

ലിണ്ട നേരെ തന്നെ നോക്കി കുതിരയെ ഓടിക്കുന്നു.

(ഐസക്കിന്റെ കൂടെ ഉണ്ടായിരുന്നവരെ കാണിക്കുന്നു)

(കുതിരയും ആയി പോകുന്നു രണ്ടു പേരെ കാണിക്കുന്നു)

അവർ രണ്ടു പേരും നോക്കുമ്പോൾ കാക്ക കൂട്ടങ്ങൾ അവരുടെ അടുത്തേക് വരുന്നു.

(കാക്ക കൂട്ടങ്ങളെ കാണിക്കുന്നു)

കാക്ക കൂട്ടങ്ങൾ അവരുടെ അടുത്തേക് ആക്രമിക്കാൻ വേണ്ടി പറന്നു വരുന്നു.

(കുതിര പുറത്ത് ഉള്ള രണ്ട് പേരെ കാണിക്കുന്നു)

അവർ രണ്ടും കാക്ക കൂട്ടത്തെ കണ്ടു പേടിച്ചു നില വിളിക്കുന്നു.

(കാക്ക കൂട്ടങ്ങളെ കാണിക്കുന്നു)

കാക്ക കൂട്ടം അവരെ വന്നു ആക്രമിക്കുന്നു.

(കുതിര പുറത്ത് ഉള്ള രണ്ടു പേരെ കാണിക്കുന്നു)

കാക്കകളുടെ കൊത്ത് കിട്ടി കിട്ടി കുതിര പുറത്തു നിന്നും രണ്ടു പേരും താഴെ വീഴുന്നു.

(കാക്ക കൂട്ടത്തെ കാണിക്കുന്നു)

കാക്ക കൂട്ടം അവരെ രണ്ടു പേരെയും കൊത്തി താഴെ ഇട്ടിട്ടു നേരെ പറന്നു ബാക്കി പുറകിൽ ഓടി വരുന്നവരുടെ അടുത്തേക് പറന്നു ചെല്ലുന്നു.

(ബാക്കി ഓടി വരുന്നവരെ കാണിക്കുന്നു)

അവർ നോക്കുമ്പോൾ കാക്ക കൂട്ടങ്ങൾ അവരുടെ നേർക്കു കൂട്ടത്തോടെ ആക്രമിക്കാൻ വരുന്നു.

കുറച്ചു പേര് അത് കണ്ടപ്പോൾ തന്നെ തിരിച്ചു ഓടാൻ തുടങ്ങുന്നു. ബാക്കി ഉള്ളവർ അവിടെ തന്നെ നിന്നു കാക്കകളെ കൈ കൊണ്ടും ശബ്ദം ഉണ്ടാക്കിയും ഓടിക്കാൻ നോക്കുന്നു.

(കാക്ക കൂട്ടങ്ങളെ കാണിക്കുന്നു)

കാക്ക കൂട്ടങ്ങൾ പറന്നു അവിടെ നിന്നവരെയും കാക്കകളെ കണ്ടു ഓടിയവരെയും കാക്ക കൂട്ടങ്ങൾ ആക്രമിക്കുന്നു.

(ഡാനിയലിനെയും പീറ്റർനെയും ലിണ്ടയെയും കാണിക്കുന്നു)

ഡാനിയൽ പീറ്റർക്കും ലിണ്ടയ്ക്കും വഴി കാണിച്ചു കൊടുക്കാൻ വേണ്ടി കുതിരയും കൊണ്ട് അവരുടെ മുന്നിൽ കയറുന്നു അവർ മൂന്ന് പേരും കൂടി കുതിരയെ ഓടിച്ചു അവർ നേരത്തെ നിന്ന കോലത്തിന്റെ അടുത്ത് എത്തി. അവർ അവിടെ നിന്നും വലത്തോട്ട് ഉള്ള വഴി എടുത്തു മാന്ത്രിക വാതിലിന്റെ അടുത്തേക് പോകുന്നു.

(ഡാനിയലിനെ കാണിക്കുന്നു)

ഡാനിയൽ കുതിരയെ ഓടിച്ചോണ്ട് തന്നെ കോലത്തിലേക്കു നോക്കുന്നു. അവിടെ മേരി കാക്കകൾ കൊത്തി കണ്ണ് എടുത്ത വയറ്റിൽ മുറിവും അതിൽ നിന്നും ചോരയും ആയ മുഖത്ത് മുഴുവനും കാക്കൾ കൊത്തിയ പരിക്ക് ഉള്ള അതിൽ നിന്നും ചോര വരുന്ന രൂപത്തിൽ കോലം ആയി അവിടെ നില്കുന്നത് കാണുന്നു.

(ഡാനിയലിന്റെ മുഖത്ത് മേരിയെ ആ രൂപത്തിൽ കോലം ആയി കണ്ടതിന്റെ ഭയം കാണിക്കുന്നു)

ഡാനിയൽ നേരെ നോക്കിയിട്ട് ഒന്ന് കൂടി അങ്ങോട്ട് തന്നെ നോക്കുന്നു അപ്പോൾ അവിടെ കോലങ്ങൾ ഒന്നും ഇല്ലാതെ ആറ് അടി നീളവും ആറ് അടി വീതിയും ഉള്ള ഒരു കല്ല് മാത്രം അവിടെ ഡാനിയലിനു കാണാൻ പറ്റുന്നു. അപ്പോൾ ആണ് അത് തന്റെ തോന്നൽ ആണെന്ന് ഡാനിയലിനു മനസിലായത്.

(ഡാനിയലും മേരിയും വില്യവും കാക്കകളുട ആക്രമണത്തിൽ നിന്നും രക്ഷപെടാൻ വേണ്ടി അവർ അവിടെ നിന്ന കോലങ്ങൾ മാറ്റിയിട്ട് ആണ് അവിടെ കേറി നിന്നത്)

(ഐസക്കിനെ കാണിക്കുന്നു)

ഐസക് താൻ എടുത്ത ഷോർട്ട് കട്ട് വഴി മാന്ത്രിക വാതിലിന്റെ അടുത്തേക് വന്നു കൊണ്ട് ഇരിക്കുന്നു. ഐസക്കിന്റെ വലതു തോളിൽ നിന്നും ചോര ചെറുതായി ഒഴികികൊണ്ട് ഇരിക്കുന്നു.

(ഡാനിയലിനെയും പീറ്റർനെയും ലിണ്ടയെയും കാണിക്കുന്നു)

അവർ മൂന്ന് പേരും മാന്ത്രിക വാതിലിൻ്റെ അടുത്ത് എത്തി.

(ഐസക്കിനെ കാണിക്കുന്നു)

അവർ എത്തിയപ്പോൾ തന്നെ ഐസക്കും അവിടെ എത്തുന്നു.

ഡാനിയലും പീറ്ററും ലിണ്ടയും പിന്നെ ഐസക്കും തമ്മിൽ തമ്മിൽ കണ്ടു മുട്ടുന്നു.

9

ഐസക് അവർ മൂന്ന് പേരെ കണ്ടതോടു കൂടി കുതിര പുറത്ത് നിന്നും ചാടി ഇറങ്ങുന്നു.

ഐസക് തന്റെ കോട്ടിന്റെ ഉള്ളിൽ നിന്നും കത്തി എടുക്കുന്നു.

(പീറ്റർനെയും ലിണ്ടയെയും ഡാനിയലിനെയും കാണിക്കുന്നു)

ഡാനിയൽ കുതിരയുടെ മുകളിൽ നിന്നും ഇറങ്ങി തന്റെ കോട്ടിന്റെ ഉള്ളിൽ വെച്ച കത്തി എടുത്ത് ഐസക്കിൻന്റെ അടുത്തേക് പോകുന്നു.

(പീറ്റർനെ കാണിക്കുന്നു)

പീറ്റർ കുതിര പുറത്തു നിന്നും താഴെ ഇറങ്ങുന്നു.

(ലിണ്ടയെയും കാണിക്കുന്നു)

ലിണ്ടയും പീറ്ററിനോപ്പം തൊട്ടു പിന്നാലെ കുതിര പുറത്ത് നിന്നും താഴ്ക് ഇറങ്ങുന്നു.

(പീറ്ററിനെ കാണിക്കുന്നു)

പീറ്റർ ഡാനിയലിൻറെ അടുത്തേക് ഐസക്കിനെ നേരിടാൻ ചെല്ലുന്നു.

ഡാനിയൽ ഐസക്കിൻറെ നേരിടാൻ തന്നെ ഉറച്ചു കൊണ്ട് ഐസക്കിന്റെ അടുത്ത് ചെന്നിട്ടു കൈയിൽ ഇരുന്ന കത്തിയും കൊണ്ട് ഐസക്കിൻറെ കഴുത്തിൽ കുത്താൻ നോക്കുന്നു.

(ഐസക്കിനെ കാണിക്കുന്നു)

ഐസക് അത് തടയുന്നു. ഐസക് ഡാനിയലിനെ ചവുട്ടുന്നു.

ഡാനിയൽ തെറിച്ചു പോയി വീഴുന്നു.

(പീറ്റർനെ കാണിക്കുന്നു)

പീറ്ററിന്റെ കൈയിൽ ആയുധം ഒന്നും ഇല്ലെങ്കിലും പീറ്റർ ഐസക്കിനെ നേരിടാൻ തീരുമാനിച്ചു കൊണ്ട് ഐസക്കിന്റെ അടുത്തേക് പോകുന്നു.

(പീറ്ററും ഐസക്കും തമ്മിൽ അടി ഉണ്ടാകുന്നു)

(ഡാനിയലിനെ കാണിക്കുന്നു)

ഡാനിയലും പീറ്ററിൻറെ കൂടെ ചേർന്നു ഐസക്കിനെ നേരിടുന്നു

(പീറ്ററും ഡാനിയലും ഒരുമിച്ചു കൊണ്ട് ഐസക്കിന് നേരിടുന്നു)

അടിക്കിടയിൽ നിലത്തു വീണ പീറ്ററിന്റെ കഴുത്തിൽ കത്തി കുത്തി ഇറക്കി ഐസക്.

അത് കണ്ടു പീറ്റർനെ രക്ഷിക്കാൻ വന്ന ലിണ്ടയോട് ഐസക് പറയുന്നു.

ഐസക് : നീ ഞങ്ങളെ വീണ്ടും ചതിച്ചു. നിന്നോട് ഞാൻ ക്ഷെമിക്കിലാ.

ഇത്രെയും പറഞ്ഞു കൊണ്ട് അവടെ നിന്നും എഴുനേറ്റു ഐസക് ലിണ്ടയുടെ വയറ്റിൽ കത്തി കൊണ്ട് കുത്തുന്നു.

(ലിണ്ടയെ കാണിക്കുന്നു)

ഐസക് വീണ്ടും കുത്തിയ കത്തി വലിച്ചു ഊരി കുത്താൻ ശ്രമിക്കുന്നു.

(ഡാനിയലിനെ കാണിക്കുന്നു)

അപ്പോഴേക്കും ഡാനിയൽ ഐസക്കിൻറെ കൈയിൽ കയറി പിടിക്കുന്നു എന്നിട്ട് ഡാനിയൽ തൻറെ കത്തി ഉപയോഗിച്ച് ഐസക്കിന്റെ കഴുത്തിൽ കുത്തുന്നു.

(ഐസക്കിനെ കാണിക്കുന്നു)

ഐസക് നിലത്തു വീഴുന്നു.

(ഡാനിയലിനെ കാണിക്കുന്നു)

ഡാനിയൽ പീറ്ററിനു ജീവൻ ഉണ്ടോ എന്നു പോയി നോക്കുന്നു. പക്ഷെ പീറ്റർ മരിച്ചിരിക്കുന്നു എന്നു ഡാനിയലിനു മനസിലായി.

(ലിണ്ടയെ കാണിക്കുന്നു)

ലിണ്ട കുത്തു കൊണ്ട് തറയിൽ വീണു കിടക്കുന്നു.

(ഡാനിയലിനെ കാണിക്കുന്നു)

ഡാനിയൽ പീറ്ററിൻറെ അടുത്ത് നിന്നും ലിണ്ടയുടെ അടുത്തേക് പോകുന്നു എന്നിട്ട് ലിണ്ടയ്ക്കു ജീവൻ ഉണ്ടോ എന്ന് നോക്കുന്നു.

ലിണ്ടയ്ക്കു ജീവൻ ഉണ്ട് എന്നു മനസിലാക്കിയ ഡാനിയൽ ലിണ്ടയെ തട്ടി വിളിക്കാൻ ശ്രമിക്കുന്നതിൻ്റെ ഇടയിൽ ഐസക് ഡാനിയലിൻ്റെ പുറകിൽ വരുന്നു എന്നിട്ട് ഐസക് തൻ്റെ കൈയിൽ ഇരുന്ന കത്തിയും കൊണ്ട് ഡാനിയലിൻ്റെ കഴുത്തിൻ്റെ പുറകിലൂടെ കത്തി കുത്തി കഴുത്തിൻ്റെ മുൻവശത്തൂടെ ഇറക്കുന്നു.

(ഡാനിയലിനെ കാണിക്കുന്നു)

ഡാനിയൽ നിലത്തു വീണു മരിക്കുന്നു.

(ഐസക്കിനെ കാണിക്കുന്നു)

ഐസക്കും നിലത്തു വീണു മരിക്കുന്നു.

(ആകാശം കാണിക്കുന്നു)

ചന്ദ്ര ഗ്രഹണം കഴിയാറ് ആയിരിക്കുന്നു.

(ലിണ്ടയും പീറ്ററും ഡാനിയലും ഐസക്കും നിലത്തു വീണു ആകാശം നോക്കി കിടക്കുന്നതുപോലെ)

(അൽപ സമയത്തിന് ശേഷം)

(ലിണ്ടയെ കാണിക്കുന്നു)

ലിണ്ടയെ തൻ്റെ അമ്മ വന്നു തന്നെ തലോടുന്നതായിട്ട് ലിണ്ടയ്ക്കു തോന്നുന്നു.

ലിണ്ട കണ്ണ് തുറക്കുന്നു.

ലിണ്ട നോക്കുമ്പോൾ തൻ്റെ കുതിര ലിണ്ടയുടെ അടുത്ത് വന്നു തന്നെ നക്കി ഉണർത്താൻ ശ്രമിക്കുന്നതാണ്.

(ലിണ്ടയുടെ വയറ്റിൽ കത്തിയും കൊണ്ട് കുത്തിയപ്പോൾ ഉള്ള മുറിവ് ഉള്ള കാരണം വേദന ഉണ്ട്) ലിണ്ട വയറ്റിലെ മുറിവിൽ കൈ വെച്ചുകൊണ്ട് എഴുന്നേൽക്കുന്നു.

ലിണ്ട കുതിരയെ തലോടുന്നു.

അപ്പോൾ ആണ് മാന്ത്രിക താക്കോൽ തൻ്റെ കൈയിൽ നിന്നും കളഞ്ഞു പോയി എന്നുള്ള കാര്യം ലിണ്ട മനസിലാകുനെ.

ലിണ്ട അവിടെ മാന്ത്രിക താക്കോലിനു വേണ്ടി തിരയുന്നു.

ഐസക്കിനെ കണ്ടു കുതിരപ്പുറത്തു നിന്നും ഇറങ്ങിയ സ്ഥലത്തു മാന്ത്രിക താക്കോൽ കിടപ്പുണ്ടായിരുന്നു. ലിണ്ട കുതിര പുറത്ത് നിന്നും ഇറങ്ങിയപ്പോൾ അത് ലിണ്ടയുടെ കൈയിൽ നിന്നും വീണ്'തായിരുന്നു.

ലിണ്ടയ്ക്ക് മാന്ത്രിക താക്കോൽ കിട്ടുന്നു.

ലിണ്ട മാന്ത്രിക താക്കോൽ എടുത്തു കൊണ്ട് തൊട്ട് അടുത്തുള്ള മാന്ത്രിക വാതിലിൻ്റെ അടുത്തേക് ഓടി പോകുന്നു.

(മാന്ത്രിക വാതിൽ കാണിക്കുന്നു)

ചതുരത്തിൽ ഉള്ളതും നാല് അടി നീളവും മൂന്ന് അടി വീതിയും ഉള്ള കല്ലുകൊണ്ട് ഉണ്ടാക്കിയതും ഭൂമിയിയിലേക്ക് (മണ്ണിലേക്ക്) ഇറങ്ങി ഇരിക്കുന്ന ഒരു വാതിൽ. ആ വാതിലിൻ്റെ പുറകു വശം ബാക്കി ആയി കല്ലും കൊണ്ട് കുറച്ച് വീതിയും നീളവും ഉണ്ട്.

ആ വാതിലിൽ അവരുടെ ഒരു ചിഹ്നം (പെന്റാഗ്രാം) മൂർച്ഛര ഉള്ള വസ്തു ഉപയോഗിച്ച് വരച്ചു വെച്ചിട്ടുണ്ട്.

ആ ചിനത്തിന്റെ നടുകയായി വട്ടത്തിൽ ഉള്ള താക്കോൽ വെക്കാൻ വേണ്ടി ഒരു സ്ഥലം കൊടുത്തിട്ടുണ്ട്.

(ലിണ്ടയെ കാണിക്കുന്നു)

ലിണ്ട വാതിലിലെ താക്കോൽ വെക്കാൻ ഉള്ള സ്ഥലത്ത് താക്കോൽ വെക്കുന്നു.

(മാന്ത്രിക വാതിൽ കാണിക്കുന്നു)

താക്കോൽ വെച്ചതോടു കൂടി മാന്ത്രിക വാതിലിൽ ആ ചിനത്തിൽ (പെന്റാഗ്രാം) പച്ച വെളിച്ചം കത്തുന്നു. പിന്നീട് ആ വാതിൽ മുഴുവനും പച്ച വെളിച്ചം കത്തുന്നു.

വാതിൽ വലത്തോട്ട് നിന്നും ഇടത്തോട്ടേക്ക് തുറക്കുന്നു. (സ്ലൈഡ് ഡോർ പോലെ)

(ലിണ്ടയെ കാണിക്കുന്നു)

ലിണ്ട ഇതൊക്കെ ഒരു അത്ഭുതത്തോടെ ആണ് നോക്കി കണ്ടത്. (ലിണ്ടയുടെ മുഖത്ത് അത്ഭുതത്തിന്റെ മുഖഭാവം)

ലിണ്ട വാതിലിൻ്റെ അകത്തോട്ടു കുഞ്ഞു കയറുന്നു. മാന്ത്രിക വാതിലിൻ്റെ അകത്തു ഇരിക്കുന്നു.

(മാന്ത്രിക വാതിലിൻ്റെ അകത്തു ഇരിക്കുന്ന ലിണ്ടയെ മാന്ത്രിക വാതിലെന്റെ വെളിയിൽ നിന്നും കാണിക്കുന്നു)(ലിണ്ടയെ കാണിക്കുന്നു)

മാന്ത്രിക വാതിൽ പകുതി അടയുന്നു.

പെട്ടന് കാക്കയുടെ രൂപം ഉള്ള മനുഷ്യൻ (കാക്കയുടെ മുഖവും ചിറക്കും എല്ലാം ഉണ്ട്) പകുതി അടഞ്ഞ വാതിലിൽ തൻ്റെ കൈ ഇട്ടു കൊണ്ട് ലിണ്ടയെ പിടിക്കുന്നു.

10

(എലിസബത്ത് ഹോസ്പിറ്റൽ കാണിക്കുന്നു)

പീറ്റർ കണ്ണ് പയ്യെ തുറക്കുന്നു.

(പീറ്റർ കണ്ണ് തുറക്കുന്നത് ലിണ്ട കണ്ണ് തിരക്കുന്നത് പോലെ പീറ്റർനു തോനുന്നു)

(പീറ്റർനെ കാണിക്കുന്നു)

പീറ്ററിന്റെ മുഖത്ത് ഓക്സിജൻ മാസ്ക് വെച്ചു ബെഡിൽ കിടക്കുന്നു. 'പീറ്ററിൻറെ കൈയിൽ ഐ വി കുത്തി വെച്ചിട്ടുണ്ട്. ലിണ്ടയുടെ അടുത്ത് ആണെങ്കിൽ ഐസിയുവിൽ ഉള്ള മെഷീനുകളും ഇരിപ്പുണ്ട്.

പീറ്ററിന്റെ പുറകിലത്തെ മുറിവ് ഡ്രസ്സ് ചെയ്തിട്ടുണ്ട്.

പീറ്റർ പയ്യെ പയ്യെ ബോധം തിരിച്ചു കിട്ടുന്നു.

പീറ്റർ ഓപ്പോസിറ്റ് ആയിട്ട് എമിലി കിടപ്പുണ്ട്. എമിലിക് ബോധം വന്നിട്ട് ഉണ്ട്.

നേഴ്സ് എമിലിക് മരുന്നു കുത്തി വെച്ചുകൊണ്ട് ഇരിക്കുന്നു.

മരുന്നു കുത്തി വെച്ചിട്ട് നേഴ്സ് ഐസിയുവിൽ നിന്നും വെളിയിൽ പോകാൻ വേണ്ടി തിരിഞ്ഞു നടന്നതും പീറ്റർ കണ്ണ് തുറന്നു കിടക്കുന്നത് കണ്ടു.

(നേഴ്സിനെ കാണിക്കുന്നു)

നേഴ്സ് അപ്പോൾ തന്നെ ഡോക്റ്ററിനെ വിളിക്കാൻ പോകുന്നു.

(പീറ്ററിനെ കാണിക്കുന്നു)

പീറ്ററിന്റെ അടുത്തേക് ഡോക്ടറും ആ നേഴ്സും വരുന്നു.

ഡോക്ടർ പീറ്ററിനെ കവിളിൽ തട്ടി വിളിക്കുന്നു.

ഡോക്ടർ പീറ്ററിനെ വിളിക്കുന്നു.

ഡോക്ടർ : പീറ്റർ . പീറ്റർ .

പീറ്റർ കണ്ണ് പയ്യെ അടക്കുന്നു.

(മൂന്ന് ദിവസത്തിന് ശേഷം)

(ഐസിയുവിന്റെ അകത്തു കിടക്കുന്ന പീറ്റർനെ കാണിക്കുന്നു)

പീറ്റർ തന്റെ ബെഡിൽ ചാരി ഇരുപ്പുണ്ട്. ലിണ്ട എമിലിയെ നോക്കുന്നു.

(എമിലിയെ കാണിക്കുന്നു)

എമിലിയുടെ തല ഡ്രസ്സ് ചെയ്ത് വെച്ചിട്ടുണ്ട്.

എമിലി പീറ്ററിന്റെ കൂട്ട് തന്നെ ബെഡിൽ ചാരി കിടക്കുന്നു.

പീറ്ററും എമിലിയും പരസ്പരം നോക്കി കൊണ്ട് കിടക്കുന്നു.

(എമിലിയുടെ അച്ഛനെ കാണിക്കുന്നു)

എമിലിയുടെ അച്ഛൻ ഐസിയുവിൻ്റെ വാതിൽ തുറന്നു അകത്തേക്ക് വരുന്നു.

പീറ്ററെ കണ്ടതോടു കൂടി എമിലിയുടെ അച്ഛൻ തന്റെ കൈയിൽ ഇരുന്ന ഫ്രൂട്ട്സ് കോണ്ടുവന്ന കവർ ലിണ്ടയുടെ ടേബിളിൻ്റെ മുകളിൽ വെക്കുന്നു.

(പീറ്ററെ കാണിക്കുന്നു)

പീറ്റർ എമിലിയുടെ അച്ഛനെ നോക്കുന്നു.

(എമിലിയുട അച്ഛനെ കാണിക്കുന്നു)

എമിലിയുടെ അച്ഛൻ ചിരിച്ചുകൊണ്ട് പീറ്ററിനോട് ചോദിക്കുന്നു.

എമിലിയുടെ അച്ഛൻ : ഇപ്പോൾ എങ്ങനെ ഉണ്ട്.

(പീറ്ററിനെ കാണിക്കുന്നു)

പീറ്റർ തിരിച്ചു എമിലിയുടെ അച്ഛനെ നോക്കി കൊണ്ട് ചിരിക്കുന്നു.

(എമിലിയുടെ അച്ഛനെ കാണിക്കുന്നു)

എമിലിയുടെ അച്ഛൻ ബാക്കി ആയി പറയുന്നു.

എമിലിയുടെ അച്ഛൻ : എന്തയാലും മോന്ന് ഒന്നും പറ്റിയില്ലലോ അത് തന്നെ ഭാഗ്യം.

(പീറ്ററെ കാണിക്കുന്നു)

പീറ്റർ എമിലിയുടെ അച്ഛനെ നോക്കി തന്നെ ചാരി കിടക്കുന്നു

എമിലിയുടെ അച്ഛൻ പീറ്ററിനോട് ബാക്കി ആയി സംസാരിക്കുന്നു.

എമിലിയുടെ അച്ഛൻ : മോന്ന് അവൻ്റെ മുഖം ഓർത്തെടുക്കാൻ പറ്റുന്നില്ല ആല്ലിയോ സാരമില്ല. എന്തായാലും അവനെ പോലീസ് പിടിക്കും.

അപ്പോഴേക്കും ഐസിയുവിൻ്റെ വാതിൽ തുറന്നു പീറ്ററിൻ്റെ ഫ്രണ്ട് ആയ പോലീസ് ഉദ്യോഗസ്ഥ മാർത്ത അവിടെ വരുന്നു.

(എമിലിയുടെ അച്ഛരനെ കാണിക്കുന്നു)

എമിലിയുടെ അച്ഛരൻ പീറ്ററിനോട് പറയുന്നു.

എമിലിയുടെ അച്ഛരൻ : എന്നാ ഞാൻ എമിലിയുടെ അടുത്തേക് പോകുവാ.

(പീറ്ററിനെ കാണിക്കുന്നു)

പീറ്റർ ശെരി എന്നുള്ള രീതിയിൽ ചിരിച്ചു കൊണ്ട് തല ആട്ടുന്നു.

എമിലിയുടെ അച്ഛരൻ എമിലിയുടെ അടുത്തേക് കൈയിൽ ഫ്രൂട്ട്സ് കവറും ആയി പോകുന്നു.

(മാർത്തയെ കാണിക്കുന്നു)

പീറ്ററിൻ്റെ അടുത്ത വന്നിട്ട് ലിണ്ടയുടെ തലയിൽ തലോടി കൊണ്ട് ചോദിക്കുന്നു.

പോലീസ് ഉദ്യോഗസ്ഥ (മാർത്ത) : വേദന എടുക്കുന്നുണ്ടോ.

(പീറ്ററിനെ കാണിക്കുന്നു)

പീറ്റർ ചിരിച്ചു കൊണ്ട് പറയുന്നു.

പീറ്റർ: കുറച്ച്.

മാർത്ത പീറ്ററിനോട് ബാക്കി ആയി പറയുന്നു

പോലീസ് ഉദ്യോഗസ്ഥ (മാർത്ത) : നിനക്ക് വേദന എടുക്കണം നിന്നോട് ഞാൻ പറഞ്ഞതല്ലെ ഒറ്റക് പോകണ്ട എന്ന്.

(പീറ്ററിനെ കാണിക്കുന്നു)

(പീറ്റർ മാർത്തയോട്)

പീറ്റർ: അത് സാരമില്ല.

മാർത്ത പീറ്ററിനോട് പറയുന്നു.

മാർത്ത: സ്റ്റേഷനിൽ നിന്നും മൊഴി എടുക്കാൻ വന്നിട്ട് എന്താ ചോദിച്ചേ.

പീറ്റർ മാർത്തയോട് പറയുന്നു.

പീറ്റർ: ഞാൻ അവനെ കണ്ടില്ലെന്ന് പറഞ്ഞു.

മാർത്ത പീറ്ററിനോട് ചോദിക്കുന്നു.

മാർത്ത: നീ സത്യത്തിൽ അവനെ കണ്ടില്ല അല്ലെ.

പീറ്റർ: ഞാൻ എന്തിനാടി നിന്നോട് കള്ളം പറയുന്നേ. നീ സ്റ്റേഷനിൽ വിളിച്ചു ഞാൻ ഡയാന കണ്ടു പിടിക്കാൻ പോകുന്ന കാര്യം പറഞ്ഞു അല്ലെ. ചുരുക്കി പറഞ്ഞാൽ നീ കാരണം ആണ് ഞാനും ഡയാനയും ജീവനോടെ ഇരികുനെ.

(മാർത്തയെ കാണിക്കുന്നു)

മാർത്ത ഒന്നും മിണ്ടാതെ ഇതൊക്കെ കേട്ടു കൊണ്ട് ഇരിക്കുന്നു.

(പീറ്ററിനെ കാണിക്കുന്നു)

പീറ്റർ ബാക്കി ആയി മർത്തയോട് പറയുന്നു.

പീറ്റർ: ഡോക്ടർ സോഫിയ?

(മാർത്തയെ കാണിക്കുന്നു)

മാർത്ത പീറ്ററിനോട് പറയുന്നു.

മാർത്ത: ഡോക്ടറും അവരുടെ ഹസ്ബൻഡും സെപ്പറേറ്റഡ് ആയിരുന്നു നോട്ട് ലീഗലി . മദ്യപിച്ചു കാർ ഓടിച്ച കാരണം ഡോക്റ്റിന്റെ കാർ ആക്സിഡന്റ് ആയി കാറിൽ ഡോക്റ്ററിന്റെ മകൾ ഉണ്ടായിരുന്നു. ഡോക്റ്ററിന്റെ മകൾ മരിച്ചു അത് കാരണം ഡോക്ടറും ഹസ്ബൻഡും സെപ്പറേറ്റഡ് ആയി. പക്ഷെ ഡോക്റ്ററിന്റെ ബോഡി ഹസ്ബൻഡ് ആണ് ഏറ്റുവാങ്ങിയത്.

(പീറ്ററിനെ കാണിക്കുന്നു)

പീറ്റർ ഇതൊക്കെ കേട്ടുകൊണ്ട് ബെഡിൽ ചാരി കിടക്കുന്നു.

(മാർത്തയെ കാണിക്കുന്നു)

മാർത്ത പീറ്ററിനോട് പറയുന്നു.

മാർത്ത: ആൻഡ് വൺ മോർ തിങ് .

(പീറ്ററിനെ കാണിക്കുന്നു)

പീറ്റർ മാർത്തയെ നോക്കുന്നു.

(മാർത്തയെ കാണിക്കുന്നു)

മാർത്ത പീറ്ററിനോട് ബാക്കി ആയി പറയുന്നു.

മാർത്ത: അവിടുന്നു ഒരു ബോഡി കിട്ടിയോണ്ട് ആ വീടും പരിസരവും പരിശോധിക്കാൻ തീരുമാനിച്ചു. പരിശോധിച്ചപ്പോൾ അവിടെ നിന്നും ഒരു പെൺകുട്ടിയുടെ എന്നു തോന്നിപ്പിക്കുന്ന അസ്ഥികൂടം കിട്ടി. ഡയാനയുടെ DNA ആയിട്ട് കംപെയർ ചെയ്യാൻ കൊടുത്തിട്ടുണ്ട്.

ചിലപ്പോൾ അത് ഡയാനയുടെ അമ്മ ആരിക്കാം.

(പീറ്ററിനെ കാണിക്കുന്നു)

പീറ്റർ ബെഡിൽ ചാരി കിടന്നു കൊണ്ട് നേരെ നോക്കി പറയുന്നു

പീറ്റർ: അത് ഒരിക്കലും ഡയാനയുടെ അമ്മ ആയിരിക്കില്ല.

(മാർത്തയെ കാണിക്കുന്നു)

മാർത്ത പീറ്ററിനോട് തിരിച്ചു ചോദിക്കുന്നു.

മാർത്ത : അത് എങ്ങനെ നിനക്ക് അറിയാം?

(പീറ്ററിനെ കാണിക്കുന്നു)

പീറ്റർ മാർത്തയുടെ മുഖത്ത് നോക്കി പറയുന്നു.

പീറ്റർ: എന്തോ എന്നിക് അങ്ങനെ തോനുന്നു. അവൾ എവിടെ ഡയാന?

മാർത്ത : അവൾ ഫോസ്റ്റർ ഹോമിൽ സുരക്ഷിത ആയി ഇരിപ്പുണ്ട്.

(പീറ്ററിനെ കാണിക്കുന്നു)

പീറ്റർ മുഖത്ത് സന്തോഷം വരുന്നു.

(സമയം രാവിലെ. സൈക്യാട്രിസ്റ്റ് ഡോക്ടർ ട്രീസ യുടെ ക്ലിനിക്)

(ഡോക്ടർനെ കാണിക്കുന്നു)

ഡോക്ടർ തന്റെ കസേരയിൽ ചാരി ഇരുന്നു കൊണ്ട് പീറ്ററിനോട് പറയുന്നു.

ഡോക്ടർ : സോ പീറ്റർ മൂന്ന് ദിവസം കോമയിൽ കിടന്നപ്പോൾ കണ്ട കാര്യങ്ങൾ ആണ് ഇ കണ്ടതൊക്കെ അല്ലെ. പീറ്റർ (ഒരു നിമിഷം മിണ്ടാതിരുനിട്ട്) പീറ്റർ ചിലപ്പോൾ കോമയിൽ കിടന്നപ്പോൾ പീറ്ററുടെ അൺകോൺശയസ് മയൻഡിൽ എവിടെയോ വായിച്ചതോ അല്ലെങ്കിൽ കേട്ടു അറിഞ്ഞതോ ആകാം. ഇപ്പോൾ ആരിക്കണം എന്ന് ഇല്ല. ചിലപ്പോൾ കുട്ടി കാലത്ത് പീറ്റർ എവിടുന്നേലും അറിഞ്ഞത് ആരികാം.

(പീറ്ററിനെ കാണിക്കുന്നു)

പീറ്ററിനെ ഡോക്ട്ടറിനോട് തിരിച്ചു പറയുന്നു.

പീറ്റർ: പക്ഷെ ഡോക്ടർ ഞാൻ ജീവിതത്തിൽ ഇതുവരെയും ഇങ്ങനെ ഒരു കഥ ഞാൻ വായിച്ചിട്ടില്ല. ആരും എന്നോട് പറഞ്ഞിട്ടും ഇല്ല.

(ഡോക്ടറിനെ കാണിക്കുന്നു)

ഡോക്ടർ തിരിച്ചു പീറ്ററിനോട് പറയുന്നു.

ഡോക്ടർ: ഇപ്പോൾ കേട്ടത് ആരിക്കണം എന്ന് ഇല്ല കുട്ടി കാലത്ത് ആരേലും പറഞ്ഞതോ കേട്ടതോ ഒകെ ആരിക്കാം.

(പീറ്ററിനെ കാണിക്കുന്നു)

(ഡോക്ടർ പറഞ്ഞതാരികും ശെരി എന്ന രീതിയിൽ പീറ്ററിന്റെ മുഖത്തിന്റെ മുഖഭാവം കാണിക്കുന്നു)

(ഡോക്ടറെ കാണിക്കുന്നു)

ഡോക്ടർ പീറ്ററിനോട് വീണ്ടും ചോദിക്കുന്നു.

ഡോക്ടർ: ഇപ്പോൾ പീറ്ററിനു ആരേലും പ്രയർ ചെയുന്നതായി കേൾക്കുന്നത് ആയിട്ടോ സംസാരിക്കുന്നതായിട്ടോ തോനുന്നുണ്ടോ.

(പീറ്ററിനെ കാണിക്കുന്നു)

പീറ്റർ ഡോക്ടറിനോട് തിരിച്ചു പറയുന്നു.

പീറ്റർ: ഇല്ല ഡോക്ടർ കോമയിൽ നിന്നും എഴുന്നേറ്റ പിന്നെ എന്നിക് അങ്ങനെ ഒന്നും കേൾക്കുന്നില്ല.

(പീറ്ററിനെ കാണിക്കുന്നു)

(പീറ്ററിന്റെ വീട്)

പീറ്ററിന്റെ കൂട്ടുകാരി ആയ പോലീസ് ഉദ്യഗസ്ഥ മാർത്ത ഡയാനയും കൊണ്ട് പീറ്ററിന്റെറെ വീട്ടിൽ വരുന്നു.

പീറ്റർ അടുക്കളയിൽ നിന്നും വെളിയിൽ ഹോട്ടലിൽ നിന്നും വാങ്ങിയ ഫുഡ് പാത്രങ്ങളിൽ ആക്കി ഡയിനിങ് ടേബിളിൽ കൊണ്ടു വെക്കുന്നു.

മാർത്ത ഡയാനയെ ഡെയിനിങ് ടേബിളിൽ ഇരുത്തി കൊണ്ട്. പീറ്ററിനെ സഹായിക്കാൻ അടുക്കളയിലേക്ക് പോകുന്നു.

(അടുക്കളയിൽ നിൽക്കുന്ന പീറ്ററും പോലീസ് മാർത്തയെയും കാണിക്കുന്നു)

അവർ രണ്ടു പേരും കൂടി ആഹാരവും ഫ്രൂട്ട്സ് കൂടി അടുക്കളയിൽ നിന്നും പത്രങ്ങളിൽ ആക്കി വെക്കുന്നു.

പീറ്റർ മർത്തയോട് ചോദിക്കുന്നു.

നീ അവളെ എന്ത് പറഞ്ഞാ അവിടുന്നു ഇറക്കിയത്.

മാർത്ത പീറ്ററോട് തിരിച്ചു പറയുന്നു.

മാർത്ത: അവള് കുട്ടി അല്ലെ അവളെ അവിടെ ഇരുത്തിയോ പോലീസ് സ്റ്റേഷനിലോ കൊണ്ട് പോയി ചോദിയം ചെയ്താൽ ചിലപ്പോൾ അവൾ പേടിച്ചു ഒന്നും പറയില്ല. അതുകൊണ്ട് എന്റെ

വീട്ടിൽ കൊണ്ട് പോയി സമാധാനത്തിൽ ചോദിക്കാം എന്നു പറഞ്ഞു ഞാൻ അവളെ അവിടുന്നു ചാടിച്ചു. അതികം സമയം ഇല്ല പെട്ടന് കൊണ്ട് ചെല്ലണം.

(പീറ്ററിനെ കാണിക്കുന്നു)

പീറ്റർ ഫ്രൂട്ട്സ് പാത്രത്തിൽ ആക്കി ഡെയിനിങ് ടേബിളിൽ ഇരിക്കുന്ന ഡയാനയുടെ അടുത്ത് കൊണ്ടു വെക്കുന്നു.

(മാർത്തയെ കാണിക്കുന്നു)

മാർത്ത തൊട്ടു പുറകിൽ ആയിട്ട് ജെഗിൽ വെള്ളവും ഗ്ലാസും കൊണ്ട് ഡെയിനിങ് ടേബിളിൽ വെക്കുന്നു.

(ഡയാനെ കാണിക്കുന്നു)

ഡയാന അവരെ നോക്കികൊണ്ട് തന്നെ ടേബിളിൽ ഇരിക്കുന്നു.

(പീറ്റർനെ കാണിക്കുന്നു)

പീറ്ററും ടേബിളിൽ പാത്രങ്ങൾ നിരത്തുന്നു കൂടെ മാർത്തയും.

(മാർത്തയെ കാണിക്കുന്നു)

മാർത്ത കസേര നീക്കി ഡെയിനിങ് ടേബിളിൽ ഇരിക്കുന്നു.

(പീറ്റർനെ കാണിക്കുന്നു)

പീറ്റർ കസേര നീക്കി ഡെയിനിങ് ടേബിളിൽ ഇരിക്കുന്നു.

പീറ്റർ ഡയാനയോട് പറയുന്നു.

പീറ്റർ: ചൂട് ആറും മുൻപേ കഴിക്ക്.

(ഡയാനെ കാണിക്കുന്നു)

ഡയാന പീറ്റർനെ നോക്കികൊണ്ട് പതിയെ ഭക്ഷണം കഴിക്കുന്നു

(ഡയാനയുടെ മുഖം കാണിക്കുന്നു)

(ഡയാന പഴയ നടന്ന കാര്യങ്ങൾ ആലോചിക്കുന്നതായിട്ട് കാണിക്കുന്നു)

ഡയാന മമ്മ എന്നു വിളിക്കുന്നു.

എമിലി കാട്ടിൽ കൂടെ ഓടിയിട്ട് റോഡിൽ ഇറങ്ങിയപ്പോൾ എമിലിയെ വണ്ടി ഇടിക്കുന്നു.

റോഡിൽ കിടന്ന എമിലിയെ വണ്ടി ഇടിച്ച ആൾ വന്നു നോക്കുന്നു.

(ഡയാനയെ കാണിക്കുന്നു)

കാട്ടിൽ നിന്നും റോഡിലേക്ക് കയറാൻ പോയ ഡയാന ഇത് കാണുന്നു ഡയാന അവിടെ കിടന്നിരുന്ന ഒരു മരത്തിന്റെ തടി കക്ഷണം എടുത്ത് എമിലിയെ നോക്കികൊണ്ട് ഇരുന്ന ആളുടെ

തലയിൽ ആഞ്ഞു അടിക്കുന്നു . അയാൾ അവിടെ ബോധം കെട്ടു വീഴുന്നു.

(ഐസക്കിനെ കാണിക്കുന്നു)

അപ്പോഴേക്കും ഐസക് കാട്ടിൽ നിന്നും എമിലിയുടെ പുറകിൽ ഓടി വരുന്നുണ്ടായിരുന്നു. കാട്ടിൽ നിന്നും ഐസക് റോഡിലേക്ക് കയറുമ്പോൾ എമിലി നിലത്തു വണ്ടി ഇടിച്ചു കിടക്കുന്നു തൊട്ട് അടുത്ത് ഒരാൾ വീണു കിടക്കുന്നു അതിൻ്റെ അടുത്ത് ഡയാന തൻ്റെ കൈയിൽ ഒരു മര തടി ആയി നിൽക്കുന്നു. അയാളെ അടിച്ചു നിലത്തു ഇട്ടത് ഡയാനയാണെന്നു മനസിലാക്കിയ ഐസക് എമിലിയെ വലിച്ചു കാട്ടിലേക്കു കൊണ്ട് പോകാൻ ശ്രമിക്കുന്നു.

(ഡയാനെ കാണിക്കുന്നു)

ഡയാന ഐസക്കിനോട് പറയുന്നു.

ഡയാന : വേണ്ട പപ്പ. കഴിഞ്ഞ തവണ മമ്മയെ ഇതുപോലെ വീട്ടിൽ കൊണ്ട് ഇട്ടിട്ടു കുറെ കഴിഞ്ഞപ്പോൾ മമ്മ മരിച്ചു പോയിലെ. ഇ മമ്മ മരിക്കണ്ട ഇ മമ്മ നല്ല പോലെ പടം വരക്കും മമ്മയുടെ കൈയിൽ എനിക് പറഞ്ഞു തരാൻ ഒരുപാട് സ്റ്റോറിയും ഉണ്ട്. നമ്മുക്ക് മമ്മയെ ഹോസ്പിറ്റലിൽ കൊണ്ട് പോകാം പപ്പ ഞാൻ മമ്മയുടെ കൂടെ പോയി മമ്മയെ നോക്കിക്കോളാം.

(ഐസക്കിനെ കാണിക്കുന്നു)

ഐസക് ഡയാനയുടെ അടുത്ത് ചെല്ലുന്നു എന്നിട്ട് ഡയാനയുടെ കവിളിൽ തലോടി കൊണ്ട് ചോദിക്കുന്നു നിനക്ക് മമ്മയെ അത്രേ ഇഷ്ടം ആണോ.

(ഡയാനയെ കാണിക്കുന്നു)

ഡയാന തല ആട്ടി കൊണ്ട് ഐസക്കിനോട് പറയുന്നു.

ഡയാന: പപ്പ നമ്മുക്ക് മമ്മയെ ഹോസ്പിറ്റലിൽ കൊണ്ട് പോകാം.

(ഐസക്കിനെ കാണിക്കുന്നു)

ഐസക് എമിലിയെ റോടെ തന്നെ ഇട്ടിട്ടു ഡയാന അടിച്ചു തറയിൽ ഇട്ട ആളെ ഐസക് വലിച്ചു കാട്ടിലേക്കു കൊണ്ടു പോകുന്നു.

(കാട്ടിലെ വീട് കാണിക്കുന്നു)

കാട്ടിലെ ഐസക്കും ഡയാനയും എമിലിയും താമസിച്ചു വീട്ടിലേക്കു കൊണ്ട് വരുന്നു എന്നിട്ട് അയാളുടെ മുഖം അടിച്ചു

വികൃതം ആകുന്നു.

(ഡയാനയെ കാണിക്കുന്നു)

ആദിയം ഡയാനെയും എമിലിയെയും ഹോസ്പിറ്റലിൽ കൊണ്ടു പോകുന്ന ആൾ (ഫെഡറിക്) വണ്ടി ഓടിച്ചു അവിടെ വരുന്നു എമിലി റോഡിൽ കിടക്കുന്ന കണ്ട അയാൾ വണ്ടിയിൽ നിന്നും ഇറങ്ങി എമിലിയെ നോക്കുന്നു എന്നിട്ട് ചുറ്റുവട്ടം നോക്കുമ്പോൾ കാട്ടിലേക് ഒരു വണ്ടി ഇറങ്ങി കിടക്കുന്നത് കണ്ടു അതിൽ അയാൾ പോയി നോക്കിട്ട് ഒന്നും കാണാഞ്ഞിട്ട് തിരിച്ചു ലിണ്ടയുടെ അടുത്ത് വരുമ്പോൾ കാട്ടിൽ നിന്നും ഇതൊക്കെ ഒളിച്ചു ഇരുന്ന കണ്ട ഡയാന മനഃപൂർവം മമ്മ എന്നു വിളിച്ചു കൊണ്ട് അയാളുടെ അടുത്തേക് ഓടി വരുന്നു.

(പീറ്ററിന്റെ വീട്ടിൽ ഡയാന ഭക്ഷണം കഴിച്ചുകൊണ്ട് ഇരിക്കുന്നത് കാണിക്കുന്നു)

ഡയാന ഇതൊക്കെ ഓർത്തുകൊണ്ട് ഭക്ഷണം കഴിച്ചു കൊണ്ട് ഇരിക്കുമ്പോൾ ചുമ്മക്കുന്നു.

(പീറ്ററിനെ കാണിക്കുന്നു)

പീറ്റർ ജെഗിൽ നിന്നും ഗ്ലാസ്സിലേക്കു വെള്ളം ഒഴിച്ചു കൊടുക്കുന്നു.

(ഡയാനയെ കാണിക്കുന്നു)

ഡയാന വെള്ളം കുടിച്ചുകൊണ്ട് ഭക്ഷണത്തിലേക്കു നോക്കുന്നു.

ഡയാന വീണ്ടും പഴയ കാര്യങ്ങൾ ഓർക്കുന്നു.

(ഡോക്ടർ സോഫിയ മഴയത്തു മരിച്ചു കിടക്കുന്നത് കാണിക്കുന്നു)

ഐസക് ഡോക്ടർ സോഫിയയുടെ വാ മുറുകി പിടിച്ചു കൈയിൽ ഇരുന്ന കത്തിയും കൊണ്ട് കഴുത്ത് അറക്കുന്നു. ഡോക്ടർ സോഫിയ നിലത്തു വീഴുന്നു.

ഐസക് വാതിൽ തുറന്നു ഡയാനയെ വിളിച്ചോണ്ട് വെളിയിൽ വരുന്നു.

(ഡയാനയെ കാണിക്കുന്നു)

ഡയാന അവിടെ നിലത്തു ഡോക്ടർ സോഫിയയുടെ ചോര ആയി കിടന്ന വെള്ള റോസാപൂവ് എടുത്തു കൊണ്ട് പോയി അവിടെ ഇരുന്ന ഒരു മരത്തിൻ്റെ കുറ്റിയുടെ അടുത്ത് വരുകയും നിലത്തു കിടന്ന ഒരു കല്ല് കൊണ്ട് കുറ്റിയുടെ മുകളിൽ പെന്റാഗ്രാം വരക്കുകയും അതിന്റെ

മുകളിൽ റോസാപൂക്കൾ വെക്കുകയയും ചെയ്യുന്നു.

(പീറ്ററിന്റെ വീട്ടിൽ ഇരുന്നു ഭക്ഷണം കഴിക്കുന്ന ഡയാനയെ കാണിക്കുന്നു)

(മാർത്തയെയും പീറ്ററും കാണിക്കുന്നു)

മാർത്തയും പീറ്ററും ഡയാനയെ വിളിക്കുന്നു.

ഡയാന പെട്ടന് അവരുടെ വിളി കേട്ട് ഡയാന ചെറുതായി ഒന്ന് ഞെട്ടുന്നു.

ഡയാന അവരെ രണ്ടു പേരെയും നോക്കുന്നു.

(മാർത്തയെയും പീറ്റർനെയും കാണിക്കുന്നു)

പീറ്റർ ഡയാനയോട് ചോദിക്കുന്നു.

പീറ്റർ: ഏതു ലോകത്തായിരുന്നു.

(ഡയാനയെ കാണിക്കുന്നു)

ഡയാന പീറ്ററിനെ നോക്കി ചിരിക്കുന്നു.

(മാർത്തയെ കാണിക്കുന്നു)

മാർത്ത പീറ്ററിനോട് ഡയാനയോടും ആയിട്ട് പറയുന്നു.

മാർത്ത: ഇത്രേ നേരം ആയിട്ട് ഇവൾ ഇപ്പോള ഒന്ന് ചിരിച്ചു കാണുന്നത്.

ഡയാന പീറ്റർനെ നോക്കി ചിരിച്ചു കൊണ്ട് പറയുന്നു.

ഡയാന: 'നമ്മൾ ഒരേ ചോരയാണ് നമ്മൾ അത് അർഹിക്കുന്നു'

(മാർത്തയെയും പീറ്റർനെയും കാണിക്കുന്നു കാണിക്കുന്നു)

അവർ ഒന്നും മനസിലാകാത്ത രീതിയിൽ പരസ്പരം നോക്കുന്നു.

(രാത്രി പീറ്ററിന്റെറെ വീട് കാണിക്കുന്നു)

പീറ്റർ തന്റെ കട്ടിലിൽ കിടന്നു കൊണ്ട് ഏതോ ഒരു ബുക്ക് വായിക്കുന്നു.

(വീടിന്റെ വെളി വശം കാണിക്കുന്നു)

രാത്രിയിൽ കറുത്ത കോട്ട് ഇട്ട ആൾ പീറ്റരിൻറെ വീടിന്റെ മുൻവശത്തു വന്നു ഡോർ സ്റ്റെപ്പിൻറെ അവിടെ ഒരു വെള്ള നിറം ഉള്ള തണ്ടിന് നീളം ഉള്ള മുള്ളുകൾ ഉള്ള റോസാപൂവ് വെക്കുന്നു. എന്നിട്ട് അയാൾ കോളിങ് ബെൽ അടിക്കുന്നു.

അയാൾ അവിടുന്നു തിരിഞ്ഞു നടന് പോകുന്നു.

(പീറ്ററിനെ കാണിക്കുന്നു)

പീറ്റർ വന്നു വാതിൽ തുറക്കുന്നു നേരെ നോക്കുന്നു. നോക്കുന്ന കൂട്ടത്തിൽ താഴെ വെള്ള റോസാപൂവ് ഇരിക്കുന്ന കാണുന്നു അത് കണ്ടതോടു കൂടി പീറ്റർ ഭയന്ന് നേരെ ഇരുട്ടിലേക് നോക്കുന്നു.

11

ബയോഗ്രഫി

രോഹിത്ത് ചന്ദ്രൻ, പത്തനംതിട്ട

Rohith Chandran

നന്ദി

Cover Design - Sajeev Koikkal
പുസ്തക പ്രസിദ്ധീകരണവുമായി ബന്ധപ്പെട്ട വിവരങ്ങൾക്ക് -
7356983760 (WhatsApp)